# அழியாத கோலங்கள்

சக திரைக்கலைஞர்களின், நண்பர்களின் நினைவில்...

## பாலுமகேந்திரா

தொகுப்பு : தினேஷ் கன்னிமாரி

| | | |
|---|---|---|
| அழியாத கோலங்கள் | : | சக திரைக்கலைஞர்களின், நண்பர்களின் நினைவில்... |
| தொகுப்பு | : | தினேஷ் கன்னிமாரி |
| | : | © படைப்பாளிகளுக்கு |
| முதற்பதிப்பு | : | பிப்ரவரி 2020 |
| வெளியீடு | : | வம்சி புக்ஸ் <br> 19, டி.எம்.சாரோன், <br> திருவண்ணாமலை - 606 601 <br> 9445870995, 04175 - 235806 |
| அச்சாக்கம் | : | மணி ஆப்செட், சென்னை - 600 077 |
| விலை | : | ₹ 400/- |
| ISBN | : | 978-93-84598-91-4 |

| | | |
|---|---|---|
| Azhiyatha Kolangal | : | In the memories of co - creators and friends |
| Compiled by | : | Dinesh kannemari |
| | : | © Essayists |
| First Edition | : | February- 2020 |
| Published by | : | Vamsi books <br> 19.D.M.Saron, <br> Tiruvannamalai - 606 601 <br> 9445870995, 04175 - 235806 |
| Printed by | : | Mani Offset, Chennai - 600 077 |
| Price | : | ₹ 400/- |
| ISBN | : | 978-93-84598-91-4 |

www.vamsibooks.com - e-mail: vamsibooks@yahoo.com

தமிழ் கற்றுத் தந்த என் தாத்தா

வேலு வாத்தியாருக்கு....

## நன்றிக்குரியவர்கள்

குமுதம், தீராநதி, ஆனந்த விகடன், சினிமா எக்ஸ்பிரஸ்,

வண்ணத்திரை, காலச்சுவடு, நிழல், திரை, சூரியன் பதிப்பகம்

கிருஷ ஷோபா, விகடன் தொலைக்காட்சி

அயல் சினிமா, மாத்ரு பூமி, கோமை மலையாள மனோரமா, டி.சி.புக்ஸ், திரைக்கதை ஆசிரியர் ஜான்பால்

இயக்குநர். மீரா கதிரவன், ராமதாஸ், ரோஸ்லின், அகிலேஸ், மணியேட்டன் வடவன்னூர், பி.டி. சுரேஷ் டி பிரம்மர்.

பிழைகளை மட்டுமல்லாமல் இந்த தொகுப்பின் செழுமைக்கு முழுவதுமாய் தன்னை அர்ப்பணித்த பாரி (தமிழ் திரைப்படதுறை)

புத்தக வடிவமைப்பு செய்த சங்கர், மோகனா, தீனா

எல்லோர்க்கும் மேலாக பவாசெல்லத்துரை, ஷைலஜா, ஜெயஸ்ரீ மற்றும் குடும்பத்தினர்.

## ஆசிரியர் குறிப்பு

B.தினேஷ்:-கேரளா, பாலக்காடு மாவட்டம் சித்தூருக்கு அருகில் உள்ள பனையடியன் சள்ளா என்ற கிராமத்தில் பிறந்தவர்.பள்ளிப் படிப்பை முடித்துவிட்டு தற்போது சித்தூர் அரசு கல்லூரி விடுதியில் பணியாற்றி வருபவர்.

புகைப்படக் கலைஞர் 'யோகா'அவர்களுடைய பயணக் கட்டுரைகள், நடிகர் நாசரின் அரிதாரமற்ற முகங்கள் என்ற சுயசரிதை கட்டுரைகள், பாலு மகேந்திராவின் 'மூன்றாம்பிறை' என்ற சுயசரிதை கட்டுரைகள் மற்றும் பிரபல எழுத்தாளர்களின் சிறுகதைகளை மலையாளத்தில் மொழிபெயர்த்து பல இதழ்களில் வெளிவந்திருக்கின்றன.

மனைவி-ஜலஜா
குழந்தைகள்-தியா,பாலா
முகவரி:-பால புவனம்,பனையடியன் சள்ளா
கன்னிமாரி(PO),பாலக்காடு(Dist)
கேரளா-PIN-678534
Mob:சு9048913350
E.mail : dineshakannimari@gmail.com

# என் மானசீக குரு

1992-ல் கேரளா பாலக்காடு, கோவிந்தாபுரம் என்ற கிராமத்தில் ஸ்ரீ முருகன் டூரிங்டாக்கீஸில் பார்த்த பாலு மகேந்திராவின்’வண்ண வண்ண பூக்கள’ என்ற படம்தான் என்னை அவருடைய வெறிகொண்ட ரசிகனாக்கியது.

அந்த படத்தின் டைட்டில் கார்டில் கதை, திரைக்கதை, வசனம், ஒளிப்பதிவு, எடிட்டிங், இயக்கம் ’பாலுமகேந்திரா’என்ற பெயரை பார்த்த போது, இவ்வளவு பொறுப்பையும் ஏற்று படமெடுத்திருக்கும் இவர்யார்? என்ற கேள்விக்குறி எனக்குள் எழுந்தது.அந்த படத்தைப் பார்த்த பிறகு நடிகர்கள் மேலிருந்த ஈர்ப்பு விலகி படத்தின் இயக்குநரோடு ஈர்ப்பு தொற்றிக் கொண்டது.காரணம் அதுவரை நான் அப்படி ஒரு யதார்த்தமான படத்தை பார்த்ததே இல்லை. அதை தொடர்ந்து சிலமாதங்களுக்குள்ளாகவே பாலு மகேந்திரா சார் இயக்கிய வீடு,சந்தியாராகம் போன்ற படங்களை தூர்தர்ஷனில் பார்க்க நேர்ந்தது.அதை பார்த்து நான் வியந்து போனேன். அன்று முதல் பாலு மகேந்திரா என்ற மகோன்னத கலைஞனை என் மானசீகக் குருவாக ஏற்றுக் கொண்டேன்.

அந்த நிமிஷம் முதல் அவரை எப்படியாவது நேரில் போய் சந்தித்துவிடவேண்டும் என்றும்,அவரோடு உதவியாளராகச் சேர்ந்து அவருடைய ஒளிப்பதிவு கலையை முறையாக கற்றுக்கொள்ள வேண்டும் என்ற பேராசையில் துடித்துக் கொண்டிருந்தேன்.

அதற்கான வழிதெரியாமல் அலைந்து கொண்டிருந்தபோதுதான் 'பாலு மகேந்திரா கதைநேரம் டிவிடி' மூலமாக எனக்கு பவா செல்லத்துரை சார்,ஷைலஜா மேடத்தின் தொடர்பு கிடைத்தது.அது எனக்கு திருப்புமுனையாக அமைந்தது.

பவாசார்தான் பாலுமகேந்திரா சாரின் தொலைபேசி நம்பர் கொடுத்து என்னை பேசச்சொன்னார்.தயக்கத்தோடும் பயத்தோடும் பாலு மகேந்திரா சாரை அழைத்தேன்.அந்த நாளை மறக்கவே முடியாது. நாளடைவில் அவரோடு சுமூகமான ஒரு நட்பு ஏற்பட்டது.

அதன்காரணமாக அவருடைய படங்களை எல்லாம் பார்த்து அவரோடு என்கருத்துக்களை பகிர்ந்து கொள்வதை வழக்கமாக்கினேன்.

ஒருமுறை நான் மலையாளத்தில் பாலு மகேந்திரா சாரை பற்றி ஒரு கட்டுரை எழுதியிருந்தேன். அது Eka thathwa என்ற மாத இதழில் வெளியானது. அந்த இதழையும் பாலுசார் இயக்கிய 'மறுபடியும்'என்ற படம் பார்த்துவிட்டு என் விமர்சன கடிதத்தையும் அவருக்கு அனுப்பி வைத்தேன்.ஒரு வாரத்திற்குள்ளாகவே அவரிடமிருந்து பதில் கடிதம் வந்தது.அந்த கடிதத்தை பார்த்து நான் அடைந்த சந்தோஷத்திற்கு அளவே இல்லை;நண்பர்களிடத்தில் அந்த கடிதத்தைக் காட்டி பெருமிதம் கொண்டேன்.அவ்வளவு பெரிய கலைஞன் என்னைமாதிரி பாமர ரசிகனுக்கு அன்போட எழுதிய கடிதத்தை கண்டு உண்மையிலயே நெகிழ்ந்து போனேன்.

அந்த மாபெரும் கலைஞனின் சினிமா பட்டறையில் மாணவனாக சேர்ந்து கல்வி கற்றுக்கொள்ள முடியாமல் போனாலும்,ஏதோ ஒருவகையில் அவரோடு நான்கு வருடம் தொடர்பில் இருந்ததை எண்ணி பெருமையடைகிறேன்.

அந்த சமயத்தில்தான் அவர் 'blog'-ல் எழுதிவந்த'மூன்றாம் பிறை, என்ற சுயசரிதை கட்டுரைகளை,மலையாளத்தில் மொழிபெயர்க்க அனுமதி கேட்டு அவரை தொலை பேசியில் தொடர்பு கொண்டபோது;எந்த ஒரு மறுப்பும் சொல்லாமல் அனுமதி அளித்தார். அந்த சம்பவம் என்னை நெகிழ வைத்தது.காரணம் நேரில் கூட பார்த்திராத ஒரு பாமர ரசிகனை நம்பி அவருடைய சுயசரிதை கட்டுரைகளை மொழிபெயர்க்கும் பொறுப்பை என்னிடம் ஒப்படைத்திருக்கிறாரே என்று.

2013-ல் சென்னை பிரசாத் ஸ்டுடியோவில்,பவாசாரின் ஒரு நிகழ்சியில் கலந்து கொள்ள பாலு மகேந்திரா சார் வந்திருந்த போது,அவரை நேரில் சந்திக்க ஒரு வாய்ப்பு கிடைத்தது.நிகழ்ச்சி முடிந்து பாலுசாரை வழியனுப்பி வைக்க,பவா சாரும் ஷைலஜா மேடமும் அவரை கை பிடித்து அழைத்து வரும்போது நான் இடைமறித்து,சார் உங்க கூட நின்னு ஒரு போட்டோ எடுக்கணும். Please Sir... என்று பணிவாகக் கேட்டேன்.Sure come on,என்றார். அப்போது தான் நான் என்னை அறிமுகப் படுத்திக்கொண்டேன். Wow.. நீயா அந்த தினேஷ் என்று சொல்லி என் தோளில் கை வைத்து சிரித்துக்கொண்டு ஆங்கிலத்தில் என்னமோ சொன்னார்;எனக்கு அதற்கான அர்த்தம் புரியவில்லை.அப்போது பக்கத்தில் நின்றுகொண்டிருந்த ஷைலஜா மேடம் கூடுதலாக அறிமுகப்படுத்த, யா..யா.. தெரியும், என்னை அடிக்கடி கூப்பிடுவான் என்று இரண்டொரு வார்த்தை பேசிக்கொண்டே Photo-வுக்கு போஸ்தர ரெடியானார். எடுத்து முடிந்ததும் கை கொடுத்தபடி மீண்டும் சந்திக்கலாம் என்று புன்னகை மலர அவர் விடைபெற்று சென்ற போது என் கை நடுங்கிதை நான் உணர்ந்தேன்.

காரணம், 20 வருடமாக நான் நேரில் பார்க்க துடித்துக் கொண்டிருந்த அந்த மகாகலைஞனை, இன்று நேரில் பார்த்துவிட்டோமே என்ற பரவசம்;அதோடு அவரை தொட்டுப்பார்த்து அருகில் நின்று புகைப்படம் எடுத்துக் கொண்டதெல்லாம் கனவா நனவா என்று புரியாமல் புல்லரித்துப் போனேன்.

பாலு மகேந்திரா சாரின் சினிமா வாழ்க்கை பற்றி தெரிந்து கொள்வதற்காக நான் சேகரித்த செய்திகள், தகவல்கள், புத்தகங்கள், படங்கள் இவை யாவும் அவருக்கென ஒரு நூலைக் கொண்டுவரும் அளவுக்கு சேர்ந்து கொண்டது.அவருடைய படங்களை பார்க்கும் போது மட்டுமல்ல,அவரை பற்றிய நினைவுகளை பிறர் கூறும்போதும் இனம் புரியாத ஒரு உணர்வு ஆட்கொள்கிறது.

அவ்வகையில் பாலு மகேந்திரா சாரை குறித்து,மற்ற கலைஞர்களுடைய நினைவலைகளையெல்லாம் சேர்த்து ஒரு தொகுப்பாகக் கொண்டு வந்தால்,அவருடைய ரசிகர்களுக்கும், வரும் தலைமுறையினருக்கும்; பாலு மகேந்திரா என்ற உன்னதமான படைப்பாளியைக் குறித்தும் அவர் படைப்புகள் குறித்தும் தெரிந்து கொள்ள, இது ஒரு சுவாரஸ்யமான நூலாக இருக்குமே என்ற எண்ணம் எனக்குள் ஏற்பட்டது.

நான் பாலு மகேந்திரா சாரின் ரசிகன் என்ற முறையில் இது ஒரு எளிய முயற்சியே.அதைவிட சிறப்பு என்னவென்றால் 2010-ல் என்னை பாலு மகேந்திரா சாருக்கு அறிமுகப்படுத்தி தந்த,பவா சார், ஷைலஜா மேடம் அவர்களுடைய 'வம்சி புக்ஸ்'மூலமாக 2020-ல் இந்த தொகுப்பு வெளிவருவதில் நான் இரட்டிப்பு மகிழ்ச்சி அடைகிறேன்.

இந்த நூலில் பாலு மகேந்திராவை நேசித்த கலைஞர்களின் கட்டுரைகளும், பாலுசாரின் நேர்காணலும் மிக யதார்த்தமான ருசிகரமான ஒரு வாசிப்பாக இருக்கும். அது மட்டுமில்லை, சினிமா துறை சார்ந்தவர்களுக்கு மிகவும் பயனுள்ள ஒரு நூலாக அமையும் என்று நம்புகிறேன்.

ஸ்னேக பூர்வம்...

பி.தினேஷ்

## இந்திய ஒளிப்பதிவு மேதையின் எளிய மகளாக...

ஒரு விருட்சம் தன் இளமையிலிருந்து தன்னுள் ஒன்று கலக்கும் எதையும் அதன் நினைவில் தக்கவைப்பதில்லை. தான் பருத்து, முதிர்ந்து, விடும் முதல் பூவை அது நியாபகத்தில் கொள்வதில்லை. தன் கிளைகளின் நிழலில் வந்தமரும் சிட்டுக்குருவியை, அதன் சிறகோதலை அது கவனிப்பதில்லை. ஆனால் அந்த விருட்சம் என்னை கவனத்தில் கொண்டது. என்னை அவதானித்தது. புன்னகை பூத்தது. மகளென்ற உறவு சொல்லி நெருங்கி வந்தது. தந்தமையின் தணல் அறியாமல் வளர்ந்த என்னை கை கூட்டில் வைத்து பாதுகாத்தது. கம்பீரமாய் உலகிற்கு அறிமுகப்படுத்தியது. சின்ன சிறகு மட்டுமே வாழ்வென தெரிந்து வைத்திருந்த நான் இந்த வான் முழுக்க என் அப்பா பாலுமகேந்திராவின் கை பிடித்து பறந்தேன்.

அப்பாவென்றா சொன்னேன், ஒரு முறை கூட நான் அவரை அப்படி அழைத்ததில்லை. ஒரு முறை என்னை அப்பான்னு கூப்பிடம்மா என்று அப்படி கெஞ்சியிருக்கிறார். ஆனால் நான் கூப்பிட்டதேயில்லை. இந்திய ஒளிப்பதிவின் மேதை என்ற அவரின் உயரம் என்னை அப்படி கூப்பிட விடாமல் தடுத்துக் கொண்டேயிருந்தது. பிரமிப்பு மாறாத சிறு பெண்ணாய் வளைய வந்த காலங்களது.

எங்கள் அடுத்த தலைமுறை கூட, பாலு மகேந்திரா சார் எங்களோடு இத்தனை குடும்ப உறவோடு இருந்தார் என்றால்

நம்பாது. அப்படியொரு வாஞ்சையும் ப்ரியமுமாக எங்களோடிருந்தார். மகளும் மருமகனும் பேரப் பிள்ளைகளுமாய் அவர் வாழ ஆசைப்பட்ட வாழ்வினை எங்களில் தணித்துக் கொண்டார் என்றே சொல்ல வேண்டும்.

வாழ்வின் ஒரு நொடி கூட மாற்று இல்லாமல் எல்லா நேரங்களிலும் கலப்பில்லாத கலைஞனாகவே வாழ்ந்து நிறைவடைந்தவர் அவர். சத்தமில்லாமல், அதிராமல், நிதானமாய் வாழ்ந்த வாழ்வு அது. நான் இப்படித்தான் இருப்பேன், அது மாறாது. புலியின் மேல் வரிகள் என்னுடையது, அது மரணித்தாலும் போகாது என்று பேசும் அவர் கடைசி மூச்சு வரை அப்படியே வாழ இந்த பிரபஞ்ச சக்தி அவரை அனுமதித்தது.

நீங்கள் ஒரு சினிமாக்காரராக ஆகவில்லையெனில் என்னவாகியிருப்பீரகள்? என்ற கேள்விக்கு சற்றும் யோசிக்காமல் நான் ஒரு ஆசிரியராக இருப்பேன், எனக்கு அது மிகவும் பிடித்தமானது என்று சொல்லும் பாலு மகேந்திராவை ஒரு ஆசிரியர்தான் அவருக்குள்ளிருந்த சினிமாக்காரனைக் கண்டுபிடித்திருக்கிறார். இலங்கையில் கண்டியில் அவர் படித்த பள்ளியில் ஃபாதர் லோரியோ ஒவ்வொரு வாரமும் தன் மாணவர்களுக்கு உலகத் திரைப்படம் போட்டு காண்பித்திருக்கிறார். அவரோடு சேர்ந்து, தான் மிகச் சிறுவனாய் இருந்தபோது சென்ற பள்ளிச் சுற்றுலாவில் காண நேர்ந்த படப்பிடிப்பு எப்படி தன் வாழ்வை மாற்றியது என்று மிக அழகாய் சொல்வார். கேமராவை கருப்பு துணி கொண்டு மூடி உள்ளே நுழைந்த ஒருவர் 'ரோலிங்' என்று குரல் கொடுக்க மிக கம்பீரமான இன்னொரு குரல் வெளியிலிருந்து 'ரெய்ன்' என்று குரல் கொடுத்தது. அதைக் கேட்டு அப்படியே மழை பெய்தது. ஒரு மனிதன் மழை பெய்ய வேண்டுமென்று சொன்னால் மழை

பெய்கிறது. அப்படியானால் நானும் 'ரெயின்' என்று கத்தினால், எனக்காகவும் மழை பெய்யும் என்று அந்த கடற்கரையில் நின்று அந்த பிஞ்சு மனம் முடிவு செய்தது. கருப்புத் துணியால் தன்னை மூடி நிற்கும் கேமராவை இயக்கிய, இந்திய சினிமாவிற்கு ஒரு மகத்தான கலைஞனைத் தந்த இங்கிலாந்து இயக்குனர் டேவிட் லீன் என்ற மனிதனை வணங்குகிறேன்.

உள்ளுக்குள் கனன்று கொண்டிருக்கும் நெருப்பு கங்கினை நீர்த்துப் போகாமல் அந்த சிறுவன் கல்லூரி மாணவனுக்குக் கடத்தியிருந்தான். புனா திரைப்படக் கல்லூரிக்கு இயக்கம் கற்றுக் கொள்ள நினைத்த அந்த மாணவன், தான் எடுத்த சில புகைப்படங்களையும் இணைத்தான். தேர்வு குழுவிற்கு அந்த புகைப்படங்கள் மிகவும் பிடித்துப் போக அந்த மாணவன் 'சினிமோட்டோகிராஃபி' பிரிவில் சேர்க்கப்படுகிறான். பிறகென்ன அந்த மாணவனான பாலு மகேந்திரா திரைப்படக் கல்லூரி முடித்தவுடனேயே பல வண்ண கனவுகளுடன் வந்தாலும் தன் திரைப்படங்களையும் புகைப்படங்களையும் கருப்பு வெள்ளையில் எடுப்பதில் தீரா மோகம் கொண்டிருந்தார். அவை இன்று வரை பிரமிப்புடனேயே எல்லோரையும் அணுக வைத்துக் கொண்டிருக்கிறது.

மொத்தமே பதினெட்டு படங்களை இயக்கி, ஐந்து வெவ்வேறு மொழிகளில் பல இயக்குனர்களுக்கு ஒளிப்பதிவாளராக தன் விருப்பப்படி வாழ்ந்து, பதட்டமாய் வரும் எல்லாவற்றையும் அள்ளி சேர்க்காமல் நிதானமாய் அனுபவித்து வாழ்ந்து நிறைந்திருக்கிறார்.

அந்த நிதானமும் பேரன்பும் கலையும் வசீகரமுமான மனிதனை பலர் நேசித்ததில் தவறில்லை. ஆனால் நிபந்தனைகளற்ற அன்பில் பெரு வாழ்வு வாழ்ந்த அந்த மகா கலைஞன் நான் தவறு செய்துவிட்டேன் என்று கலங்கியதும் தன் வாழ்வின் வழி

எல்லோருக்கும் அதை எடுத்து சொன்னதும் தான் அடைந்த, இன்புற்ற, அல்லலுற்ற வாழ்க்கைப் பாடுகளால் வெளிவந்த வார்த்தைகளால்தான். அனுபவங்களை வார்த்தைகளால் மட்டுமே கோர்க்கத் தெரியாத அந்தக் கலைஞன் திரைப்படங்களாக்கி, காவியங்களாக்கி வரும் தலைமுறைக்கு பாடமாக்கி விட்டுச் சென்றிருக்கிறார். அது பல விஷயங்களை, பரிமாணங்களை, செய்திகளை, காட்சிப்படிமங்களை நின்று சொல்லும்.

''தென்னிந்திய சினிமாவில் காட்சிகள் மூலமாக கவிதை எழுதியவர் ஒளிப்பதிவாளரும் இயக்குனருமான பாலு மகேந்திரா'' என்று சொல்லும் மேதை பி.சி.ஸ்ரீராம் தொடங்கி வெற்றியின் உச்சத்திலிருக்கும் இயக்குனர்களும், ஒளிப்பதிவாளர்களும், நடிகர்களும், எழுத்தாளர்களும், நண்பர்களும் அவரைப் பற்றிய எழுதிய தொகுப்பில் நான் எப்படி ஒரு முன்னுரையோ அறிமுகவுரையையோ கொடுத்து விட முடியும்? எனக்கு என்ன தகுதி இருக்கிறது?

இருக்கிறது□

ஏம்னன்றால் நான்மட்டும்தான் அவரின் ப்ரிய மகள்.

**எளிமையான அன்போடு,**

**உங்கள் ஷைலு.**

**இயக்குநர்களாக...**

1. 'ஐ லவ் யூ பாலு சார்' - பாலா ..................21
2. பாலுமகேந்திராவால் உருவாக்கப்பட்டவன் - வெற்றிமாறன் ..................39
3. என் முதல் கேமராமேன் - ராம் ..................50
4. பிரபாகரன் நேசித்த இயக்குநர் - சீமான் ..................57
5. பாலு சாரின் கடைசி படம் - எம். சசிகுமார் ..................62
6. பாலுமகேந்திரா அனுப்பிய கடிதம் - சீனுராமசாமி ..................67
7. செல்லுலாய்ட் பொயட் - பாரதிராஜா ..................71
8. பல்லவி அனுபல்லவியில் பாலுவோடு - மணிரத்னம் ..................76
9. பாலுமகேந்திராவுக்கு பாடம் கற்பித்தேன் - பி.என். மேனன் ..................81
10. மார்வெலஸ் டைரக்டர் - சுரேஷ் கிருஷ்ணா ..................84
11. வாத்தியாரும் நானும் - சுகா ..................88
12. 'லேகயுடே மரணம் ஒரு ப்ளாஷ்பேக்' - கே.ஜி. ஜார்ஜ் ..................94
13. பாலுமகேந்திரா நேர்காணல் - லீனாமணிமேகலை(திரை இதழ்) ..................97

**ஒளி ஓவியர்களாக...**

14. அல்டிமேட் ஸ்டார் பாலுமகேந்திரா- பி.சி.ஸ்ரீராம் ....................................108

15. கேமராவை உயிராக நேசித்தவர் பாலுமகேந்திரா- பி. கண்ணன் ..........111

16. பாலுமகேந்திராவின் கோணங்களை காப்பியடிக்க
முயற்சித்தேன்-ரவி கே. சந்திரன் .............................................................. 115

17. ஒளிப்பதிவாளருக்கு விலாசத்தை தேடிதந்தவர்- மது அம்பாட் ................118

18. சூரிய ஒளியில் ஜாலம் செய்பவர்- வேணு ...............................................120

19. என் வேலை முடிஞ்சிருச்சு...( பாலு மகேந்திரா)-செழியன் ....................122

20. எனக்குக் கிடைத்த மாபெரும் அங்கீகாரம்-தேனி ஈஸ்வர்........................130

21. என் வலியை அழுதுகாட்ட விரும்பவில்லை-
பாலுமகேந்திரா-நேர்காணல்-சமஸ்.......................................................... 132

**அரிதாரமில்லாத கலைஞர்களாக...**

22. 'யாத்ரா' படத்தில் நடித்த அனுபவம் - மம்முட்டி .................................. 142

23. சந்தியாராகத்தின் கதை நாயகன் - வீரசந்தானம் ....................................... 146

24. பாலுமகேந்திராவின் தோளில் கை போட்ட மாணவன்- கமல்ஹாசன்...... 148

25. பேசும் படத்தை பார்க்கும் படமாக்கிய கலைஞன்- சிவக்குமார் ............. 152

26. என் குரு- மோகன்........................................................................................ 155

27. வீடு படத்தில் நடிக்க கிடைத்த வாய்ப்பு- பானுசந்தர்................................. 157

28. கதை நேரத்தில் நடித்த அனுபவம் - சஷிகுமார்......................................... 164

29. சினிமாவின் சிறந்த சிந்தனையாளர்-சாருஹாசன்........................................ 172

30. அந்த பாலுமகேந்திரா க்ளிக்..- விஜய் சேதுபதி............................................ 175

31. ‘பாலுமகேந்திரான்னா’ இந்தச் சம்பவம்தான் ஞாபகம் வரும்
-ஆடுகளம் நரேன் ........................................................................................ 176

32. என் நண்பர் பாலு - நாசர் ..........................................................................178

**படைப்பாளிகளாக...**

33. பாலுமகேந்திரா ஒரு இலக்கியவாதி - வைரமுத்து........................................185

34. இவன் நானாகும் அத்தியாயம்- நா.முத்துக்குமார் ......................................187

35. சிறந்ததை தேர்வு செய்யும் இயக்குநர் - ஓ.என்.வி. குருப்பு,
மலையாள பாடலாசிரியர்.........................................................................................195

36. பாலுமகேந்திரா தொலைக்காட்சி நேர்காணல் ............................................. 197

**மனைவியும். சிநேகிதியுமாக...**

37. பொறுமைதான் - அகிலா ............................................................................. 208

38. ஒவ்வொரு நாளையும் அனுபவிச்சு வாழ்ந்தோம் - மௌனிகா ............... 211

39. பாலு சாரின் மாணவி - அர்ச்சனா ............................................................. 216

40. தமிழில் மாற்று சினிமா முயற்சிகள் பெரும்பான்மையும்
அரை வேக்காட்டுத் தனமானவைதான். பாலுமகேந்திரா நேர்காணல்.
(சந்திப்பு : அஜயன் பாலா, தளவாய் சுந்தரம்) ................................................ 221

## நண்பர்களாக...

41. 'யாத்ரா' படம் உருவான விதம்? - ஜான் பால், திரைக்கதை ஆசிரியர்...... 245

42. நானும் பாலுவும்- ஐசக் தாமஸ் கொட்டுக்காப்பள்ளி, (இசையமைப்பாளர்) ...................... 252

43. வண்ணவண்ண பூக்களும் நானும் -தாணு தயாரிப்பாளர்.................. 256

44. பாலுமகேந்திராவை காதலித்தேன்-பாக்யலட்சுமி, டப்பிங் ஆர்டிஸ்ட். ...... 263

45. பாலுசார் என் ஞானத்தந்தை - ரோஸ்லின் செயலாளர், (சினிமா பட்டறை) .................. 265

46. கசியும் ஈரம். தமிழ் ஸ்டுடியோ அருண். .................. 270

## எழுத்தாளர்களாக...

47. பாலுமகேந்திரா - சுஜாதா .................. 276

48. ஒளியின் காதலர் பாலுமகேந்திரா - ஜெயமோகன் .................279

49. என்னை அரெஸ்ட் பண்ணி ஜெயிலில் போட்டாலும் கவலையில்லை. பாலுமகேந்திரா.................. 282

50. பாலுமகேந்திராவின் திரைமொழி' சத்யஜித்ரேவின் திரைமொழி'யிலிருந்து உருவானது எப்படி?.................. 289

51. மௌனிகாவும் என் மனைவிதான் - பாலுமகேந்திராவின் ஒப்புதல் வாக்குமூலம். .................. 297

52. இலக்கிய மொழியிலிருந்து திரை மொழி- பாலுமகேந்திரா. .................. 304

53. கடைசிவரை கலையோடு மல்லுக்கட்டிய கலைஞன்
    - பவா செல்லத்துரை ................................................................ 310

54. தமிழ்த் திரையில் ஒரு திருப்புமுனை- தியோடர் பாஸ்கரன் ................ 326

55. பெரு மரமாகிப்போனதொரு வாழ்வு - அஜயன் பாலா ........................ 332

56. எனக்கு சினிமா இயக்குவது, செக்ஸ் வைத்துக்கொள்வது போல...
    நேர்காணல், ம.கா. செந்தில்குமார் ........................................................ 341

57. தலைமுறைகள் விமர்சனம்: சினிமா எக்ஸ்பிரஸ் ................................... 345

58. சமரசம் செய்துகொண்டே. நேர்காணல், கிருஷ ஷோபா ........................ 348

59. நாங்கள் விழுதுகளாய் இருக்கிறோம் அப்பா- கே.வி. ஷைலஜா ............ 364

60. பாலுமகேந்திராவின் ஃபிலிமோகிராபி. .................................................369

61. பாலுமகேந்திரா நூலகம். ................................................................... 397

## 'ஐ லவ் யூ பாலு சார்'- பாலா

பாலுமகேந்திரா என் குரு. என் அப்பனுக்கு அடுத்தபடியாக நான் நேசிக்கும் முதல் மனிதர். சினிமாவை எனக்கு கற்றுத்தந்த வாத்தியார். தனது ஒவ்வொரு படத்தையும் ஒரு குழந்தையை போல பெற்றெடுக்கும் தாய். ஒவ்வொரு ஃப்ரேமையும் ஒரு ஆபரணம் போலச் செதுக்கும் பொற்கொல்லன்.

ஒரு கிரியேட்டர் எப்பவும் எந்தச் சூழ்நிலையிலும் அவனோட கம்பீரத்த மட்டும் தொலைச்சிடக்கூடாது. அது போயிட்டா அதோட கிரியேட்டிவிட்டியும் போயிரும் என்று சொல்லிக் கொடுத்த ஆசான்.

எனக்கும் அவருக்குமான 25 வருட உறவை பற்றி சொல்லவேண்டுமென்றால்... அத்தனை சம்பவங்களுமே நெகிழ்வான தருணங்களே.

சமூக போராளியாக, கவிஞனாக இன்று அடையாளம் காணப்படும் அறிவுமதி, அப்போது பாலுமகேந்திராவிடம் உதவி

இயக்குநராக இருந்தார். மேனஜர் கபார் சாரின் சிபாரிசில் அண்ணன் அறிவுமதியை போய் சந்தித்தேன்.

''அண்ணே...'' என்று நான் வாசலில் நிற்க, எதையோ எழுதிக்கொண்டிருந்தவர் நிமிர்ந்தார்.

''நீதான் பாலாவா? தம்பி! உள்ளே வா'' என்று அழைத்தார்.

அந்தத் தருணம்தான் என் சினிமா பயணம் துவங்கிய முதல் நொடி.

''என்ன படிச்சிருக்கே? ஏன் சினிமாவுக்கு வந்த? யார் படங்கள்லாம் பிடிக்கும்? யார்கிட்ட சேரணும்னு ஆசைப்படறே...?'' என்று நிறைய கேள்விகள் கேட்டார். கை நிறைய புத்தகங்கள் அள்ளித் தந்தார். ''இத பாரு தம்பி நிறைய வாசிக்கணும்டா... நல்ல படங்கள்லாம் பார்க்கணும்டா... அப்பதான் கொஞ்சம் கொஞ்சமா சினிமா புரிய ஆரம்பிக்கும்'' என்றார்,

ஒரு நாள், என்னை அறிவுமதி அண்ணன் கூப்பிட்டு ''டேய் நாளைக்கு உன்னை ஷுட்டிங் கூட்டிட்டுப் போறேன். ஆனா இது டைரக்டருக்குத் தெரியாது. நீ வந்து வேடிக்கை பாரு. அப்படித்தான் ஆரம்பிக்கும்...'' என்று சொன்னார்.

''சரிண்ணே... என்ன படம்ணே'' என்று நான் ஆர்வமாகக் கேட்டேன்.

''வீடு என்றார்.''

ஷுட்டிங் ஸ்பாட்க்கு சென்ற போது!

காரில் வந்து இறங்கினார் பாலுமகேந்திரா. ஃப்ளாப் வைத்த

அரைக்கை சட்டை, ஜீன்ஸ் பேண்ட், தலையில் தொப்பி, கறுப்பு கண்ணாடியுடன் பட்டாளத்தான் போல படு கம்பீரமாக இருந்தார். கோலாபூர் செருப்பு சரசரக்க, அவர் நடந்து வந்த அழகே தனி.

விரல்களை மடித்து உள்ளங்கைக்குள் ஒளித்து தாடை சுமந்தார். காதோரத் தலைமுடியை பின்னுக்கு நீவிக் கொண்டார். அடர்த்தியான மீசை, மிக அமைதியான பேச்சு. குரலில் கரகரப்பு. எல்லோர் பார்வையும் அவர் மீதே இருந்தது. கண்களாலேயே அத்தனை கும்பலையும் கட்டி மேய்த்தார். அவரே ஒரு நட்சத்திரம் போலிருந்தார்.

காட்சி என்ன என்பதை விவரித்தார் டைரக்டர். ஒரு மிடில் கிளாஸ் குடும்பம், நிறைய சிரமத்துக்கிடையில் ஒரு வீடு கட்ட ஆசைப்படுகிறார்கள். அஸ்திவாரம் போட குழி வெட்டியிருந்தால், மறுநாள் மழை வந்து குழியெல்லாம் தண்ணீர்.

இப்ப இரண்டு செலவாகிப்போச்சே என்று அர்ச்சனாவும் பானுசந்தரும் புலம்புவது போலக் காட்சி. அவர்கள் எப்படி நடிக்க வேண்டுமென்று அவரே செய்து காட்டினார். கண்கொள்ளாக் காட்சி அது. நான் அவரை மட்டுமே ரசித்துக் கொண்டிருந்தேன். அந்த ஆளுமை என்னை ஆக்கிரமித்தது.

நானும் ஒரு நாள் இதுபோல் ஆகவேண்டும்! என்னை யாரென்றே தெரியாத டைரக்டருக்கு ஒரு ஏகலைவனாகக் களத்தில் இறங்கினேன். படப்பிடிப்புத் தளத்தில் மாட்டுச் சாணம் அள்ளுவேன், சிமெண்ட் மூட்டை சுமப்பேன், செங்கல் சுமந்து நடப்பேன், டிரம் நிறைய தண்ணீர் வாரி ஊற்றுவேன். பாலிதீன் காகிதங்கள் பொறுக்குவேன். இப்படி எல்லா வேலைகளையும் இழுத்துப் போட்டுக்கொண்டு செய்தாலும், நான் அங்கே உதவி இயக்குநர் இல்லை... உதவி இயக்குநரின் திருட்டுப் பினாமி

மட்டுமே! படப்பிடிப்பு முடிந்தது.

ஒருநாள் சொக்கலிங்க பாகவதர் டப்பிங் தியேட்டரில் டப்பிங் பேசிக்கொண்டிருந்தார். பெரியவருக்கு பார்வை சரிவர இல்லை. ஸ்க்ரீன் பார்த்துப் பேசமுடியாது. டைரக்டர் ஒருமுறை ஸ்கிரீனில் படத்தை ஓடவிட்டு மிகத் துல்லியமாக உதட்டசைவுகளைப் பார்த்தார். அந்த வசனத்தை அவரே பேசிக்காட்டினார். ''தாத்தா... நான் பேசறதை நீங்க அப்படியே திரும்பச் சொல்லுங்க'' என்று மறுபடியும் மறுபடியும் வசனம் சொன்னார். பாகவதர் அதைச் சரியாகச் சொல்ல போராடிக் கொண்டிருந்தார்.

நான் மிக அருகில் அதை வேடிக்கை பார்த்தபடி நின்றிருந்தேன். ஏதோ கோபத்தில் திரும்பிய டைரக்டர், என்னை பார்த்ததும் புருவம் சுருக்கி, ''யாரு நீ?'' என்றார். உதறலெடுத்தது எனக்கு. ''அறிவுமதியண்ணே...'' என்று இழுத்தேன்.

''டப்பிங் தியேட்டருக்குள்ள உன்னை யாருவிட்டா?'' என்று குரலுயர்த்தினார். டைரக்டர் ''சும்மா'' என்று நான் மறுகினேன். எனக்குள்ளிருந்து வார்த்தைகள் வர மறுத்தன.

''ப்ளீஸ்... கெட்... அவுட்...'' என்றார் அதிரும்படியாக.

நான் சிதறிப் போனேன்.என்னை யாரென்று தெரியாதா இவருக்கு? அறுபது நாட்கள் இவர் கண் முன்னாலேயே தானே திரிந்தேன். எல்லா வேலைகளையும் இழுத்து போட்டு செய்தேனே... என்னை வெளியே போகச் சொல்லிவிட்டாரே... அணை திறந்த வெள்ளம் போல துயரம் குமுறிக் கிளம்ப அந்த இடத்தை விட்டு வெளியேறினேன். அதன் பிறகு அந்த பக்கம் போகவே இல்லை.

சில நாட்களுக்குப் பிறகு 'வீடு' படம் ரிலீஸாச்சு. அரசு

வரிச்சலுகை அறிவித்துவிட தினம் தினம் படம் பார்த்தேன். மொத்தம் முப்பத்தேழு முறை பார்த்தேன்.

அது எப்படி படமாகியிருக்கிறது என்று ஒருமுறை, எந்தெந்த காட்சிகள் எப்படியெல்லாம் சேர்க்கப் பட்டிருக்கின்றன என்றொரு முறை... காமிரா எங்கிருந்து எப்படியெல்லாம் நகர்கிறது என்பதைக் கவனிப்பதற்காக ஒருமுறை என்று அந்தப் படத்தை ஒரு பாடம் போலப் படித்தேன்.

இப்போது எங்கிட்ட கேட்டாலும் அந்தப் படம் பற்றி ஆர்டரிலேயே சொல்ல முடியும். அந்தப் படம் என் மனதுக்குள் ஓடிக்கொண்டேயிருக்கிறது.

ஒரு நாள் திடீரென, ''உன்னை டைரக்டர் பாலுமகேந்திரா சார் வர சொன்னாருப்பா''ன்னு சொல்லி தகவல் வர நான் அரக்கப் பரக்க ஓடினேன்.

நியூ உட்லண்ட்ஸ் ஹோட்டலில் டிஸ்கர்ஷனில் இருந்தார் டைரக்டர். தயங்கி தயங்கி உள்ளே போனேன். மடியில் ஒரு தலையணையுடன் அமர்ந்திருந்தவர் நிமிர்ந்தார்.

''வா... ஓ... நீதானா?'' என்றார். என்னை தெரியாதது போல. நான் காயப்பட்டிருப்பேன் என்று தெரிந்துதான் அழைத்திருக்கிறார் என்பது எனக்குத் தெரியும். அமைதியாக நின்றேன்.

''சரி... அடுத்த படத்திலேர்ந்து வொர்க் பண்ணு... காலையில ஆபிஸுக்கு வந்துரு'' என்றவர், 'கிளம்பு' என்பது போல தலையசைத்தார்.எனக்கு சிறகு முளைத்தது. அன்றைக்கு நல்ல மழை. உட்லண்ட்ஸிலிருந்து நனைந்தபடியே என் அறைக்கு நடந்தேன்.

''நெஜமாகவே பாலுமகேந்திரா என்னை அசிஸ்டெண்ட்டா சேர்த்துக்கிட்டாரு'' என்று ரூமில் நான் டான்ஸ் ஆடாதகுறை.

மறுநாள் காலையில் அவர் ஆபீஸ்க்குப் போனேன். எனக்கு முன்னே வந்திருந்தார் டைரக்டர்.

போனதும் 'குட்மார்னிங்' சொன்னேன்.

''இப்ப என்ன டைம்?'' என்று மணி பார்த்தவர், ''9 டு 5 வேலைக்கு வர்றவன் மாதிரி வர்றே? ஏழு மணிக்கு இங்க இருக்கணும். ஆபிஸை சுத்தமா வெச்சிருக்கணும். புரியுதா?'' என்று வெளியே கிளம்பினார்.

மறுநாள் அதிகாலையிலேயே ஓடினேன். ஆபிஸை சுத்தமாக ஒட்டடையடித்தேன். தரையெல்லாம் கூட்டி பெருக்கினேன். அலசிக் கழுவினேன். இரண்டு ஊதுவத்தியை பொருத்தி வைத்துவிட்டு நின்றேன். உள்ளே நுழைந்த டைரக்டர் அந்த பளிச் மாற்றத்தைப் பார்த்ததும் என் பக்கம் திரும்பி, லேசாக சிரித்துக் கொண்டே போய்விட்டார்.

சில மாதங்களுக்கு பிறகு 'சந்தியா ராகம்' ஷூட்டிங் ஆரம்பமாச்சு. என் கலையுலக வாழ்வில் ஒரு சின்ன முன்னேற்றம். கிளாப் போர்டை என் கையில் தந்தார்கள்.

'ஸீன் 26 - ஷாட் 4 - டேக் 1' என்று புதிய பாஷை கற்க ஆரம்பித்த காலம் அது. ஒரு நாளைக்கு பாலுமகேந்திரா சார்கிட்ட நூறு முறையாவது திட்டு வாங்குவேன்.

நாளாக நாளாக நான் சினிமா என்கிற சயின்ஸிற்கு பழக ஆரம்பித்தேன்.

இந்த 'ஷாட் கன்டினியூட்டியும்' 'லெஃப்ட் ரைட் ' சூட்சமமும்

புரிந்து விட்டாலே, சினிமாவில் பாதி பயங்கள் அகன்றுவிடும்.

சொல்லி தெரிவதில்லை சினிமா கலையும். திகைப்பும் வியப்புமாக நான் வேடிக்கை பார்த்தபடி அலைந்தேன். எடிட்டிங், டப்பிங், எஃபெக்ட்ஸ், ரீ-ரிக்கார்டிங், மிக்ஸிங் என்று ஒவ்வொரு ஏரியாவும் ஒரு அதிசயம்.

'சந்தியா ராகம்' படம் முடிஞ்சதும் ஸ்பெஷல் ஷோ பார்க்க எழுத்தாளர் ஜெயகாந்தனை அழைத்திருந்தார் பாலுமகேந்திரா.

அன்று 'சந்தியாராகம்' படம் பார்த்து வெளியே வந்த ஜெயகாந்தன், அப்படியே பாலுமகேந்திரா சாரை எலும்புகள் நொறுங்கும்படி இறுக்கிக் கட்டிக்கொண்டார். "நீ ஒருத்தன் இருக்கடா தமிழ் சினிமாவுக்கு. அது போதும்... அது போதும்" என்று வாழ்த்தினார்.

அன்றிரவு அத்தனை பேரும் கலைந்த பிறகு பாலுமகேந்திரா சார் சொன்னார், "இதுதாண்டா நிஜமான அவார்டு. இது போதும்டா... இது போதும்".

காட்டிற்குள் சூட்டிங் என்றால் அவருக்கு அத்தனை இஷ்டம்.

அதிகாலையில் அடர்ந்த மரங்களுக்கு நடுவே... சூரியன் பளபளவென சில பல ஒளிக் கத்திகளைச் செருகுகிற நேரத்தில் காமிராவில் மும்முரமாகிவிடுவார்.

அவர் மனதில் ஏதோ ஒரு காட்சி இருக்கும். குறிப்பிட்ட லைட்டிங் மூடு இருக்கும். மனிதர் மகா பொறுமைசாலி. மௌனமாக காத்திருப்பார். ஷூட்டிங்கில் யூனிட் ஆட்களின் பேச்சுக் குரலே கேட்காது. மலைக்காற்று பேசுவதையும், பறவைகள் பாடுவதையும் குளிர் மேகங்கள் கூடிவந்து கும்மியடிப்பதையும்

அவருடன் சேர்ந்து நானும் ரசிக்க பழகிவிட்டேன்.

சின்னசின்ன விஷயங்களைக் கூட ரசிக்கிற மனோபாவத்தை ஏதோ தவம் இருக்கிற மகாமுனி போல அவர் கடைப்பிடிக்கிற மௌனத்தை, ஓடு மீன் ஓட உறுமீன் வரும்வரை காத்திருக்கிற சினிமா கொக்குபோல் அவர் காட்டும் பொறுமையை... பொறுமையிழந்தாலும் நானும் ரசிக்க ஆரம்பித்தேன்.

ஒரு நாள் "பாலா... நீ இனிமே எல்டாம்ஸ் ரோட்ல தங்க வேணாம். இங்க என்கிட்ட வந்துரு. ஆபீஸ்லயே தங்கிக்கோ... வீட்லயே சாப்பிட்டுக்கலாம்... வந்துரு..." என்றார்.

"ப்ளீஸ் கெட் அவுட்..." என்று இரண்டு வருடங்களுக்கு முன்னால் என்னைத் துரத்திய அதே மனிதர்... இதோ என்னை 'என்னிடம் வா' என்றழைக்கிறார், ஒரு தந்தையின் வாஞ்சையுடன்.

இரண்டாவது முறையாக தத்து புத்திரனாகப் போக மனப்பூர்வமாக முடிவெடுத்தேன்.

புதுக்குடித்தனம்! எனக்காக ஒரு ரூம் தயார் செய்திருந்தார் டைரக்டர். புத்தம் புதுசாக ஒரு படுக்கை. ரூம் சாவியை என் கையில் தந்து, "இது உன்னோட ரூம். உனக்கு பிரைவஸி வேணும்ல... அதான்" என்றார்.

"பாலா... பாலா" குரல் கேட்டு கண்விழித்தால்... வாசலில் பாலுமகேந்திரா சார் கையில் இரண்டு தேநீர் கோப்பைகள். கடிகாரம் பார்த்தால் ஐந்து மணி. என் உலகத்தில் அது நள்ளிரவு. குட்நைட் சொல்லவேண்டிய நேரத்தில் வந்து மனிதர், "குட்மார்னிங்" சொன்னார்.

"பாலா, வேலை இருக்கோ இல்லியோ... நேரமே எந்திரிச்சுப்

பழகு. உலகத்துல ஜெயிச்சவன் அத்தனை பேரும் அதிகாலையில் எந்திரிச்சவன்தாண்டா'' என்றார். ''காலையில தான் மனசும் புத்தியும் சுத்தமா இருக்கும். கதவு திறந்து பார்த்தா ஓலகம் பொறந்த புள்ளை மாதிரி பளிச்னு இருக்கும். நீ எதுவும் செய்ய வேண்டாம்... முதல்ல எந்திரிச்சுப் பழகு'' என்றார்.

பல் துலக்கிய பிறகே காபி குடிக்கணுமாம். குளித்த பின்னால்தான் டிபன் சாப்பிடணுமாம். அதிகாலை அஞ்சு மணிக்கே எழுந்து 'இந்து' பேப்பர் படிக்கணுமாம். ''இருநூறு மொழிகள் பேசற நாடுரா இது. ஆனா இங்கிலீஷ் தெரிஞ்சா... அதை வெச்சுத் தப்பிச்சுக்கலாம். கத்துக்கலேன்னு வெச்சுக்க... இன்னிக்கில்லாட்டியும் அஞ்சு வருஷங் கழிச்சு வசமா மாட்டிக்குவே...'' என்றவர், ''நீ இங்க பேப்பர் வாசிக்கிற சத்தம் பக்கத்து வீட்ல இருக்கும் எனக்கு கேக்கணும்'' என்று கட்டளை போட்டுவிட்டுப் போனார்.

காலை ஒன்பது மணிக்கு நான் பாலுமகேந்திரா சார் வீட்டில் இருக்க வேண்டும். அது டிபன் டைம். அகிலாம்மாவுக்கு சிரிக்கத் தெரியும். அழத் தெரியாது. சமைக்கத் தெரியும் பறிமாற வராது. அத்தனையும் எடுத்து டைனிங் டேபிளில் வைத்துவிட்டு கதவருகே நிற்ப்பார். நாம் சாப்பிடும்போது எதை அதிகமாக எடுக்கிறோம் என்பதை பார்ப்பார். மறுநாள் மெனுவில் அந்த கூட்டோ, குழம்போ நிச்சயம் இருக்கும். பிறகு அடிக்கடி அதையே சமைக்க ஆரம்பித்துவிடுவார். அப்படி ஒரு அன்னபூரணி!

சில்க்கியும், பீட்டரும், சுப்பிரமணி நாய்க்குட்டியும் எனக்கு 'ஜானி'யை நினைவூட்ட ஆரம்பித்தார்கள். கிட்டத்தட்ட பாலுமகேந்திரா சாரும், அகிலாம்மாவும் என்னை ஒரு ஜானி போலத்தான் வளர்த்தார்கள்.

ஒரு நாள் இரவு நான் ஆழ்ந்த தூக்கத்திலிருந்தபோது திடீரென பவர்கட்!

குட்நைட் வேலை செய்யாமல் கொசு மொய்க்க ஆரம்பித்துவிட்டது. தூக்கம் தொலைந்து போய் நான் தவித்து கொண்டிருக்க வெளியிலிருந்து பாலுமகேந்திரா சாரின் குரல். ‘‘பாலா ... பாலா ...’’

ஏற்கனவே கொசுத்தொல்லை தாங்க முடியலே. இந்த நேரத்துல இவர் வேறயா என்று நொந்தபடியே கதவு திறந்தேன். கையில் மெழுகாய் எரிந்து கொண்டிருக்கும் ஒரு சிம்னி விளக்கு. அதன் மேல் ஒரு பிளேடு வைத்து, குட்நைட் மேட் வைத்திருந்தவர், அதை என் அறையில் வைத்துவிட்டு இனி கொசு கடிக்காது, ‘நிம்மதியா தூங்கு’ என்று சிரித்தார்.

அவர் காட்டிய அந்த அன்பில் நான் கரைந்து போனேன்.

‘வண்ண வண்ண பூக்கள்’ படத்தின் அவுட்டோர் ஷூட்டிங் ஒகேனக்கல்லில் வைத்துதான் எடுத்தோம்.

படத்தில் டைரக்ஷன் சைடில் நான் ஒருவன் மட்டுமே உதவியாளன்.

கிளாப் அடிப்பது, வசனம் வாசிப்பது, ஃபீல்டு கிளியர் பண்ணுவது, கன்டினியூட்டி குறிப்பது, ஷாட்டுக்கு ரெடி பண்ணுவது என்று இடுப்பொடிக்கிற வேலை.

ஒருநாள் குழிவெட்ட வேண்டியிருந்தது. அவசரத்துக்காக ஆட்களைக் காணோம். கடப்பாரை எடுத்து ‘நங் நங்கென்று’ நான் பூமி பிளந்தபோது, பொடேரென முதுகில் விழுந்தது ஒரு அறை. திரும்பினால் பாலுமகேந்திரா சார்.

''எத்தனை வேலைதான் செய்வே மடையா, ஹெல்புக்கு யாரையாவது சேத்துக்க... போ என்று சுள்ளென விழுந்தார்.

''வண்ண வண்ண பூக்கள்' படத்தில் வரும் 'இளநெஞ்சே வா' பாடல் காட்சியில், மரவட்டைப் பூச்சிக்கு ஒரு க்ளோசப் ஷாட் போட்டிருந்தார் பாலுமகேந்திரா சார். பிரிண்ட் தயாரான பிறகு பார்த்தால் பாடலில் அந்த ஒரு ஷாட் மட்டும் இல்லை. கோபமாகிவிட்டார் டைரக்டர். ''நீதான் எடுக்கச் சொன்னதா சொல்றாங்களே'' என்றார். நான் கடுப்பாகிவிட்டேன். ''சார்... நான் இல்லைன்னு சொல்றேன்... திரும்பத் திரும்ப கேக்கறீங்களே...'' என்று எதிர்த்து பேசினேன்.

''பிரச்னைனு வந்தப்புறம் நான் நீதிபதி மாதிரி. ரெண்டு தரப்பிலேயும்தான் விசாரிப்பேன்...'' என்றார்.

''என்னை விசாரிக்கக்கூடாது. நான் சொன்னா நம்பணும். அப்படி நம்பிக்கையில்லைனா எனக்கு இந்த வேலையே வேணாம்''. கோபித்துக் கொண்டு வெளியேறிவிட்டேன். அன்றிரவு வீடு திரும்பவில்லை. மறுநாள் ஆட்களைவிட்டு என்னைப் பிடித்து இழுத்து வரச்செய்து, ''இப்ப என்ன சொல்லிட்டேன்னு மூஞ்சியைத் தூக்கி வெச்சிகிட்டு அலையறே'' என்று சமாதானம் செய்தார். அப்பவும் முறைப்பாக, ''இல்ல சார்... நம்பணும் சார். நம்பிக்கைதான் சார் வாழ்க்கை'' என்று எனக்கு தெரிந்த தத்துவத்தை எடுத்துவிட்டேன். அவருக்கு சிரிப்பு வந்துவி்டது. ''சரிடா ... நம்பறேன்'' என்றார்.

பாலுமகேந்திரா சார் அந்த படத்தில் அவர் பங்குக்கு ஒரு மகத்தான காரியம் செய்தார். படத்தின் டைட்டிலில் இணை இயக்குநர் - பாலா என்று ஆங்கிலத்தில் என் பெயரை போட்டார். ஸ்க்ரீனில் அதை பார்த்தபோது புல்லரித்துப் போனேன்.

அதற்கு பிறகு 'மறுபடியும்' என்ற படத்தை ஆரம்பித்தார் பாலுமகேந்திரா சார்.

கிட்டத்தட்ட அத்தனை பொறுப்புகளையும் என்னிடம் ஒப்படைத்தார் பாலுமகேந்திரா சார். ஷூட்டிங், புரொடக்ஷன் என எல்லா ஏரியாவிலும் எனக்கு சுதந்திரம் தந்து கவனிக்க ஆரம்பித்தார்.

'மறுபடியும்' வெற்றி விழா மேடையில் பாரதிராஜா, கே. பாலச்சந்தர், கமல்ஹாசன் என மதிப்பிற்குரிய மனிதர்கள் இருக்க அந்த மேடையில் பாலுமகேந்திரா சார் பேசினார்.

''என் அசிஸ்டெண்ட் பாலா தனியா ஒரு படம் பண்ணப்போறான். அவன் என் நண்பன். என் மகன். எனக்கு மாரல் சப்போர்ட்டே அவன்தான். நான் பண்ற படங்கள்ல அவனுக்கு உடன்பாடு கிடையாது. அவன் ரசனை வேற. அவன் வெற்றிபெற நான் வாழ்த்துகிறேன் என்றார்.

இந்த பக்கம் பாரதிராஜா எழுந்தார். ''யார் அவன்? பாலுவோட படங்கள்லேயே உடன்பாடு கிடையாதுன்னு ஒரு அசிஸ்டெண்ட் சொல்றானா? நானே அவர்கிட்ட ஒரு படம் வேலை பார்க்கணும்னு ஆசைப்படறேன். யாரவன் பாலா? அவன் முகத்தைப் பார்க்கணுமே'' என்றார். கேட்டுக்கொண்டிருந்த கமல் சிரித்தார்.

என் படத்துக்கு இளையராஜாதான் இசையமைக்க வேண்டுமென்ற வெறியுடன் இருந்தேன். பாலுமகேந்திரா சாரை அழைத்துப் போய் கேட்கலாம் என்று நினைத்தேன். நான் சொன்னதும், ''நாளைக்கே போலாம்டா'' என்றார் அவர். அடுத்த நாள் காலை இளையராஜா சாரின் வீட்டிற்கு, நானும் பாலுமகேந்திரா சாரும் சென்றோம்.

''வணக்கம் பாலு சார்'' கை கூப்பியபடி குழந்தை சிரிப்புடன்

வந்தார் ராஜா.

''குட்மார்னிங் ராஜா...'' என்று சிரித்து கொண்டு, தன் தொப்பியை சரிசெய்து கொண்டே என்னை ராஜா சாருக்கு அறிமுகம் செய்து வைத்தார். ''இவன்தான் பாலா. என் அசிஸ்டெண்ட். தனியா படம் பண்ணப் போறான். நீங்கதான் மியூசிக் பண்ணனும்னு கேக்கறான். அதான் வந்தேன்...'' என்றார்.

ராஜாவின் கண்கள் என் பக்கம் திரும்பின. ''அதுக்கென்ன நான் பண்றேம்ப்பா'' என்றார். அவர் பாதம் பணிந்து வணங்கினேன். என் தலையைத் தொட்டார் ராஜா.

மன்னராட்சி முடிந்து மக்களாட்சி மலர்ந்த பிறகும் இந்தியாவில் இன்னும் ஒரு ராஜா இருக்கிறாரென்றால்... அது என் இளையராஜா மட்டுமே.

என் முதல்பட பூஜைக்கு தன் மகனின் திருமணத்தை முன்னின்று நடத்தப் போகிற அப்பனின் பெருமிதத்துடன் பாலுமகேந்திரா சார் வந்தார். தன் பை திறந்து அதையெடுத்தார். வியூ ஃபைண்டர்.

''பாலா - இது எனக்கு என் குருநாதர் கொடுத்ததுடா... அந்த ஆசிர்வாதம் தான் என்னை வழி நடத்தினதுடா... இதை நான் உனக்குத்தர விரும்பறேன்'' என்று சொல்லி என் கையில் அந்த கருவியைத் தந்தபோது நெகிழ்ந்து விட்டேன். எவனுக்கு கிடைக்கும் அப்படி ஒரு பாக்கியம்.

அதேபோல் ஒரேயொரு பெருங்கோபம் அவர் மீது எனக்கு உண்டு!

ஒரு பொண்ணு, புள்ள பெத்ததும் அதைத்தன்

புருஷன்கிட்டத்தான் முதல்ல காட்டத் துடிப்பா. ''டேய் கிறுக்கா... இந்த அதிசயத்தைப் பாருடா. இது நீயுமில்லை, நானும் இல்லை... இது நாமடா''ன்னு அவனைத் தன் நெஞ்சோட இருக்கிக் கட்டிக்கிட்டு அழுவணும்னு துடிப்பா. ஆனா அந்த புருஷனை விட அவளுக்கு முக்கியமான ஒரு ஆளு உண்டுன்னா, அது அவ அம்மாதான். 'என்னை பெத்த ஆத்தா... நானும் ஒரு புள்ளையைப் பெத்துட்டேண்டி'ன்னு அந்த பச்சை மண்ணைத் தன் தாயிடம் காட்டத்தானே எந்த பொண்ணும் ஆசைப்படுவா.

அதுதானே நிஜம்! என் துக்கமும் அதுதான்.

ஊர் உலகமெல்லாம் என் படத்தைப் பார்த்துவிட்டது. என்னைத் தோளில் தூக்கி வைத்துக் கொஞ்சிவிட்டது. ஆனால் என் குருநாதர் பாலுமகேந்திரா சார் என் முதல் படத்தைப் பார்க்கவில்லை.

அப்படியென்ன கொலை பாதகம் பண்ணிவிட்டேன் நான்? நீங்கள் தந்த வித்தைதானே... நான் என்ன உச்சம் தொட்டாலும், அது உங்களிடமிருந்து பெற்றதுதானே! ஏகலைவனிடம் கட்டை விரலைக் கேட்டானாம் அவன் குரு. நான் என் கழுத்தையே அறுத்து, உன் காலடியில் போடுவேனே...

குருநாதனே... மரணத்தைப் பற்றி எனக்குள்ளும் ஏதேதோ எண்ணங்கள் ஓடுவதுண்டு. ஒருவேளை, உங்களுக்கு பிறகும் நான் உயிர் வாழ்வேனெனில்....

நெஞ்சே குருநாதரின்

சேவடி நினைந்து

நன்றே இசை பாடுவேன்

சூழ்நிலை மறந்து!

இன்று என்னை விட்டு நீங்கள் மறைந்துவிட்டீர்கள். அதன் வலி என்னால் தாங்கமுடியவில்லை.

மின் மயானத்தில் உங்களை அடக்கம் செய்துவிட்டு வேதனையோடு வீட்டுக்கு வந்தபோது, ''பாலுத் தாத்தா செத்துட்டாராம்பா... நான் ரொம்ப கவலையா இருக்கேன்...'' என்றாள் என் மகள்.

''இந்த சின்னப்பிள்ளைக்கு யார் இதையெல்லாம் சொன்னது?'' என்ற அதிர்ச்சி. அவளை அள்ளித் தூக்கி, ''அப்படியெல்லாம் சொல்லக்கூடாது பாப்பா. தாத்தா எங்கயும் போகல. அவரு நட்சத்திரமாகிட்டாருப்பா. வானத்துல நட்சத்திரமாகிட்டாருப்பா. வானத்துல நாம நட்சத்திரம் பார்போம்ல. அப்படி தாத்தாவும் இப்ப ஸ்டாராகிட்டாருப்பா...'' என்று உடைந்து போய் அழுதேன்.

ஞானத் தகப்பன் விடைபெற்றுவிட்டான்.

பாலுமகேந்திரா என்கிற ஒருவர் மட்டும் இல்லையென்றால் நானெல்லாம் பத்து பதினைந்து வருடங்களுக்கு முன்பே செத்துப்போயிருப்பேன். மூர்க்கத்தனமாகத் திரிந்தவனை மனுஷனாக்கியதே அவர்தான். தன் வீட்டில் தங்கவைத்து, கெட்டவைகளை திருத்தி, நல்லவைகளை காட்டி, சோறு போட்டுத் தொழில் கற்றுக் கொடுத்தவர்.

எனக்கும் பாலுமகேந்திரா சாருக்கும் ஆரம்பத்திலிருந்தே சண்டைதான். ஆறு மாசத்துக்கு ஒரு சண்டை போடலைன்னா உனக்கு தூக்கம் வராதுல்லடா என்பார். அகிலம்மா என் தாய். எங்கள் சண்டைக்குள் ஒரு நாளும் வரமாட்டார். சாருடன் முறைத்துக் கொண்டு திரிந்தாலும் அகிலாம்மாவைப் பார்க்காமல், பேசாமல் என்னால் இருக்க முடியாது.

நாங்கள் சண்டை போட்டாலும், சமாதானமாக இருந்தாலும் பாலு சாருக்கும், அகிலாம்மாவுக்கும் ஒவ்வொரு ஞாயிறு மதிய உணவும் என் மனைவி மலர் சமையலாகத்தான் இருக்கும். அதுவும் சாருக்கு பிடித்த வௌவால் மீன் அதில் நிச்சயம் இருக்கும்.

இரண்டு வாரங்களுக்கு முன்னால், ரத்த வாந்தி எடுத்தவரை மருத்துவமனையில் சேர்த்திருந்தோம். மிக மோசமான உடல் நலிவுடன் கிடந்தார். மாத்திரைகள் சாப்பிட மறுத்தார். ஏன் என்று அதட்டினேன். ''இது எல்லாம் கெமிக்கல்டா...'' என்றார். ''நீங்க என்ன பச்சப் புள்ளயா... இப்ப சாப்பிடுறீங்களா இல்லையா...?'' என்று குரலை உயர்த்தினேன். ''ஹார்ஷாப் பேசாதடா'' என்றார். எனக்கு இங்க இருக்கவே பிடிக்கல. ஹாஸ்பிட்டல் யூனிஃபார்ம்ல என்னைப் பார்க்க எனக்கே வெறுப்பா இருக்கு. என் சட்டையை வாங்கி குடு...'' எனப் பிடிவாதம் பிடித்து வாங்கி அணிந்தார்.

சீஃப் டாக்டரைப் பார்க்க போனேன். உங்க டைரக்டருக்கு ரிலேட்டிவ்ஸ் யாரும் ஃபாரின்ல இருந்தா அவங்களுக்கு இன்பார்ம் பண்ணிருங்க. அதிகபட்சம் ரெண்டு வாரம்தான் சார் இருப்பார் என்றார். அதிர்ந்து போய் வெளியே வந்தேன். சாருக்கு அதை யாரும் சொல்லவில்லை. மௌனமாக அமர்ந்திருந்த என்னிடம் ''டேய்... நான் சைவத்துக்கு மாறிரலாம்னு பார்க்கிறேன்'' என்றார்.

வேதனையுடன் சிரித்தேன். இன்னொரு தகப்பனான நடிகர் சிவக்குமார் சார் சொன்னது போல, இதுவும் கடந்து போகும் என ஒருபோதும் விட்டுவிட முடியாத ஒரு தருணத்தையும் கடக்க வேண்டிய தருணம். என்ன செய்வதெனப் புரியாமல் தவித்தேன். ''அம்மா இங்க வாங்க'' என அழைத்தேன். அகிலாம்மாவும், பாலுமகேந்திரா சாரும் அவர்களுக்குள் பெரிதாக பேசிக்கொள்வது இல்லை அப்போ. ''ந்தா போதும் போதும் உங்க சண்டை...

புருஷனும் பொண்டாட்டியும் மொதல்ல நல்லா லவ் பண்ணுங்க...'' என்றதும் பாலுசார் சிரித்துவிட்டார்.

நாலைந்து நாட்களுக்குப் பிறகு டிஸ்சார்ஜ் செய்துவிட்டனர். சார் நார்மலாக இருந்தார். சரியாக பத்தாவது நாள் அதிகாலை நான்கு மணி... ஏனோ தூங்க பிடிக்காமல் அவஸ்தையான ஒரு மனநிலையில் அமர்ந்திருந்த போது, அகிலாம்மாவிடமிருந்து ஃபோன். பதறியபடி எடுத்தேன். உடனே ஆஸ்பத்திரிக்கு வாப்பா என்றார். வண்டி எதுவும் கிடைக்காமல், ஜெமினி மேம்பாலம் வரை ஓடி, கிடைத்த ஆட்டோ ஒன்றில் தொற்றிப் போய்ச் சேர்ந்தேன்.

மறுபடியும் அட்டாக்.... ஸ்ட்ரோக்... சுவாசம் திணறியது. நினைவிழந்து இருந்தார். ஆறேழு மணி நேரம் அவர் அருகிலேயே அமர்ந்திருந்தேன். அவரின் பாதங்கள் பற்றி முத்தமிட்டேன். 'க்க்க்க்ர்ர்ர்க்க்க்' எனக் குலுங்கி அடங்கிவிட்டது உடம்பு. ஓர் உயிர் பிரிந்து செல்வதை வாழ்வில் முதன்முதலாக நேரில் பார்த்தேன். அகிலாம்மாவுக்கு அழக்கூடத் தெரியாது. அமைதியாக நின்றவர், ''பாலா... வீட்ல வள்ளியும், சுப்புவும் பசியில் கெடக்குங்க... போய் பால் வெச்சுட்டு வந்துரவா?'' எனக் கேட்டார். அதுதான் அகிலம்மா.

எப்படிச் சொல்வதெனத் தெரியவில்லை எனக்கு. தேசிய விருது கிடைத்ததும் நேரே என் குருநாதர் பாலுமகேந்திரா சாரை போய் பார்த்தேன். ''சார்... இது இருக்க வேண்டிய இடம் இதுதான்'' என் அவரின் சினிமா பட்டறை சுவரில் அதை மாட்டினேன். ''என்னடா இப்பிடிப் பண்ற ...''என்றவருக்கு சந்தோஷம் தாங்கவில்லை. எனக்கு அன்பை அவ்வளவுதான் சொல்லத் தெரியும். இந்த வாழ்க்கையே அவர் அருளியது. பதிலுக்கு என்ன செய்தேன் எனத் தெரியவில்லை. இதோ இப்போது கூட அவரின் நினைவாக

தொப்பி வேண்டும் என அகிலம்மாவிடம் வாங்கினேன்.

மின் மயானத்தில் அவரின் இரண்டு பாதங்களையும் தொட்டுக் கும்பிட்டு முத்தமிட்டேன். "சார் சந்தோஷமாப் போயிட்டு வாங்க... உங்ககிட்ட ஒண்ணே ஒண்ணு சொல்லணும் சார். அகிலாம்மாவை இனிமே எங்க வீட்டுக்குக் கூட்டிட்டுப் போயிடலாம்னு இருக்கேன். நாங்க அம்மாவை நல்லாப் பார்த்துக்கிறோம். அப்புறம் உங்க கூட ஆயிரம் சண்டைகள் போட்டிருந்தாலும்... ஐ லவ்யூ சார்!".

# பாலுமகேந்திராவால் உருவாக்கப்பட்டவன் - வெற்றிமாறன்

பலர் தங்களுடைய கனவுகளைச் சொன்ன வெள்ளித்திரையில் உணர்வுகளைச் சொன்ன ஒரே கலைஞன் பாலுமகேந்திரா. தமிழில் அவரது முதல் படம் மட்டுமல்ல மொத்த படங்களுமே அழியாத கோலங்கள்தான்.

அவரின் வாரிசுகள் எவரும் தங்களின் குருவாக அவரைச் சொன்னதில்லை. அப்பா மகன் உறவு போலத்தான் பழகிவந்தோம். அந்த பிள்ளைகளில் ஒருவன்தான் நானும்.

''அப்பாவோட ஒவ்வொரு படமும் இலக்கியம்னா, அதற்கு காரணம் இலக்கியத்துல அவருக்கு இருந்த ஈடுபாடு.

பாலுமகேந்திராவிடம் நான் உதவி இயக்குநராகச் சேர ஆசைப்பட்டதற்கு ஒரு காரணம் உண்டு. அவர் நான் படித்த லயோலா கல்லூரியில் சினிமா பற்றி இரண்டு வருடங்களுக்கு ஒருமுறை ஒரு வொர்க்ஷாப் நடத்துவார். ஒரு குட்டிகதையுடன்தான் தொடங்குவார்.

இலக்கியத்துக்கும் சினிமாவுக்குமான வித்தியாசங்கள் பற்றி மிக சுவாரஸ்யமாக பாடம் நடத்துவார்.

அன்று முடிவு செய்தேன். ‘சினிமா கத்துக்கணும்னா, அதை பாலுமகேந்திரா சார்கிட்டதான் கத்துக்கணும் என்று.

எங்க கல்லூரிக்கு வொர்க்ஷாப் நடத்த வந்தப்ப ஃபாதர் ராஜநாயகத்திடம் பாலுமகேந்திரா சார் சொல்லியிருந்தார், ‘தமிழ் தெரிந்த ஓர் ஆள் தேவை’ என்று. அந்த நம்பிக்கையில்தான் அவர் முன் சென்று நின்றேன். அவர் அலுவலகத்துக்கு சென்று;

‘‘ஹலோ மிஸ்டர் பாலுமகேந்திரா. மை நேம் இஸ் வெற்றிமாறன். ஃபாதர் ராஜநாயகம் ஆஸ்க்டு டு மீட் யூ’’ என்று சொன்னேன்.

‘‘வெளியில போ... நாளைக்கு வா பார்க்கலாம்’’ என்றார்.

மறுநாள் போனேன்.

‘‘நான் லயோலா ஸ்டூடண்ட். ஃபாதர் ராஜநாயகம் என்னை அனுப்பினார். உங்க வொர்க்ஷாப் அட்டெண்ட் பண்ணேன். இப்போ உங்ககிட்ட உதவியாளரா சேர ஆசை’’ என்றேன்.

என்னை தீர்க்கமாகப் பார்த்தார். ‘‘ஃபாதர் அனுப்பினாரா?’’

‘‘ஆமா சார். தமிழ் தெரிஞ்சவன் வேணும்னு நீங்க அவர்கிட்ட சொல்லியிருந்தீங்களாம்!’’

‘‘தமிழ் இலக்கியம் தெரிஞ்சவன்ல சொல்லியிருந்தேன்’’ என்றார்.

எனக்கு தூக்கி வாரிப்போட்டது. காரணம் நான் அப்போது எம்.ஏ. ஆங்கில இலக்கிய மாணவன். தமிழில் ஜெயகாந்தன்,

பாலகுமாரனைத் தவிர வேறு எதையும் படித்திராதவன். காதல் கடிதங்கள் கூட ஆங்கிலத்தில்தான்.

"சரி இங்கிலிஷ்ல உனக்கு பிடிச்சப் புத்தகங்கள் சொல்லு" என்றார்.

"To kill a Mockingbird", "Roots", "One flew over the cuckoo's nest".

அந்த மூன்று புத்தங்கள் பெயரை சொன்னபோதும் அவரிடம் எந்தச் சலனமும் இல்லை. எந்த மாற்றமும் இல்லை. நின்றுகொண்டிருந்த என்னை "உட்காரு" என்றார்.

"புத்தக வாசிப்பு, ஒருவனுக்கு என்ன கொடுத்துவிடும்?" என சிலர் கேட்பதுண்டு. பாலுமகேந்திரா என்ற ஒரு பெருங்கலைஞனின் எதிரே அமர்வதற்கான இருக்கையை அதுதான் எனக்கு வாங்கித்தந்தது. சந்தோஷத்துடன் அவர் முன்பு அமர்ந்தேன். ஹாலிவுட்டின் 'ஷிண்ட்லர்ஸ் லிஸ்ட்' தொடங்கி அவர் இயக்கிய அழியாத கோலங்கள் வரை எனக்குப் பிடித்த படங்கள் பற்றி ஒவ்வொன்றாகச் சொன்னேன்.

தமிழ் இலக்கியம் தெரிந்தவர்தான் வேண்டும் என அவர் உறுதியாக இருக்க, "நான் வாசிக்கிறேன் சார்" என்றேன்.

தி. ஜானகிராமன், கல்கி, நா. பார்த்தசாரதி, அசோகமித்திரன், பிரபஞ்சன் என பெரிய பட்டியல் தந்து, இவர்களின் நூல்களை வாசிக்க சொன்னார். எங்கள் உரையாடல் ஒருமணி நேரம் தாண்டியிருக்கும்.

"ஒரு வாரம் கழிச்சி ஃபோன் பண்ணிட்டு வா" என்றார். ஒரு வாரம் கழிச்சு பாலுமகேந்திரா சாருக்கு ஃபோன் செய்தேன்.

"வெற்றியா... எந்த வெற்றி?" என்றார். எனக்கு பகீரென இருந்தது. "ஃபாதர் ராஜநாயகம் சொல்லி, நான் வந்து பார்த்தது..." என நான் நினைவுபடுத்த, "ஓ...அந்த பையனா, நாளைக்கு வா" என்றார்.

மறுநாள் ஓடிப்போய் நின்றேன். வாசித்த நாவல்களைச் சொன்னதும் அவருக்குச் சந்தேகம். ஒவ்வொரு நாவலின் கதையையும் நடுநடுவே கேட்டார். "சினாப்ஸிஸ் எழுதத் தெரியுமா?" என்று கேட்டார். இலக்கியம் படிக்கும் மாணவனுக்கு வேலையே அதுதானே. தலையை ஆட்டினேன். பட்டுக்கோட்டை பிரபாகரின் சிறுகதைத் தொகுப்பைக் கொடுத்து 'பாதுகாப்பு' என்ற ஒரு சிறுகதைக்கு சினாப்ஸிஸ் எழுதச் சொன்னார். அரை மணி நேரத்தில் அரைப் பக்கம் எழுதி நீட்டினேன். அதை வாங்கி தனக்கு பின்னால் போட்டவர், 686 பக்கங்கள் கொண்ட 'மோகமுள்' நாவலைக் கொடுத்தார். "இதுக்கு சேப்டர் வாரியா சினாப்ஸிஸ் எழுது. வெள்ளிக்கிழமை ஃபோன் பண்ணிட்டு எடுத்துட்டு வா பார்க்கலாம்" என்றார்.

இரண்டு நாட்களில் 686 பக்கங்கள். அதற்கு சினாப்ஸிஸ். கண்கள் பிதுங்கி வெளியே வந்துவிடும். விடாமல் வாசித்து எழுதினேன். இந்த முறை சேர்த்துக்கொள்வார் என்ற நம்பிக்கையுடன் சென்றேன். தன் இடது கையில் சினாப்ஸிஸையும், வலது கையில் நாவலையும் வாங்கியவர், அவற்றை அப்படியே தனக்குப் பின்னால் தூக்கிப் போட்டு, அடுத்த புத்தகத்தை எடுத்துக் கொடுத்தார். அவர் தூக்கி எறிந்த பகுதியில் சினாப்ஸிஸ் மலையே இருந்தது. எல்லோருக்கும் இதுதான் டெஸ்ட் என்பது அப்போதுதான் எனக்கு தெரியவந்தது.

சினாப்ஸிஸ் எழுதுவது தொடர்ந்தது. வாரம் ஒருநாள்

போவேன். ஒரு புத்தகம் தருவார். சினாப்ஸிஸ் எழுதுவேன். இரண்டு மாதங்கள் கழித்து ஒருநாள் காலை 11 மணிக்கு அழைத்தேன்.

''குட்மார்னிங்'' என்றதும், ''என்னய்யா 11 மணிக்கு குட்மார்னிங். தினமும் ஃபோன் பண்ணி கேட்டுட்டுத்தான் வரணுமா? 9 மணியானா ஆபீஸுக்கு வரணும்னு அறிவு வேண்டாமா?'' என்றார்.

நான் அவரிடம் ஏற்கனவே உதவியாளனாகச் சேர்த்துக் கொள்ளபட்டிருக்கிறேன் என்பதே எனக்கு அப்போதுதான் உறைத்தது!

அதன் பின்னர் தினமும் சாரின் அலுவலகம் செல்ல ஆரம்பித்தேன். அந்த நாட்களில்தான் நா. முத்துக்குமாருடன் நெருங்கிய நட்பானேன்.

சாரின் அறைக்குள் நுழைவது எப்படி சாதாரண விஷயம் இல்லையோ, அதே போல் அவரை தொப்பி இல்லாமல் பார்ப்பதும் முடியாத ஒரு காரியம். தன் தொப்பி அடையாளத்தில் அவர் எப்போதும் மிகவும் கவனமாக இருப்பார். அதுவும் கண்ணை மறைக்கும் வகையில்தான் அவர் தொப்பியைப் போட்டிருப்பார்.

எட்டாக் கனியாக எங்களை ஏங்க வைத்த அவரின் அறைக்குள் முதல் முதலாக நுழைந்த அந்தத் தருணம் மறக்க முடியாதது. அப்போது நானும் முத்துக்குமாரும் மட்டுமே இருந்தோம். பகல் 11 மணி இருக்கும். வெயில் கொளுத்திக் கொண்டிருந்தது. ''வாங்கப்பா ரூம்ல போய் பேசுவோம்'' என்றார் சார்.

''ரெண்டு விஷயம் இருக்குப்பா. டி.வி.க்கு ஒரு புராஜெக்ட் பண்ணனும். 'அழியாத கோலங்கள்' படத்தோட எக்ஸ்டென்ஷன்

மாதிரியான ஒரு வொர்க் பண்ணலாம்னு இருக்கேன். இல்லைன்னா, ஒரு ட்ரெயின் ஸ்கிரிப்ட் இருக்கு. அதையும் பண்ணலாம்னு இருக்கேன். முதல்ல இந்த ‘அழியாத கோலங்கள்’ எக்ஸ்டென்ஷனுக்கு ஏதாவது ஐடியா இருந்தா சொல்லுங்க’’ என்றார்.

அதுதான் உதவி இயக்குநராக எனக்கு அவர் தந்த முதல் அசைன்மெண்ட்.

பாலுமகேந்திரா சார், ஒரு புத்தகத்தை பற்றி இலக்கிய வாசகனாக பேசுவது வேறாகவும், அதையே திரைக்கதை ஆசிரியனாக அணுகும்போது வேறாகவும் இருக்கும். அதில் உள்ள இலக்கிய தன்மையை விட்டுட்டு, முதல்ல அதோட கதை என்னன்னு சொல்லு, முரண் என்னனு சொல்லு. சிறுகதையோ, நாவலோ அதை படமாக்குவதற்கு முன்னாடி இதைத்தான் நாம் கவனத்தில் கொள்ள வேண்டும் என்பார்.

அடுத்து, ‘ஒரு கதையை நாம ஸ்கிரீனுக்கு மாத்துறோம்னா, முதல் காட்சியிலேயே முரண் ஆரம்பிக்கணும். அப்படி முடியலைனா, முதல் பத்து நிமிடங்களுக்குள்ளயாவது ஆரம்பிக்கணும். அதுவும் முடியலையா, அந்த திரைக்கதையை நாம ஆரம்பிக்கவே கூடாது’ என்பார். மேலும், அந்த முரணை முன்வைத்து திரைக்கதையைக் கட்டமைக்கும் போது நாவலின் பல முக்கியமான உன்னதமான தருணங்களை நாம் இழக்க நேரிடும். ஆனால் ஒரு திரைக்கதை ஆசிரியன் அறுவை சிகிச்சை செய்யும் ஒரு மருத்துவ நிபுணனைப் போல், துல்லியமாக அந்த விஷயங்களை மெள்ள எடுத்து வெளியே வைத்துவிட்டு, திரைமொழிக்கு ஏற்றாற்போல் அந்தத் கதைக்கு மறுவடிவம் கொடுக்க வேண்டும் என்பார். பாலுமகேந்திரா சார் மட்டும் இல்லை... எல்லா குருக்கள்

சொல்லும் ஸ்கிரிப்ட் கைடுலைன் அது.

பிறகு, இந்த கதை, எந்தக் காலத்தில் நடப்பதாக செட் பண்ணலாம்? என விவாதித்தோம். கடைசிவரை ஒரு முடிவுக்கு வராமல், ''அழியாத கோலங்களை மனசுல வெச்சுக்கிட்டு உங்களின் அனுபவங்களையோ, உங்கள் கற்பனையையோ சேர்த்து கதை எழுதிட்டு வாங்க'' என்றார். நாங்கள் இருவருமே எழுத ஆர்வமாக இருந்தோம். ஆனால் சாரின் சீனியர் உதவி இயக்குநர்கள் மூலம் தனக்குக் கிடைத்த அனுபவத்தை முத்துக்குமார் என்னிடம் பகிர்ந்து கொண்டார். எழுதி எடுத்துட்டு வாங்கடா என்றுதான் ஆரம்பிப்பாராம். எழுதி எடுத்துச் சென்றால், இரண்டு விஷயங்கள் நடக்குமாம். ஒன்று, சினாப்சிஸ் மாதிரியே அதுவும் ஓரமாகப் போய்விழும். அடுத்து, ''இதுதான் நீ எழுதினதாடா... ம்ஹூம்...'' என்பாராம். அதனால் சோம்பேறிகள் என்று திட்டு வாங்குவதே மேல் என்று எழுதாமலேயே விட்டுவிடுவார்களாம்.

ஒருநாள் காலையில் ஆபிஸுக்கு போனப்ப ஆபீஸே வேறு மாதிரியா ஒரு செட்டப்பில் இருந்தது. சார் வொயிட் அண்ட் வொயிட் காஸ்ட்யூமில் செம பாசிட்டிவ் எனர்ஜியோடு இருந்தார். நாங்கள் வருவதற்கு முன்பே 'சுகா' அங்கு இருந்தார். ஏதோ ஒரு நல்ல விஷயம் நடக்கப் போகிறது எனத் தெரிந்தது.

இந்த வொயிட் அண்ட் வொயிட் என்பது ஒரு குறியீடு. தயாரிப்பாளரிடம் கதை சொல்லப்போனாலோ, அட்வான்ஸ் வாங்கப் போனாலோ இதுதான் சாரின் யூனிஃபார்ம். இதெல்லாம் அவர் வழக்கமாகக் கடைப்பிடிக்கும் பழக்கங்கள். வொயிட் அண்ட் வொயிட் என்றாலே எங்களுக்கும் சந்தோஷம். ஏனென்றால் எங்களுக்கு சம்பளம் கிடைக்கும் என்பதால்.

சார் எப்போதும் அவருக்கு கம்ஃபர்ட்டபிளான

உதவியாளர்களுடன் தான் இயங்குவார். ஒவ்வொரு பேட்சிலும் எவரேனும் ஓர் உதவியாளரைத் தேர்ந்தெடுத்து அவரை அதற்குத் தயார் செய்வார். பாலுமகேந்திரா சாரிடம் அப்படி உருவாக்கப்பட்டவன் தான் நானும்.

வழக்கமாக சார் காலை 4.30 மணிக்கு எழுந்து விடுவார். 7 மணிக்கு ஸ்கிரிப்ட் எழுதத் தயாராகிவிடுவார். என்னை ஏழு மணிக்கு வரச்சொன்னால், நான் 7.45 மணிக்குத்தான் வருவேன். ''இதுதான்டா எனக்கு வெற்றிகிட்ட பிடிக்காதது. எப்ப வரச்சொன்னா, எப்ப வர்றான் பாரு'' என்று ஐந்து நிமிடங்கள் திட்டிவிட்டு ''சாப்டியா'' என்பார். நான் சாப்பிடவில்லை எனத் தெரிந்தால், அவரே என்னை டைனிங் டேபிளில் அமரவைத்துப் பரிமாறுவார். 'சாண்ட்விச் அல்லது தோசை வரும். எல்லாவற்றையும் அவரே செய்வார். சாப்பிட்டப் பின்னர் தட்டையும் அவர்தான் எடுப்பார். ''நான் எடுக்கிறேன் சார்'' என்றால், ''இப்ப நீ என் கெஸ்ட்... நான்தான் செய்யணும்'' என்று சொல்லி தட்டை பிடிவாதமாக வாங்கி கழுவி வைப்பார். மற்றவர்களுக்காகச் சமைத்து பரிமாறுவது அவருக்கு அவ்வளவு பிடிக்கும்.

'கதை நேரம்' படப்பிடிப்பு நாட்கள்தான் என் வாழ்வில் கிரியேடிவான, ஆக்கபூர்வமான நாட்கள். நான் ஆசைப்பட்டதை எந்த காம்ப்ரமைஸூம் இல்லாமல் எடுக்க முடிந்தது என்பார் பாலுமகேந்திரா சார்.

'அது ஒரு கனா காலம்' முதல் ஷெட்யூல் சமயத்தில் பாலுமகேந்திரா சாருக்கு திடீரென ஸ்ட்ரோக் வந்து படுத்து படுக்கையாகிவிட்டார்.

'இனிமே அவர் எழுந்து வருவது ரொம்ப கஷ்டம்' - டாக்டர்கள்

எங்களிடம் இப்படிச் சொன்னார்கள். ஆனால், மூன்றாவது நாளே சார் என்னைக் கூப்பிட்டு, ''டேய் சீக்கிரம்டா, ஷுட்டிங்குக்கு ரெடி பண்ணி வெச்சுக்குங்க, தனுஷ் டேட்ஸ் வேஸ்டாயிடக் கூடாது. அடுத்த வாரம் நான் வந்ததும் ஷுட்டிங் போலாம்'' என்றார். சரியாக 60-வது நாளில் ஷுட்டிங் ஸ்பாட்டில் இருந்தார். லொக்கேஷனில் ஒரு ஃப்ரேம் ஃபிக்ஸ் பண்ண சார் நடந்தால், நாங்கள் எல்லாம் அவர் பின்னால் ஓட வேண்டியிருக்கும். அந்த அளவுக்கு அதே பழைய எனர்ஜியுடன் இருந்தார்.

அவர் ஒரு படம் எடுக்கறதுங்கறது 6,7 மாசத்துல முடிஞ்சிடும். அதுக்கப்புறம் அடுத்த படத்துக்காக குறைஞ்சது ரெண்டு வருஷம் தயாராக வேண்டியிருக்கும். அந்த ரெண்டு வருஷம்தான் எங்களுக்கு கனீஸ்ட்ரக்டிவ்வானடயம். அவர் கூடவே இருக்கலாம். சினிமாவைத் தாண்டி எல்லா விஷயமும் பேசுவார். காலையில பேசுவோம். மதியம் ஒரு படம் போட்டுக் காமிச்சு அந்த படம் பத்தி பேசுவார். பேசச் சொல்வார். நிறைய பகிர்ந்துக்குவார். எது நல்ல சினிமா, எது நல்ல சினிமா இல்லைங்கறதை தெளிவா புரிய வெச்சுடுவாரு. அதே நேரத்துல ஃபீல்டுல ஜெயிக்கறதுக்கு, நிக்கிறதுக்கு என்ன படம் எடுக்கணுங்கறதையும் சொல்லிக் கொடுத்துடுவாரு. உன்னோட மதிப்புங்கறதை நீ கடைசியா எடுத்த படம்தான் நிர்ணயிக்கும்பார்.

பாலுமகேந்திரா சாரோட பர்சனல் லைஃப் காட்சிகளுக்கும், அவருடைய படத்தின் *perfection*-னுக்கும் சம்மந்தமே இருக்காது. *personal life*-ல வந்து அவருடைய ரூமெல்லாம் ஒரே குப்பையா இருக்கும். புக்ஸ், பேப்பர், சி.டி.ன்னு ஒரே குப்பையா போட்டிருப்பாரு. ஆனா அவருடைய ஃப்ரேமில் வந்து எல்லாமே அவ்வளவு *perfect*-ஆக இருக்கும். *colours, lights, artist possion* என எல்லாமே அவ்வளவு *perfect*-ஆக இருக்கும். *personal life*-ல

நாம என்னவாக இருக்கோமோ அது நம்ம எடுக்கும் சினிமாவுலயும் கொஞ்சமாவது வெளிப்படும். ஆனா சாரோட படத்துல அப்படி காணமுடியாது. அது எப்படி சாத்தியப்படுகிறது என்று நான் பலமுறை யோசித்ததுண்டு.

அதே மாதிரி அவருடைய எடிட்டிங் சென்ஸ் பாராட்டுக்குறியது. அதுல வந்து ரொம்ப தெளிவா இருப்பாரு. காரணம் அடிப்படையில் அவர் ஒரு எடிட்டர் என்பதினால் ஸ்கிரிப்ட் எழுதும்போதே *shot division*-னோடதான் எழுதுவாரு.

பாலுமகேந்திரா சார் வந்து ஒரு *film maker* என்பதைவிட சினிமா கற்றுக்கொடுக்கும் நல்லதொரு மாஸ்டர் என்ற வகையில் முன்னிலையில் நிற்கிறார்.

ரெண்டு வருஷம் நீங்க அவர் கூட இருந்துட்டு வெளிய வரும்போது சினிமாவை பற்றிய தெளிவான ஒரு பார்வை, அறிவு உங்களுக்குள் ஸ்டோரேஜ் ஆகியிருக்கும். காரணம் அவர் கற்றுக்கொடுக்கின்ற பயிற்சிகளும் சொல்லிக்கொடுக்கின்ற விதமும் அப்படி.

எந்த ஒரு காரணத்துக்காகவும் அவர் தன்னோட நிலைப்பாட்டை மாத்திக்கவே மாட்டார். அவரோட படமா இருந்தாலும் நல்லா இல்லைன்னா நல்லா இல்லைதான். நல்ல படம் யார் எடுத்திருந்தாலும் அவர்களை பாராட்டத் தயங்கவும் மாட்டார்.

அவரோட அசிஸ்டென்ட் எடுத்த படம் விருது வாங்குற தகுதில இருக்குன்னா அந்த வருஷம் அந்த விருதுக்கான ஜுரியா கூப்பிட்டா போகமாட்டார். சினிமாவுக்கு உண்மையாகவும், ரசனைக்கு நேர்மையாகவும் இருந்தாரு.

என்னோட 'ஆடுகளம்' படம் பாத்துட்டு ரெண்டு விஷயம் சொன்னார். உனக்கு படத்தை எங்கே முடிக்கணும்னே தெரியலை. கதை முடிஞ்ச அப்புறமும் போயிட்டே இருக்கே. அடுத்து, நீ பெரிய வன்முறையாளனா இருக்க. எனக்கு ரொம்பப் பயமா இருந்தது. இவ்ளோ பயத்தை மக்களால் தாங்க முடியாது. ஆனா சரியான தேர்வுக்குழு உட்கார்ந்தா உன் படத்துக்கு குறைந்தபட்சம் ஏழு தேசிய விருது வாங்கும்னு சொன்னார். "I solute your film language" என்று சொல்லி பாராட்டினார். என் லைஃப்ல கிடைச்ச பெரிய அங்கீகாரம் அதுதான்.

எப்போதும் எங்கிட்ட குடும்பத்துக்கு முக்கியத்துவம் தரச் சொல்வார். ''என்னோட வாழ்நாளை காலண்டர் நாட்களால கடக்கலை, நெகிழ்வான தருணங்களால மட்டும்தான் கோர்க்கிறேனு அடிக்கடி சொல்வார். அப்படிப்பட்டவர் இப்ப இல்ல... இந்த தருணங்களை எப்படி என் வாழ்க்கையோட கோர்ப்பதுன்னு தெரியல...

வருஷத்தின் முதல் நாள் மற்றும் அவரது பிறந்தநாளுக்கு கண்டிப்பாக அவரை போய்ப் பார்ப்பேன். இனி எங்கு செல்வது? காலண்டரில் அந்த இரண்டு நாட்கள் மட்டுமல்ல இனி ஒவ்வொரு நாளுமே வெறுமையாய் உறுத்துகிறது.

## என் முதல் கேமராமேன் - ராம்

நான் சென்னை கிறிஸ்துவ கல்லூரியில் எம்.ஏ. தமிழ் இரண்டாம் ஆண்டு படித்துக் கொண்டிருந்த காலம். அப்பொழுது என் பொழுதுபோக்கு கதை, கவிதை, சினிமா என்று நேரத்தை வீணடித்துக் கொண்டிருந்தேன். காலப்போக்கில் சினிமாதான் என் லட்சியம் என்று முடிவெடுத்தேன். அன்றைய முன்னணி இயக்குநர்களான மணிரத்னம், ஷங்கர் போன்றவர்களோடு உதவி இயக்குநராக சேரவேண்டும் என்ற கனவோடு அலைந்து கொண்டிருந்த போதுதான் என் கல்லூரி விடுதியில் தூர்தர்ஷனில் 'யாத்ரா' என்றொரு மலையாள படம் பார்க்க நேர்ந்தது. அந்த படம் பார்த்து முடித்ததும், உதவி இயக்குநராக சேர்ந்தால் அது 'யாத்ரா' படத்தின் இயக்குநரான பாலுமகேந்திரா அவர்களோடு மட்டும்தான் என்று முடிவெடுத்தேன்.

ஒரு நாள் காலையில் சாலிகிராமத்திலுள்ள பாலுமகேந்திரா சாரின் அலுவலகம் தேடி கண்டுபிடித்து அவரை சென்று பார்த்தேன். என்னை நான் அறிமுகப்படுத்தி கொண்டேன். என்ன

வேணும்னு கேட்டார். உங்ககிட்ட உதவி இயக்குநராக சேரலாம்னு வந்தேன் என்று சொன்னதும், அடுத்த தெருவில எஸ்.ஏ. சந்திரசேகர்னு ஒரு இயக்குநர் இருக்காரு. அவரை போய் பார்த்தினா வாழ்க்கையில முன்னேறலாம். இங்கெல்லாம் வரக்கூடாது போன்னு சொல்லி அனுப்பிட்டாரு.

அதுக்கப்புறம் நான் அவரை மீட் பண்ணவே இல்லை. அதுக்குள்ள ஆறு வருஷம் ஓடிடுச்சு. 2003-ல் நான் 'மேகம்' என்று ஒரு ஸ்கிரிப்ட் ரெடி பண்ணினேன். நா. முத்துக்குமார் வந்து என்னோட நண்பன். அப்ப பாலுமகேந்திரா சார் கூட முத்துவும், வெற்றிமாறனும்தான் உதவியாளராக இருந்தாங்க.

முத்துவிடம் நான் இப்படி ஒரு கதை பண்ணிருக்கேன். அதுக்கு பாலுமகேந்திரா சார்தான் ஒளிப்பதிவு பண்ணணும்னு சொன்னேன். அந்த கதைக்கு யார் தயாரிப்பாளர், யார் நடிகர் என்று எதுவும் தெரியாது. ஆனா பாலுமகேந்திரா சாரைப் பார்த்து இந்த கதைய சொல்லி எப்படியாவது அவரை சம்மதிக்க வைக்க வேண்டும் என்பது மட்டுமே என் நோக்கமாக இருந்தது.

முத்து என்னை அவரிடம் அழைத்துப் போய் அறிமுகப்படுத்தி வைத்தான். நான் விஷயத்தை சொன்னதும் சரி ஒரு நாள் போன் பண்ணிட்டு வான்னு சொன்னார்.

சார் கிட்ட நீ கதை சொல்லும்போது அவர் கையைத் தடவினார்னா கதை போர் அடிக்க ஆரம்பிச்சிருச்சு, பிடிக்கலைன்னு அர்த்தம். சர்ட் கையை ஏற்றி தடவிட்டார்னா அவர் கதை கேட்கவில்லை என்று அர்த்தம் என்று வெற்றியும் முத்துவும் ஏகப்பட்ட டிப்ஸ் கொடுத்தார்கள் அதை கேட்டு நான் கொஞ்சம் டென்ஷனாகவே இருந்த போதிலும் அடிக்கடி பாலுசாருடன் போனில் தொடர்பிலேயே இருந்தேன்.

ஒரு நாள் பாலு சாருக்கு ஃபோன் செய்தபோது, 'நாளை காலை ஏழு மணிக்கு வா' என்று சொன்னார். அதிகாலையில் எழுந்திருக்கிறது என்பது என்னை பொருத்தவரை கொடுமையான ஒரு விஷயம். எனக்கு தெரிஞ்சு இரண்டு முறை மட்டும்தான் அதிகாலையில் எழுந்தது. அதுவும் பாலு சார்கிட்ட கதை சொல்ல போனபோது மட்டும். இரவு பத்து மணிக்கு நல்லா கதை சொன்ன நான், காலை ஏழு மணிக்கு கதை சொல்ல போகும்போது ஆங்கில ட்யூஷனுக்குப் போகிற ஒரு மாணவனின் மனநிலையோடுதான் போனேன்.

நான் சரியா ஏழுமணிக்கு அவர் அலுவலகத்தில் இருந்தேன். கதை சொல்ல ஆரம்பிக்கும் முன்னதாக வாக்மேனில் ஒரு கேஸட் போட்டு ரெக்கார்டு செய்ய தொடங்கினார். என்னை ஒரு ஏ.சி. ரூமுக்குள் கூட்டிட்டு போனார். அந்த ரூமுக்குள் சி.டி. கேஸட், பழைய புக்ஸ், பழைய பிலிம் ரோல் என்று ஒரே குப்பையா இருந்துச்சு. அதுக்குள்ள எங்க இரண்டு பேருக்கு மட்டும் நிற்கக்கூடிய ஓரிடம் அங்க வச்சு வாக்மேன எங்கிட்ட கொடுத்திட்டு கதை சொல்ல சொன்னாரு. எனக்கு ஒரே டென்ஷன். என்னடா இவரு கதைய ரிக்கார்டு எல்லாம் பண்றாரேனு. நான் கதை சொல்ல ஆரம்பிச்சதும் அவர் கண்ணை பார்க்கறேன், கைய பார்க்கிறேன். ஒரு வழியா ஃபர்ஸ்ட் ஹாஃப் கதைசொல்லி முடிச்சேன். *O.K. IInd Half* இன்னொரு நாளைக்கு கேக்கறேன்னாரு. கருத்து ஒன்னுமே சொல்லல. நானும் வந்துட்டேன். திரும்பவும் அடிக்கடி அவருக்கு ஃபோன் பண்ணிட்டே இருந்தேன்.

ஒரு 15 நாள் கழித்து அதே மாதிரி காலை ஏழு மணிக்கு வர சொன்னார். போனேன். *second half* கதையை கேட்டாரு. அதையும் ரிக்கார்டு செய்திட்டு சரி போயிட்டு வான்னாரு. நானும்

வந்திட்டேன். எனக்கு ஒரே குழப்பம். இவருக்கு கதை புடிச்சுதா, பிடிக்கலையா, கேமரா பண்ணுவாரா, மாட்டாரா எதுவுமே தெரியல. ஆனால் அது சம்பந்தமா வெற்றிமாறனிடம் அவர் சொன்ன விஷயங்கள் நான் பின்னாளில் தெரிந்துகொண்டேன்.

அடுத்த நாள் காலை ''வெற்றி, நான் இன்னைக்கு ஒரு கதை கேட்டேன்டா, ராமுசுப்புனு ஒரு பையன் வந்து எங்கிட்ட கதை சொன்னான். *It is very very nice script.* எனக்கு ரொம்ப பிடிச்சிருந்துச்சு. அவனோட கதைக்கு நான் தான் கேமரா பண்ண வேண்டுமாம். சும்மா கதை கேட்டுப் பார்க்கலாம்னுதான் கேட்டேன். *But interestinga* இருந்துச்சு. *Script*-ல ரெண்டு மூணு முக்கியமான விஷயங்கள் வச்சிருக்கான். அதை அவன் எப்படி பண்ண போறான்னு தெரியல. ஆனா டச்சிங்கா இருந்துச்சு. அவன் படத்துக்கு ஒளிப்பதிவு பண்ணலாம்னு நினைக்கிறேன்னு சொன்னாராம். அதை கேட்டு வெற்றி ஷாக்காகி போனாராம். காரணம் மணிரத்னத்துக்கு பிறகு அவர்கிட்ட கதை சொல்லி அவரை யாரும் *impress* பண்ணவில்லையாம்.

பாலு சார் சொன்னதை கேட்டு யாருடா இந்த ராமுசுப்பு? மணிரத்னத்துக்கு பிறகு என் ஆசானை *exited* செய்தவன். அவனை ஒருமுறை நேரில் பார்க்க வேண்டும் என்ற ஆவலில் இருந்தாராம் வெற்றி. அதற்கு பிறகுதான் நாங்கள் நல்ல நண்பர்களானோம்.

ஒரு நாள் எப்பவும் போல பாலு சாரை பார்க்கப் போனேன். அப்ப என்னை அழைத்து அருகில் அமரவைத்து அவருடைய கருத்தை வெளிப்படையாக சொன்னார். ''ராம் உன்னோட கதை ரொம்ப நல்லாயிருக்கு. மலையாள சினிமாவில் ஜான் ஆப்ரஹாம் என்றொரு இயக்குநர் இருக்கிறார். மிக சிறந்த இயக்குநர். பியூட்டிஃபுல்லா கதை சொல்லக் கூடியவர் ஆனா சொல்கிற கதைய

அதே மாதிரி எடுப்பது கஷ்டம். உனக்கு இந்த படம் எடுக்க என்ன எக்ஸ்பீரியன்ஸ் இருக்குனு கேட்டார். எந்த எக்ஸ்பீரியன்சும் இல்ல சார். படிச்சிருக்கிறேன். அவ்வளவுதான் என்றேன். அதற்கு அவர் ஒரு உதாரணம் சொன்னார். காமசூத்ரா வந்து படிக்கிறது முக்கியமல்ல. அது எப்படி கையாள்கிறோம் என்பதுதான் முக்கியம். உன்னால அத படமா எடுக்க முடியும்னு எப்படி நம்புற? அதுக்கு நான் தான் கேமரா பண்ணனும்னு ஏன் முடிவு பண்ணினேனு கேட்டார். என்னோட கதை வந்து *male, female relationship* சம்பந்தப்பட்டது. எனக்கு தெரிந்து *male, female relationship*-ஐ வந்து கேமராவில் மிக அழகாக பதிவு பண்ணினது நீங்க மட்டும்தான். அதோடு நீங்கள் ஒரு எடிட்டராகவும், கேமராமேனாகவும், இயக்குநராகவும் இருப்பதினால் என் படம் இன்னும் *extraordinary*- யாக இருக்கும் என்ற நம்பிக்கையில்தான் என்று சொன்னேன். என் பதிலை கேட்டுவிட்டு அவர் சொன்னார். ராம் நான் உனக்கு இரண்டாவது படம் பண்ணினா தப்பில்லை. முதல் படம் பண்ணினா பாலுமகேந்திரா சொல்லி நீ செய்திட்டேன்னு எல்லோரும் சொல்லுவாங்க. அதனால நான் இந்த படம் பண்ணமாட்டேன்னு உறுதியாக சொல்லிவிட்டார்.

அதற்கு பிறகும் நான் அவரை போய் அடிக்கடி பார்ப்பதும், பேசுவதும் தொடர்ந்து கொண்டிருந்தது. அப்ப வந்து எனக்கு உலகத்திரை படங்களுடைய டி.வி.டி. , மிக சிறந்த கதை புத்தகங்கள் எல்லாம் தருவார். சில நேரங்களில் அவருடைய அலுவலகதில் அவர் கூட அமர்ந்து சினிமா பார்ப்பதற்கான வாய்ப்புகளும் கிடைத்திருக்கிறது. இதற்கிடையில் நான் எப்ப அவரோட அஸிஸ்டண்ட் ஆனேன்னு எனக்கு தெரியல. அவர் எப்ப என்னை *accept* பண்ணினார்னும் எனக்கு தெரியல. ஒரு நாள் பார்த்தா நான் அவர் கூட இருக்கேன். அது மட்டும் தெரிந்தது.

அதுக்கப்புறம் ஒருநாள் எழுத்தாளர் சுஜாதாவின் 'பரிசு' என்றொரு சிறுகதையை தழுவி தூர்தர்ஷனுக்காக ஒரு குறும்படம் செய்தார் பாலுசார். எனக்கு தெரிஞ்சு நான் அவர் கூட வேலை செய்த முதல் படம் அதுதான். மூன்று நாள் வேலை செய்தேன். அதன் வாயிலாக பல புது விஷயங்களைக் கற்றுக்கொண்டேன். அதிலிருந்து சினிமா வெறியனாக இருந்த என்னை சினிமா மாணவனாக மாற்றினார். அது எப்படி நடந்துச்சுன்னு எனக்கு தெரியல. அவர் எப்ப சினிமா சொல்லி கொடுத்தாருனும் எனக்கு தெரியல. அது ஒரு மேஜிக் என்று நினைக்கிறேன். ஆனால் *image size* என்றால் என்ன? *possition of camera* என்றால் என்ன? *freeze* என்றால் என்ன? *lense* என்றால் என்ன? என்பது போன்ற விஷயங்கள் எல்லாம் அவர்கூட இருந்த ஒன்றரை வருடங்களில் கற்றுகொண்டவைதான். எனக்கு சினிமா கற்றுதந்த ஞானத்தந்தை அவர்.

நான் கற்றது தமிழ் *M.A.*, என்றொரு படத்தை எடுத்தேன். அவருடைய விமர்சனத்துக்காக மட்டும் காத்திருந்தேன். அவர் படம் பார்த்திட்டு சொன்ன கருத்துதான் எனக்கு கிடைத்த பெரிய விருது. "இந்த படம் சவுத் இண்டியன் சினிமா பட்டியலில் ஐந்து படங்களில் ஒரு படமாக நிச்சயம் அமையும்" என்று நிறைந்த மனதோடு என்னை வாழ்த்தினார். அந்த படத்தைப் பற்றி நிறைய விமர்சனங்கள் வந்த போதிலும் நான் எதிர்பார்த்த ஒரேயொரு விமர்சனம் என் ஆசான் பாலுமகேந்திராவினுடையது மட்டுமாகவே இருந்தது.

'தங்க மீன்கள்' படத்தை பார்த்தபிறகு என் ஆசான் ப்ரஸ் மீட்டில் பேசியதை என்னால் மறக்கவே முடியாது. இப்போது படம் எடுத்துக் கொண்டிருக்கும் எனது பிள்ளைகளில் ராமினுடைய சினிமா எனக்கு மிகவும் பிடிக்கும். காரணம் ராம் தமிழ் படித்தவர்,

ராமினுடைய சினிமாவில் தமிழ் இருக்கும். ராமினுடைய சினிமாவில் ஒரு கவிதை தன்மை இருக்கும். ஒரு கவித்துவம் இருக்கும். ராமினுடைய அணுகுமுறை உணர்வுபூர்வமான அணுகுமுறை. தங்கமீன்கள் படத்தை பற்றி என்னுடைய தனிப்பட்ட அபிப்பிராயத்தை நான் இங்கே சொல்லவிரும்பவில்லை. காரணம் அது எனக்கும் ராமுக்குமான தனிப்பட்ட அந்தரங்கம். அந்த அந்தரங்கமான புனிதத்தை கெடுக்க நான் விரும்பவில்லை. என்னுடைய கருத்துக்களை நான் ராமோடு அந்தரங்கமாக பகிர்ந்துகொள்வேன். உங்களோடு பகிர்ந்துகொள்ளவில்லை என்பதற்கு உங்களிடம் மன்னிப்பு கேட்டுக்கொள்கிறேன். அது அவசியமில்லையென்றும் படுகிறது''.

'கற்றது தமிழ் எம்ஏ' படத்தை தேசிய விருதுக்காக அனுப்பவில்லை என்று கோவிச்சுக்கிட்டாரு பாலு மகேந்திரா சார், தங்க மீன்கள் படம் தேசிய விருது வாங்கறதை பாக்கணும்னு சொல்லிக்கிட்டே இருந்தாரு. விருது வந்தப்ப அதை அவர்கிட்ட பகிர்ந்துக்க முடியலேங்கிறதுதான் எனக்கு பெரிய வருத்தம். தங்க மீன்கள் படத்துக்கு கிடைத்த மூன்று விருதையும் என் ஆசான் பாலு மகேந்திரா அவர்களுக்கும், இந்த கதை உருவாக முக்கிய காரணமாக இருந்த என் மகள் ஸ்ரீசங்கர கோமதி அவர்களுக்கும் சமர்ப்பிக்கிறேன்.

## பிரபாகரன் நேசித்த இயக்குநர்- சீமான்

நான் இளையாங்குடி பள்ளியில் படிச்சிட்டு இருந்தப்ப ஒரு ஆசிரியர் எங்க பள்ளி இலக்கிய விழாவுக்கு பேச வந்தார். அவர் மேடையில் பேசும்போது எங்கப்பா பாலுமகேந்திராவைப் பற்றியும், அவருடைய மூன்றாம்பிறை படத்தைப் பற்றியும் பேசினார்.

பாலுமகேந்திரா அப்படின்னு ஒரு இயக்குநர் மூன்றாம் பிறைன்னு ஒரு படம் எடுத்திருக்காரு. நீங்க எல்லாம் ஒரு நாள் பள்ளிக்கூடம் வராட்டியும் பரவாயில்லை. அந்த படத்தை போய் பாருங்கன்னு சொன்னார்.

ஆசிரியர் எல்லாம் படத்துக்கு போகாதீங்க, படிக்கிற வேலையை பாருங்கன்னுதான் சொல்வாங்க. இவர் என்னடா இப்படி சொல்றாருன்னு நாங்க எல்லாம் ஆச்சர்யப்பட்டோம். நாங்கெல்லாம் ஸ்கூலுக்கு கட் அடிச்சிட்டு சினிமாவுக்கு போறவங்க. பேச வந்த ஆசிரியர் நீங்க எல்லோரும் சினிமா பார்க்க போங்கன்னு சொன்னப்ப எங்களுக்கு எல்லாம் ஒரே குஷி. அடுத்த

பாலுமகேந்திரா 57

நாளே பரமகுடியில் ஒரு தியேட்டருக்குப் போய் மூன்றாம்பிறை படத்தைப் பார்த்தோம். அதுவரைக்கும் நான் அப்படியொரு படத்தை பார்த்ததேயில்லை. படம் பார்த்து பிரமித்துப் போனேன். அதற்கு பிறகுதான் அவர் இயக்கிய மற்ற படங்களைத் தேடிப் போய் பார்த்தேன். அதோடு அவர் ஒளிப்பதிவு செய்த படங்களையும் பார்க்க ஆரம்பித்தேன். அப்படி பார்த்த படம்தான் முள்ளும் மலரும். அந்த படம் என்னை மிகவும் ஈர்த்தது. அதுவரைக்கும் சகலகலா வல்லவன், முரட்டுக்காளை, எம்.ஜி.ஆர். படம் சிவாஜி போன்றோரின் மசாலா படங்களை பார்த்துக் கொண்டிருந்த எனக்கு அந்த படம் வேறுவிதமான ஒரு அனுபவத்தை தந்தது. பள்ளிக்கூடத்திலிருந்து ஊட்டிக்கு சுற்றுலா கூட்டிட்டுப் போனப்ப அந்த இடங்களையெல்லாம் போய் பார்த்திருக்கிறேன். ஆனா அப்பா பாலுமகேந்திரா படத்துல வருகிற ஊட்டி அளவுக்கு அழகா தோணல. அப்ப இருந்தே பாலு அப்பா மேல எனக்கு ஒரு ஈர்ப்பு ஏற்பட்டது.

அப்பாவோட சமூக கோபம்தான் வீடு, சந்தியாராகம் போன்ற இரண்டு படங்களும். அதுல வந்த கதாபாத்திரங்கள் கத்தி, அருவா தூக்கலியே ஒழிய மெதுவா அமைதியா பேசியே பெரிய போர்க்குரலை எழுப்பிச்சு.

எவ்வளவோ இயக்குநர்கள் உள்ளபோது பாலுமகேந்திராவை மட்டும் ஏன் பேராசான் என்று அழைக்கிறோம். காரணம் எத்தனையோ பேர் சினிமாவை வைத்து பிழைத்திருக்கிறார்கள். ஆனால் என் அப்பா பாலுமகேந்திராவினால்தான் திரைப்படம் பிழைத்தது. இதுதான் உண்மை. நமக்குள் ஒருவன் உலகத் தரத்துக்கு தமிழ் திரைப்படத்தை கொண்டுபோய் சேர்த்தான் என்றால் அது நம் பெருமைக்குறிய என் அப்பா பாலுமகேந்திரா அவர்கள்தான்.

உலகின் தலைசிறந்த படைப்பாளிகளே, உங்களுக்கு இணையாக படைப்பதற்கு தமிழன் நான் ஒருவன் இருக்கிறேன் என்று உலகத்துக்கு படைத்து காட்டிய பெருமகன் என் அப்பா பாலுமகேந்திரா.

எனக்கு தெரிந்து திரைப்படம் பார்க்க போகிற பொழுது திரையில் ஒளிப்பதிவாளர் பெயரை போட்டதும் மொத்த திரையரங்கமும் அதிர்ந்து கரவொலி எழுப்பியதென்றால் அது என் அப்பா பாலுமகேந்திராவுக்குத்தான். அப்ப எல்லாம் ஒளிப்பதிவுன்னா என்னன்னே எங்களுக்கு தெரியாது. அவர் ஒளிப்பதிவு செய்த படங்களை பார்த்தப்ப அதுவரை பார்த்த படங்களில் அவர் படம் வித்தியாசமா இருந்துச்சு. அதுக்கு யார் காரணம்னு தெரியல. திரையறிவு வளரவளரத்தான் தெரிந்தது அந்த ஒளி அழகுக்கு காரணம் ஒளிப்பதிவாளர் பாலுமகேந்திராதான் என்று.

என் தலைவன் பிரபாகரன் அவர்கள் அழைத்து நான் தமிழ் ஈழ மண்ணுக்கு சென்றபோது, அந்த தலைவனுக்குத் திரைப்படத்தின் மீது ஒரு மிகப் பெரிய காதல். ஒரு பற்று, ஒரு நேசம் இருந்தது. அதை ஒரு வலிமையான ஊடகமென்பதை புரிந்து கொண்ட மகனாக என் தலைவன் இருக்கிறான்.

எங்கள் பேச்சு அரசியலிலிருந்து சினிமாவுக்குத் திரும்பிய போது *steven spielberg* என்ற இயக்குநர் பொருளாதார நஷ்டத்தை பற்றியோ, இழப்பை பற்றியோ கவலைப்படாமல் கருப்பு வெள்ளையிலே தன் யூத இனத்தின் துயரத்தை பதிவு செய்திருக்கிறான். அதுதான் *schindler's list* என்ற படம். நாலு மணி நேரம் ஓடக்கூடிய ஒரு படம். தன் மக்களும், மண்ணும் பட்ட காயத்தை பதிவு செய்து வைக்க வேண்டுமென்று வெறியோடு

எடுத்த படம்தான் schindler's list. இந்த படத்தை போல நமது இன விடுதலை வரலாற்றையும், நமது மண்ணின் மக்கள் படுகின்ற துன்பத்தையும், துயரத்தையும், அவர்கள் வடிக்கின்ற கண்ணீரையும், ரத்தத்தையும், காயங்களையும் பதிவு செய்யமுடியாதா? என்கிற ஏக்கமும், தவிப்பும் என் தலைவன் பிரபாகரனுக்கு இருந்தது. அது மாதிரியான ஒரு திரைப்படம் எடுத்து வெளியிட முடியாதா என்ற பேராவல் அவருக்கு இருந்தது. அதற்காக அவர் தேர்வு செய்த கலைஞன் யார் தெரியுமா? என் அப்பா பாலுமகேந்திராவைத்தான்.

அந்த தலைவன் என் அப்பா பாலுமகேந்திராவை எப்படியாவது இந்த நிலத்திற்கு, இந்த நாட்டிற்கு அனுப்பிவை. இங்கு வந்து நம்மை பற்றி, நம் வரலாற்றைப் பற்றி, நமது போராட்டத்தைப் பற்றி ஒரு படமாவது எடுக்கட்டும். உலகத்தரத்தில் எடுக்கட்டும். நாம் எல்லா உதவியும் அவருக்கு செய்வோம். வரச்சொல். எப்படியாவது அனுப்பிவச்சுடு. நான் பத்திரமா பாத்துக்குறேன் என்று சொன்னார். நான் உடனே வந்து அப்பாவை சந்தித்து விஷயத்தை சொன்னேன். நான் பேசிக்கொண்டே இருந்தேன். அவர் தலைகுனிந்து கேட்டுக் கொண்டிருந்தார். கண்ணீர் துளி மேசை மீது விழுந்தது. அழுது கொண்டே இருந்தார்.

அப்படியே என்னை நிமிர்ந்து பார்த்து, நான் அம்மாவை விட்டுட்டு எப்படிடா போவேன் என்று நெகிழ்வோடு கேட்டார். பிறந்த நாட்டிற்காக எதுவும் செய்ய முடியவில்லையே என்ற ஏக்கம் இறக்கும் வரை பாலு அப்பாவை மனதளவில் வேதனை அடைய செய்த ஒரு விஷயமாகும்.

இலங்கையில் கொஞ்ச காலம் பத்திரிகைத் துறையிலும், வானொலி நாடகங்களிலும் வேலை செய்து வந்தவர், பூனே

திரைப்படக் கல்லூரியில் பயின்று மீண்டும் தன் சொந்த ஊருக்கே திரும்பினார். சொந்த ஊரில் வேலைசெய்ய வேண்டும் என்ற ஆசை அவருக்கிருந்தது. அதற்காக அவர் திரைப்படக் கல்லூரியில் எடுத்த 'செங்கோட்டை' என்ற குறும்படத்தை கொழும்பில் இருக்கும் 'சாவோய்' திரையரங்கில் சிங்களத் தயாரிப்பாளர்களுக்கு போட்டு காட்டினார். ஆனால் அவருக்கு அங்கு வாய்ப்பு கிடைக்கவில்லை. அதற்கு பிறகு 1972-ல் மலையாளத் திரைப்படமான 'நெல்லு' மூலமாக இயக்குநர் ராமு காரியத்தின் கேமராமேனாக வாய்ப்பு கிடைத்தது. அதற்கு பிறகு ஐந்து மொழிகளில் பிரபலமான ஒரு கேமராமேனானார் அவர். அதற்கு பிறகுதான் படம் இயக்குவதில் கவனம் செலுத்தினார். அதன் பிறகு பல படங்கள் இயக்கினார்.

அவரிடம் இருந்த வித்தையை, கலையை காசாக்க நினைத்திருந்தால் இந்தியாவிலுள்ள பணக்காரர்களில் ஒருவராக பாலு அப்பா இருந்திருப்பார். அவருடைய படைப்பில் சிறு சமரசம் செய்திருந்தால் அவர் எங்கோ உயர்ந்திருப்பார். ஆனால் கடைசிவரை அப்படி செய்யவில்லை. தான் படைக்கின்ற படைப்புக்கு உண்மையாக இல்லாதவன் ஒரு கலைஞனாக இருக்க முடியாது. அப்படி இறுதிவரை நல்ல கலைஞனாக வாழ்ந்தவர் என் அப்பா பாலுமகேந்திரா.

தான் கற்ற கலையை, தன்னிடம் இருந்த அந்த பேராற்றலை அடுத்த தலைமுறை பிள்ளைகளுக்கு கொடுத்துவிட்டு செல்ல வேண்டும் என்ற எண்ணம்தான் அவரை தமிழ் திரை உலகின் பேராசான் என்று சொல்ல வைத்திருக்கிறது.

# பாலு சாரின் கடைசி படம் - எம். சசிகுமார்

நான் 'ஈசன்' படம் எடுத்து கொஞ்சம் நஷ்டத்தில இருந்த சமயம். ஒரு நாள் எனக்கு பாலுமகேந்திரா சார் போன் செய்து, ''சசி, நான் இன்னைக்கு உன் அலுவலகத்துக்கு வரேன்னு சொன்னாரு. வேணா சார் நானே உங்க ஆபிஸ்க்கு வரேன்னு சொன்னேன். இல்ல நான் வர்றதுதான் முறைன்னு சொல்லிட்டு அவரே என்னோட ஆபிஸுக்கு வந்தாரு. நான் ஒரு படம் பண்ணப்போறேன்னு சொல்லிட்டு, எங்கிட்ட ஒரு கதை சொல்ல ஆரம்பிச்சார். தாத்தாவுக்கும் தமிழுக்குமான ஒரு உறவை பற்றிய கதை. அந்த கதையைக் கேட்டதுமே இந்த படத்தை பண்ணனும்னு எனக்கு தோனுச்சு. நான் கதைய முழுசா கூட கேக்கலை. சார், நான் என்ன பண்ணனும்னு சொல்லுங்கனு சொன்னேன். ''சசி, நீ இந்த படத்தை தயாரிக்கணும். காரணம் நான் பல பேருடைய கதவை தட்டிட்டு வந்துட்டேன். கடைசியா உன் கதவை தட்டிருக்கேன்னு சொன்னார். சார் நீங்க முதல்லேயே எங்கிட்ட வந்திருக்கலாம். இல்லாட்டி சொல்லிருந்தா, நானே உங்கள வந்து பாத்திருப்பேன்னு சொன்னேன்.

அவர் கதையை சொல்லி முடிச்ச பிறகு எங்கிட்ட ஒரு விஷயம்

சொன்னார். சசி, ஈரான், இத்தாலி, கொரியா, சீனா, ஜப்பான், அமெரிக்கா போன்ற நாடுகளில் இருந்தெல்லாம் அவன் படமெடுத்து இங்க அனுப்புவான். நாமளும் வாய பிளந்து உக்கார்ந்து பாத்துக்கிட்டு இருக்கோம். ஏன் அது மாதிரியான படங்கள் நம்ம நாட்டுல எடுக்க முடியாதா? என்று கேட்டார். அவருடைய கேள்வி மிகவும் நியாயமானதாக இருந்தது. தமிழ்நாட்டில் இருப்பவர்களுக்கும் அம்மாதிரியான நல்ல படங்கள் எடுக்க முடியும் என்று அவர்களுக்கு நிரூபித்து காட்ட வேண்டுமென்று சொன்னார்.

அப்படித்தான் பாலுமகேந்திரா சார் நடித்து வழக்கம் போல அவரே திரைக்கதை எழுதி படத்தொகுப்பு, ஒளிப்பதிவு, இயக்கம் அனைத்தையும் ஏற்றுக்கொண்டு இளையராஜாவின் இசையில் ‘தலைமுறைகள்’ என்ற படத்தை தயாரிக்க நான் முன்வந்தேன்.

வியாபார நோக்கமின்றி தயாரித்த ஒரு படம்தான் தலைமுறைகள். நான் மிகவும் ரசித்த ஒரு கலைஞன் எனக்கு அளித்த ஒரு பரிசாகத்தான் அந்த படத்தை நான் நினைக்கிறேன். அந்த படத்தின் வாயிலாக பாலுமகேந்திரா சார் அவர்களோடு பணிபுரிய முடிந்ததில் நான் மிகவும் பெருமை அடைகிறேன். காரணம் ரொம்ப வருஷமா படம் எதுவும் பண்ணாம இருந்தவர் தனது 74ஆவது வயதில் என்னை தேடி வந்து என்னுடைய கம்பெனி தயாரிப்புக்காக ஒரு படம் செய்ததும், அந்த படத்தில் அவர் நடித்ததும் எனக்கு மறக்க முடியாத விஷயங்கள் ஆகும். அந்த படம் ரிலீஸ் ஆன பிறகு பாலு சார் என்னிடம் ஒருமுறை கேட்டார், “சசி, உனக்கு இந்த படம் லாபத்தை தந்ததா? நஷ்டத்தை தந்ததா?” என்று. சார் உங்களை வைத்து படம் பண்ணியது எனக்கு லாபம்தான். அதைவிட இது பணம் சம்பந்தப்பட்ட ஒரு விஷயமாக நான் பார்க்கவில்லை. இரு மனம் சம்பந்தப்பட்ட விஷயமாக காண்கிறேன் என்று சொன்னேன்.

அவரிடம் நான் ஒரு கேள்வி கேட்டேன். "சார் உங்களுக்கு என்னை தேடி வரவேண்டுமென்று எப்படி தோணுச்சு?". "சசி, அது ஒரு பிரபஞ்ச சக்தி" என்று பதில் சொன்னார்.

'தலைமுறைகள்' படம் ரிலீஸ் ஆன பிறகு சில உடல் நல குறைவு காரணமாக பாலுமகேந்திரா சார் அவர்களை மருத்துவமனையில் சேர்த்திருந்தார்கள். அப்போது அவரை நான் பார்க்கச் சென்றிருந்தேன். "சசி, நான் இப்போ சாகமாட்டேன். சாகும்வரை நான் சினிமா எடுத்துக் கொண்டேயிருப்பேன். நான் view finder வழியா பார்த்துக்கிட்டு இருக்கும்போதே சாக வேண்டும். அதுதான் என் ஆசை என்றார். அது மட்டுமல்ல, ஒரு ஸ்கிரிப்ட் ரெடி பண்ணி வைத்திருப்பதாகவும் சொன்னார். நீங்க மருத்துவமனையில் இருந்து வந்ததும் அந்த ப்ராஜெக்ட்ட நாம செய்யலாம் சார். அதுவரை நான் உங்களுக்காக காத்திருப்பேன் என்று உறுதி அளித்துவிட்டுதான் மருத்துவமனையிலிருந்து திரும்பினேன். ஆனால் என் காத்திருப்பு வீண்போனது. அவர் திரும்பி வரவேயில்லை.

அந்த படம் சம்பந்தமாக நான் அவரோடு ஒன்றரையாண்டுகள் செலவழித்திருக்கிறேன். அப்போது அவர் கை பிடித்து நான் நடந்து போகிற பொழுது என்னிடம் நிறைய பேசுவார். சினிமாவை பற்றி, இலக்கியம் பற்றி எல்லாம் நீண்ட நேரம் பேசிக்கொண்டே இருப்பார். அது மட்டுமல்ல அவர் எப்பவும் சுறுசுறுப்பாக இருப்பார். 74 வயதிலும் இவ்வளவு சுறுசுறுப்பாக வேலை செய்வதை பார்த்து நான் ஆச்சர்யமடைந்திருக்கிறேன்.

நான் அந்த படத்தில் ஒரேயொரு காட்சியில் மட்டும்தான் நடித்தேன். அதற்காக ஒரு நாள் மட்டும் ஷூட்டிங் செட்டுக்கு போயிருந்தேன். அங்கு பெரிய ஒரு கூட்டம் இருந்தது. அதில் என்னை வியப்பூட்டிய ஒரு விஷயம் அவ்வளவு பெரிய கூட்டத்தில்

இருந்த பொழுதிலும் ஷூட்டிங் செட் மிகவும் அமைதியாக இருந்தது. முதலில் என்னை அந்த கூட்டத்தில் நிறுத்தி ஒரு ஷாட் எடுத்தார். அது எனக்கொரு ஷூட்டிங் போலவே தோன்றவில்லை. கூட்டத்தில் ஓராளாகவே உணர்ந்தேன். அதற்கு பிறகு மேடையில் என்னை வைத்து ஒரு வைட் ஷாட் எடுத்தார். பிறகு இரண்டு பேர் மட்டும் அடங்கிய காம்பினேஷன் ஷாட் எடுத்தார். கடைசியில் என்னை மட்டும் தனியாக நிறுத்தி எடுத்தார். மிக திட்டமிடலோடு செயல்பட்டார். மூன்று மணி நேரத்துக்குள் மக்கள் கூட்டத்தின் காட்சிகளை எல்லாம் எடுத்துவிட்டு அவர்களை அனுப்பிவிட்டார். அதற்கு பிறகுதான் என்னை தனியாக நிறுத்தி எடுத்தார். எனக்கு அது ஒரு புது அனுபவமாக இருந்தது. அதுமட்டுமல்ல அவருடைய மேக்கிங் பார்த்து நான் நிறைய விஷயங்கள் கற்றுகொண்டேன். ஒரு வேளை நான் இயக்குநராக இருந்திருந்தால் அந்த மக்கள் கூட்டத்தை ஒரு நாள் முழுக்க வைத்திருந்திருப்பேன். ஆனால் அவர் கூட்டத்தின் தேவை முடிந்ததும் அவர்களை அனுப்பிவிட்ட பிறகு எந்தவொரு இடையூறும் இல்லாமல் என்னை மட்டும் தனியாக நிறுத்தி ஷூட் பண்ணத் தொடங்கினார். குறுகிய நேரத்துக்குள் என்னுடைய காட்சிகளை எல்லாம் எடுத்து முடித்துவிட்டார். நான் நடித்து முடித்த பிறகு இன்னும் இரண்டு மூன்று சீனில் கூட நடித்திருக்கலாமே என்று தோனுச்சு. அவ்வளவு சிறப்பா எடுத்தார்.

அவர் ஷூட்டிங் செட் ரொம்ப அமைதியா இருக்கும். ரொம்ப வேகமா வேலை செய்வார். அவருடைய *film making* பார்த்து அவர் கூட உதவி இயக்குநரா வேலை செய்ய முடியலையே என்ற ஆதங்கம் எனக்கிருந்தது. இருந்தாலும் அவர் கூட ஒரு தயாரிப்பாளராக வேலை செய்ய முடிந்ததே என்று எண்ணி நான் மிகவும் மகிழ்ச்சி அடைந்தேன்.

பாலு சார் அவர்களுடைய படங்கள் எல்லாமே ஒரு *reference* படங்களாகதான் நான் பார்க்கிறேன். அவருடைய பல படங்களுக்கு தேசிய விருது கிடைத்திருக்கிறது. அவர் கடைசியாக இயக்கிய தலைமுறைகள் படத்திற்கும் தேசிய விருது கிடைக்கப் பெற்றது. அந்த படத்தின் தயாரிப்பாளர் என்ற முறையில் எனக்கு மிகவும் மகிழ்ச்சியாக இருந்தது. ஆனால் அந்த விருதை வாங்க அவரில்லாமல் போனதை எண்ணி நான் வருந்தினேன். படைப்பாளிகளுக்கு வயது ஒரு தடையல்ல. அவர்களுக்கு எப்போது வேண்டுமானாலும் சினிமா எடுக்கலாம் என்று எடுத்துக் காட்டாக இருந்த ஒரு இயக்குநர் பாலுமகேந்திரா சார் அவர்கள்.

பாலு சார் இறப்பதற்கு ஒரு வாரம் முன்தான் என்னுடைய 'சுப்ரமணியபுரம்' படத்தின் ஆங்கில மொழிபெயர்ப்பில் வெளிவந்த, திரைக்கதை புத்தகத்தை அவருக்கு கொண்டுபோய் கொடுத்தேன். அதற்கு பதிலாக அவர் இயக்கிய 'வீடு' படத்தின் திரைக்கதை புத்தகமும், டி.வி.டி.யும் கையெழுத்திட்டு எனக்கு பரிசளித்தார். கடைசியாக அவர் எனக்கு அளித்த பரிசாகவே அதை நினைக்கிறேன். அந்த சம்பவத்தை என்னால் என்றும் மறக்க முடியாது.

'தலைமுறைகள்' படத்தின் க்ளைமேக்ஸ் காட்சியில் பாலுமகேந்திரா சாரின் பேரன் என்ற முறையில் அவர் இறந்த பிறகு அவருக்கான விருதினை நான்தான் மேடையில் போய் பெற்றுக்கொள்வேன். அது இப்போது நிஜத்திலும் நடந்துள்ளது. அவருக்கான தேசிய விருதினை ஜனாதிபதி கையினால் அவரது பேரன்தான் பெற்றுக்கொண்டார்.

சினிமாவில் அவர் வைத்த க்ளைமேக்ஸ் நிஜத்திலும் நடந்திருப்பது எங்கள் எல்லோரையும் ஆச்சர்யத் திற்குள்ளாக்கியது.

# பாலுமகேந்திரா அனுப்பிய கடிதம்
## - சீனுராமசாமி

1991-ல் நான் கல்லூரி இறுதி ஆண்டு படித்துக் கொண்டிருந்தபொழுது, மதுரை திருப்பரங்குன்றத்தில் தமிழ்நாடு முற்போக்கு எழுத்தாளர் கலைஞர்கள் சங்கம் சார்பில் ஒரு விழா நடத்தினார்கள். அந்த விழாவில் சிறப்பு விருந்தினர்களாக கலந்து கொள்ள வந்தவர்கள் இரண்டு பேர். இயக்குநர் பாலுமகேந்திராவும், மணிரத்னமும்தான் அது. அந்த மேடையில் மணிரத்னம் பேசும்போது ஒரு விஷயத்தை சொன்னார். நானும் பாலுமகேந்திராவின் விரல் பிடித்துதான் திரைப்பட நுட்பங்களை தெரிந்துகொண்டேன். அதற்கு பிறகு பேசிய பாலுமகேந்திராவின் பேச்சு எனக்குள் மிகுந்த ஈர்ப்பை ஏற்படுத்தியது.

அப்போது மதுரை அமெரிக்கன் கல்லூரியில் உலக சினிமாக்கள் எல்லாம் திரையிடுவார்கள். அங்கு சென்று அந்த படங்களைப் பார்ப்பதும், அதோடு நிறைய இலக்கியம் படிக்கின்ற ஒரு இலக்கிய மாணவனாகவும் நான் இருந்தேன். அந்த சமயத்தில்தான் கல்லூரியில் பாலுமகேந்திரா சாரின் பேச்சை கேட்க நேர்ந்தது.

உடனே அவருடைய படங்களை அடிப்படையாக வைத்து, கொஞ்சம் விமர்சனமும் சேர்த்து பதினெட்டு பக்கங்களுக்கு கடிதம் எழுதி பாலுமகேந்திரா சார் அவர்களுக்கு அனுப்பினேன்.

உதவி இயக்குநராக சேர்ந்தால் அது பாலுமகேந்திராவிடம் மட்டுமே என்ற முடிவோடு சென்னை வந்தவன்தான் நானும். ஆனால் அவரை எப்படி அணுகுவது என்று எனக்கு தெரியவில்லை. நான் எழுதிய கடிதத்திற்கு அவரிடமிருந்து எந்த பதிலும் வரவேயில்லை. என்னிடம் அதன் ஜெராக்ஸ் ஒன்று வைத்திருந்தேன். அதை வைத்துக்கொண்டு, "நான் ஏற்கனவே உங்களுக்கு ஒரு கடிதம் எழுதினேன். பதில் வரவில்லை. முதல் கடிதத்திற்கு பதில் வராதபட்சத்தில் இரண்டாவது கடிதம் எழுதுவதென்பது அநாகரீகம். என் முதல் கடிதத்திற்கு பதில் வரும் வரை என் முதல் கடிதமே திரும்பவும் உங்களுக்கு வரும்" என்று மீண்டும் அதை அவருக்கு அனுப்பினேன்.

இந்தமுறை பதில் கடிதம் வந்தது. ஆனால் அதற்குள் நான் திரும்ப ஊருக்கு வந்துவிட்டேன். நான் அச்சமயத்தில் இரண்டு பத்திரிகை நண்பர்களோடுதான் சென்னையில் தங்கியிருந்தேன். அந்த நண்பர்கள் அந்த கடிதத்தை எடுத்துக்கொண்டு என்னைப் பார்க்க ஊருக்கே வந்துவிட்டார்கள். மதுரைக்கு வந்து 'பாலுமகேந்திரா சார் லெட்டர் அனுப்பியிருக்கிறார்' என்று சொல்லி என்னிடம் கொடுத்தார்கள். அதில் ஆங்கிலத்தில், "Got your original and xerox copy of the letter, come and meet me" (தங்களின் அசலும், நகலும் எனக்குக் கிடைத்தது. என்னை வந்து பாருங்கள்) என்று மட்டும் எழுதப்பட்டிருந்தது. அதை படிச்சு நான் ரொம்ப மகிழ்ச்சியடைந்தேன்.

அந்த லெட்டரை எடுத்து கொண்டு ஒரு நண்பகலில் சாலி

கிராமத்து மரங்கள் நிறைந்த அந்த தெருவில் இறங்கி அவர் வீட்டுக்கு நான் நடந்து போனது எனக்கு இன்னும் நல்லா ஞாபகம் இருக்கு.

முதன் முதலா அவரை அலுவலகத்துல வச்சு பார்த்தப்போ ஒரு மிலிடரி ஆபிஸர் மாதிரி இருந்தாரு. தொப்பி போட்டு நல்லா இளமையா, செம சுறுசுறுப்போட இருந்தார். அன்னைக்கு என்னை பரிசோதிச்சு பார்த்துட்டு அப்புறம் எனக்கான வேலைகளை அவர் கொடுக்க ஆரம்பிச்சார். அதை தொடர்ந்து உதவி இயக்குநராக அவரோடு பல வருட காலம் சுற்றினேன்.

அவருக்கென்று ஒரு தனி பாணி உருவாக்கிக்கொண்டு அதன் வாயிலாக பல சிறந்த படங்களை எடுத்து மக்கள் மனதில் நீங்கா இடம் பிடித்த கலைஞன் இயக்குநர் பாலுமகேந்திரா.

நல்ல சினிமாவை நேசித்தவரும், என்றென்றும் மறக்க முடியாத சிறந்த படங்களை நமக்களித்தவரும், பல விருதுகள் வாங்கியவருமான பாராட்டுக்குரிய இயக்குநர் பாலுமகேந்திரா அவர்களை கூட இந்த சினிமா ஐந்து வருடங்கள் பட்டினி போட்டிருக்கிறது. அந்த சூழலிலும் அவர் இளைஞர்களை ஊக்கப்படுத்தும் விதம் என்றுமே மறக்க முடியாது. அதே போல் அவரிடமிருந்து நான் கற்றுக்கொண்டது எதிர் விமர்சனம்தான். ஒரு படத்தைப் பார்த்துவிட்டு அதை அவர் விமர்சிப்பதே எங்களுக்கெல்லாம் மிகப்பெரிய பாடமாக இருக்கும். சினிமாக்களில் எதைச்செய்ய வேண்டும், எதைச் செய்யக்கூடாது என்றும் சொல்வார். அவரின் வெற்றிடம் சினிமா மாணவர்களுக்கு பெரிய இழப்புதான். அந்த மரியாதைக்குரிய, கௌரவமான இடத்திற்கு மாற்றாக இன்னொரு ஆள் இல்லை என்பதும் உண்மைதான்.

இன்றைக்கும் என்னால் மறக்க முடியாத ஒரு சம்பவம், நான் 2012-ல் இயக்கிய 'நீர்ப்பறவை' படம் பார்த்துவிட்டு சத்யம் தியேட்டரிலிருந்து வெளியே வந்த பாலுமகேந்திரா என்னைப் பார்த்தவுடன் அவரின் வெள்ளைத் தாடி என் கன்னத்தில் படும்படியாக ஒரு முத்தம் கொடுத்தார். உண்மையிலேயே அந்த தருணத்தை என்னால் மறக்கமுடியாது.

கல்லூரிகளில் சினிமா கட்டாய பாடமாக்க வேண்டும் என்று தொடர்ந்து வலியுறுத்தி அதற்காக இயங்கி கொண்டும் இருந்தார். அது மாதிரியாக இயங்க இங்கு யாரும் முன்வருவதில்லை. அவர்கள் எப்படி வருவார்கள்? தற்பெருமை பேசுபவர்களே இங்கு அதிகம். நல்ல சினிமாவை ஆதரிப்பதற்கோ, இளையதலைமுறையினருக்கு சினிமா கற்று கொடுத்து வளர்த்தெடுக்கவோ இங்கு ஆளில்லை. காரணம் இன்று சினிமா என்பது சில கோடிகள் செலவு செய்து பல கோடிகள் லாபம் சம்பாதிப்பது எப்படி என்ற நோக்கத்தோடுதான் பலரும் இந்த துறைக்குள் நுழைகிறார்கள்.

அவருடைய இழப்பு ஈடுசெய்ய முடியாதது. ஒருவரின் இறப்பில்தான் அவர் செய்திருக்கிற சாதனைகள் தெரியவரும். பாலுமகேந்திராவின் இறப்பில் கலந்துகொண்ட கூட்டத்தை வைத்து திரைத்துறையில் அவர் ஆற்றிய பங்கு எவ்வளவு என்று புரிந்துகொள்ள முடியும்.

## செல்லுலாய்ட் பொயட்- பாரதிராஜா

1976-ல் கர்நாடகா மாநிலத்தில் நானும், பாலுமகேந்திராவும் எங்களுடைய முதல் படத்தை ஆரம்பிக்கிறோம். நான் மைசூருக்குப் பக்கத்திலுள்ள ஒரு கிராமத்தில் 16 வயதினிலே என்ற படம் ஷூட் பண்ணிக்கொண்டிருந்தேன். பாலுமகேந்திரா பெங்களூரில் வைத்து கோகிலா என்ற கன்னட படத்தை எடுத்துக் கொண்டிருந்தார். எங்கள் இரண்டுபேருடைய படத்திலும் கதாநாயகன் கமலஹாசன். அவர் இரண்டு ஷூட்டிங்கிலும் மாறி மாறி நடித்து கொண்டிருந்தார். நானும் பாலுவும் சமகாலத்தில் சினிமா துறையில் நுழைந்தவர்கள். நான் முதன் முதலில் 16 வயதினிலே என்ற படத்துக்கு ஒளிப்பதிவு செய்ய பேசியதே பாலுமகேந்திராவிடம்தான். ஏனோ சில காரணங்களால் அது திசை மாறிப்போனது. என்றாலும் *Balu is Classman*. அதுபோல் அவருடைய பட்டறையில் இருந்து வெளியேறிய அத்தனை மாணவர்களும் *Class*. திறமையான மாணவர்களுக்கு சினிமா கற்று கொடுத்து அவர்களை தயார்படுத்தி நம் தமிழ் சினிமாத்துறைக்கு விட்டு சென்ற பாலுவை நினைத்து பெருமிதம் கொள்கிறேன்.

மற்ற இயக்குனர்களுக்கு கிடைக்காத ஒரு பெருமை பாலுவுக்கு உண்டு. பாலுவின் சீடர்களில் பலரும் தேசிய விருதை கைப்பற்றிய கலைஞர்கள். அதுமட்டுமல்ல, அவர்கள் இயக்கிய படங்கள் அனைத்தும் மக்கள் விரும்பிய படங்கள் என்பது குறிப்பிடத்தக்கது. பாலா, வெற்றிமாறன், சீனுராமசாமி, ராம், பாடலாசிரியர் நா. முத்துக்குமார், நடிகை அர்ச்சனா இவர்களெல்லாம் தேசிய விருதுக்குச் சொந்தக்காரர்கள். ஆனால் அந்த விருதை காட்டிலும் நாங்கள் பாலுமகேந்திராவின் சீடர்கள் என்பதில்தான் நாங்கள் பெருமை கொள்கிறோம் என்கிறார்கள். இதைவிட வேறென்ன வேண்டும் ஒரு குருவுக்கு. யாருக்கும் கிடைக்காத ஒரு பாக்யம் பாலுவுக்கு கிடைத்திருக்கிறது. *So you produce good boys to the tamil film industry. Thankyou Balu.*

நூறு வருடங்களுக்கு பிறகு தமிழ் சினிமாவின் சரித்திரத்தை எடுத்து புரட்டிப் பார்த்தால் பாலுமகேந்திராவும் அவருடைய சீடர்கள் செய்த படங்கள் மட்டுமே மிக சிறந்த படங்களின் பட்டியலில் இடம் பிடித்திருக்கும்.

சினிமாவில் மட்டுமல்ல சின்ன திரையிலும் ஒரு பெரிய மாற்றத்தை ஏற்படுத்தியவர் பாலு. நானும் சின்னத் திரையில் சீரியல்கள் இயக்கி இருக்கிறேன். வருட கணக்கில் கதையை நீட்டிக் கொண்டு போகமல். வாரம் ஒரு சிறுகதை என்ற வரிசையில் மிக அழகாக இயக்கியிருந்தார். அது அனைவருடைய கவனத்தையும் அவர் பக்கம் திசை திருப்பியது. மற்றவர்களிலிருந்து கொஞ்சம் மாறுபட்டு ஒரு புதிய பாணியில் உருவாக்கினார் பாலு. தமிழில் சிறந்த எழுத்தாளர்களுடைய சிறுகதைகளை தழுவி அவர் எடுத்த குறும்படங்கள் 52 வாரம் சன் தொலைகாட்சியில் ஒளிபரப்பானது. அந்த சமயத்தில் பாலுமகேந்திரா கதை நேரத்திற்கு மிகுந்த வரவேற்பு கிடைத்தது. இப்போதும் அந்த குறும்படத்தின்

டிவிடிகள் நன்றாக விற்பனையாகிறது. மிக குறைந்த பட்ஜெட்டில் அப்படியான சிறந்த குறும்படங்களை எடுக்க யாராலும் முடியாது. *It's a amasing work.*

திரைப்படத்துறையில் எனக்கு தெரிந்து தமிழ், மலையாளம், ஹிந்தி, தெலுங்கு, கன்னடம் போன்ற ஐந்து மொழிகளிலும் ஒரு சிறந்த திரைக்கதையாசிரியராகவும், ஒளிப்பதிவாளராகவும், இயக்குனராகவும் வெற்றி பெற்ற ஒரு கலைஞன் பாலுமகேந்திரா மட்டுமே.

நான் 1982-ல் பாலு இயக்கிய 'ஓளங்கள்' என்ற மலையாள படத்தைப் பார்த்து தியேட்டரில் இருந்து வெளியே வந்து பாலுவை கட்டிப்பிடித்துக் கொண்டு சொன்னேன், ''பாலு என்னை ஒரு இயக்குனர் என்று சொல்லிகொள்வதற்கே அவமானமா இருக்கு''. காரணம், பாலுவின் ஃபிலிம் மேக்கிங் பார்த்து எனக்குள் ஏற்பட்ட தாக்கம் அப்படி. பாலுவின் டைரக்ஷனைப் பார்த்து நான் பொறாமைபட்டிருக்கிறேன். அந்த படம் மாத்திரமல்ல பாலுவின் ஒவ்வொரு படங்களும் என்னை ஆச்சரியப்படுத்தியிருக்கின்றன. பாலுவின் திரைக்கதை அமைப்பு, எடிட்டிங் ஸ்டைல், ஆர்ட்டிஸ்டுகளை ஹேண்டில் செய்யும்விதம் அவை எல்லாம் என்னை வியப்படையசெய்திருக்கின்றன. பாலுவின் படங்கள் மேல் ஏற்பட்ட காதல் காரணம். அவர் கூட ஒரு படத்திலாவது உதவி இயக்குனராக வேலை செய்ய வேண்டுமென்று விரும்பியவன் நான். அதை நான் பாலுவிடம் நேரடியாகவே சொல்லியிருக்கிறேன். அது மட்டுமில்லாமல் தனது கேமராவிலும் லைட்டிங்கிலும் ஒரு புதிய பரிமாணத்தை செய்து காட்டியவர் பாலு. அந்த லைட்டிங் பேட்டர்ன் இன்றுவரை எனக்கு புரியாத புதிராகவே உள்ளது. உண்மைய சொல்லப்போனால் எனக்கு கேமராவை பற்றி ஒண்ணுமே தெரியாது. என் ஆஸ்தான

கேமராமேன் பி. கண்ணன்கிட்ட கேட்டா சொல்லுவார். எந்த லென்ஸ் யூஸ் பண்ணவேண்டும் என்பது பற்றியோ, லைட்டிங் எப்படி வேண்டும் என்பதை பற்றியோ எல்லாம் எனக்கு எதுவும் தெரியாது. நான் அதில் தலையிடுவதுமில்லை. எனக்கு தேவையான காட்சிகளைப் பற்றி என் கேமரா மேனுக்கு தெளிவாக சொல்லிவிடுவேன். அவருக்கு என் டேஸ்ட் தெரியும். காரணம் நான் என் குடும்பத்தோடு செலவழித்த நேரத்தை விட என் பாசத்திற்குரிய கேமராமேன் கண்ணனோடுதான் அதிக நேரம் செலவழித்திருக்கிறேன். என் சப்ஜெக்டை சரியாக புரிந்து கொண்டு நான் விரும்பியபடி கச்சிதமாக, அழகாக படமெடுத்து திரையில் காட்டிடுவார்.

என்னை பொருத்தவரை ஃப்ரேமின் அளவு, *emotional, performance* இந்த மூன்று விஷயங்களில் மட்டுமே என் கவனம் இருக்கும். கேமரா வழியாக பார்ப்பேனேதவிர அதை பற்றி எதுவும் தெரியாது. லைட்டின் பெயர் கூட எனக்கு சரியாக தெரியாது. ஆனால் ஒரு ஒளிப்பதிவாளனின் சிரத்தை பற்றியும், சவால்கள் பற்றியும் எனக்கு தெரியும். கேமராவை பற்றி தெளிவாக தெரிய வேண்டுமென்றால் நல்ல அறிவு வேண்டும். நான் ஒரு பாமரன். அதனால் அதை பற்றி எதுவும் கற்றுகொள்ளவிரும்பவில்லை. சினிமா பைத்தியத்தால் சென்னைக்கு ஓடி வந்து கஷ்டப்பட்டு எப்படியோ ஒரு இயக்குனர் ஆகிவிட்டேன். ஆனால் பாலு அப்படியல்ல. புனே திரைப்படக் கல்லூரியில் முறையாக சினிமா கலையைப் படித்து கோல்டு மெடல் வாங்கிய ஒரு சகலகலா வல்லவன். *Balu is Poety*. சிலர் இறுபது லைட்ல படம் எடுப்பாங்க. ஆனா பாலு வெறும் இரண்டு லைட்ல படம் எடுப்பார். அது மட்டுமல்ல *without light*-ல் படம் எடுக்கின்ற ஒரு இயக்குனர் பாலுமகேந்திராவாகத் தான் இருக்கும்.

இன்று பல இயக்குனர்களுடைய ஷூட்டிங் செட்டை பார்த்தால் நிறைய லைட், ஜெனரேட்டர், வாகனங்கள், காரவேன், ஆள் கூட்டம் என்று ஒரே கும்பலாக இருக்கும். ஆனால் பாலுவின் ஷூட்டிங் செட்டைப் பார்த்தால் ரொம்ப அமைதியாக இருக்கும். எந்த ஒரு நெரிசலும் இருக்காது. தேவையற்ற ஆள் கூட்டமோ, வாகனங்களோ எதுவும் இருக்காது. குத்துவிளக்கு ஏற்றி வைத்தது போல இங்க ஒரு லைட், அங்க ஒரு லைட் வைத்து ரொம்ப அழகா படம் பிடிப்பார். அதுதான் பாலுவின் ஸ்டைல். *He is a poet* செல்லுலோய்டு *poet*.

திரும்பி பார்க்கும்போது எங்கள் நட்புக்கு 40 வருடங்கள் முடிந்துவிட்டது. என்னை அன்போடு பாரதி என்று அழைக்கின்ற என் சமகாலத்து நண்பன் இன்று என்னோடு இல்லையே என்று நினைக்கும்போது எனக்கு வேதனையாக உள்ளது.

திரைப்படத்துறையில் நான் மிகவும் நேசித்த, என்னை ஆச்சர்யப்பட வைத்த மரியாதைக்குரிய என் நண்பன் பாலு இந்திய சினிமாவின் பொக்கிஷமாக என்றும் வாழ்ந்து கொண்டிருப்பார்.

## பல்லவி அனுபல்லவியில் பாலுவோடு - மணிரத்னம்

நான் சினிமாவை ரசித்தது ஒரு ரசிகனாக மட்டும்தான். அது என் தொழிலாக மாறும் என்று நான் ஒருபோதும் எண்ணியதே கிடையாது. கலைத்துறையில் என்னை முழுவதுமாக ஈடுபடுத்திக்கொள்வேன் என்றோ, கதை எழுதிப் படங்களை இயக்குவேன் என்றோ கனவில் கூட நினைத்ததில்லை. 1977-ம் ஆண்டு என் கல்லூரிப் படிப்பை முடித்துவிட்டு கிட்டத்தட்ட ஒன்றறை ஆண்டுகள் ஒரு கம்பெனியில் கன்சல்டன்சியாக வேலை பார்த்துவந்தேன். அந்த வேலையில் எனக்கு அதிகம் ஆர்வம் இருந்திருக்கவில்லை. அதற்கு பிறகு 1980-ல் பல்லவி அனுபல்லவி என்றொரு திரைக்கதையை எழுதத் தொடங்கினேன். ஒரு மாதத்திற்குள் அதை ஆங்கிலத்தில் எழுதி முடித்துவிட்டேன். எழுதி முடித்த போது அதை ஏன் நாமே இயக்கக்கூடாது என்ற எண்ணம் எனக்கு தோன்றியது. பல்லவி அனுபல்லவி திரைக்கதையை எழுத எடுத்துக்கொண்ட நாட்களை விட அது மொழிபெயர்க்க எடுத்துகொண்ட நாட்கள்தான் அதிகம்.

1983 ஜனவரியில் பல்லவி அனுபல்லவி வெளியாகும் வரை என் வாழ்க்கை போராட்டம் நிறைந்ததாகவே இருந்தது. எனக்கு அப்போதெல்லாம் யாரிடமாவது போய் உதவி இயக்குனராக வேலை செய்வதில் விருப்பம் இருந்ததில்லை. காரணம் நிறையப் படங்களில் வேலை செய்ய வேண்டிவரும் என்பதினால், அதிலேயே நிறைய ஆண்டுகள் உருண்டோடிவிடும். ஆகையால் திரைக்கதை எழுதி முடித்ததும், பல தயாரிப்பாளர்களை சந்தித்து வாய்ப்பு கேட்டேன். யாரும் என்னை நம்பி முதலீடு செய்ய முன்வரவில்லை. அதற்குக் காரணம் ஒரு படம் இயக்குவதற்கான அனுபவமோ, தகுதியோ எனக்கிருக்கவில்லை. நான் சினிமா கற்றுக்கொண்டது புத்தகங்களிலிருந்தும் சினிமாவிலிருந்து மட்டும்தான். தயாரிப்பாளர்கள் யாரும் கிடைக்கவில்லை என்றதும் நான் ஒரு முடிவுக்கு வந்தேன். என் திரைக்கதையை ஏதாவது ஒரு பிரபலமான இயக்குனரிடம் கொடுத்து விட்டு, அந்த இயக்குனரிடம் உதவி இயக்குனராக வேலை செய்து கொண்டு திரைப்படக் கலையைக் கற்றுக்கொள்ளலாம் என்பதே என் எண்ணமாக இருந்தது. அதுவும் நடக்கவில்லை என்றால் திரும்பவும் பழைய வேலைக்கு போய்விடலாம் என்று தீர்மானித்திருந்தேன். அப்படி சினிமா கற்றுக் கொள்ள நான் தேர்ந்தெடுத்த இயக்குநர்கள் கே. பாலச்சந்தர், பாரதிராஜா, மகேந்திரன் ஆகியோரிடம் முயற்சி செய்யலாம் என்று முடிவெடுத்தேன். சில காரணங்களால் அதுவும் சரிவர ஒர்க்அவுட் ஆகவில்லை.

அந்த சமயத்தில்தான் மகேந்திரன் இயக்கிய முள்ளும் மலரும் என்ற படம் பார்க்க நேர்ந்தது. அதில் பாலுமகேந்திராவின் ஒளிப்பதிவு என்னை ரொம்பவும் கவர்ந்தது. என்னை அந்தக் கலைஞனோடு பணிபுரிய வேண்டும் என்ற ஆசையைத்

தூண்டியது. அவர் ஒளிப்பதிவு செய்திருந்த விதம் என்னை பிரமிக்க வைத்தது. அந்த படத்தின் ஒளிப்பதிவு எனக்கு பல விஷயங்களை புரிய வைத்தது. அந்த படத்தில் பல புது உத்திகளை அவர் கையாண்டிருப்பார். ஒரு தமிழ்ப்படம் பார்க்கப் போகிறீர்கள். ஆனால் அங்கே புதுமையாகச் செவ்வகம் போல் 35 எம்.எம். ஃபிலிமில் வைடாகக் காட்சிகள் விரிகின்றன. இது முற்றிலுமாகப் புதியதொரு ஃபார்மட். முழுக்க முழுக்க இயற்கை ஒளியையே உபயோகப்படுத்தியிருப்பார். சில இடங்களில்ம பேபி ஸூம் உத்தியைப் பயன்படுத்தியிருப்பார். ஃப்ரேமில் இருவர் இருப்பார்கள். ஒருவர் ஃப்ரேமை விட்டு வெளியே செல்ல, மெதுவாக அடுத்தவரை நோக்கி ஸூம் செய்திருப்பார். மிகச் சிறிய அளவில் செய்யப்பட்ட அந்த ஸூம், ப்ரேம் காம்போசிஷனை சமநிலைப்படுத்த உதவியிருக்கும்.

அந்த விஷயங்கள் எல்லாம் அதுவரை தமிழ்சினிமா கண்டிராத ஓர் உத்தி. ஒரு கதாபாத்திரத்திலிருந்து வேகமாக ஸூம் அவுட் செய்வதோ, இல்லையேல் யாருடைய முகத்துக்காவது ஸூம் இன் செய்வதோ தான் தமிழ் சினிமாவில் வழக்கமாகப் பயன்படுத்தப்படும் உத்தி. இங்கே மிக நுண்ணிய முறையில் செய்யப்பட்ட அந்த ஸூமோடு பின்னணி இசையும் சேர்ந்து கொண்டதால் காட்சி கவித்துவம் ஆகியிருந்தது பார்ப்பதற்கு மிக அருமையாக இருந்தது. பின்னாளில் எனக்கும் ஒரு தயாரிப்பாளர் கிடைத்தபோது பாலுமகேந்திராவை தொடர்பு கொள்வதற்கான விவரங்கள் என்னிடம் இருந்திருக்கவில்லை. அவர் போன் நம்பரைத் தேடிக் கண்டுபிடித்து, ஹோட்டல் பாம்குரோவில் இருக்கிறார் எனத் தெரிந்துகொண்டு அங்கே சென்று அவரைச் சந்தித்தேன். அங்கே அவர் ஏதோ கதை விவாதத்தில் ஈடுபட்டிருந்தார். பீட்டர் செல்வகுமாரின் படத்துக்கு ஒளிப்பதிவு

செய்யப் போவதாக சொன்னார். என்னை மறுநாள் வந்து பார்க்கச் சொன்னார். நான் மறுதினம் என் பைக்கில் அவருடைய வீட்டிற்குச் சென்றேன். அவர் வீட்டு மேல் மாடியில் அமர்ந்தவாறு கதையைச் சொன்னேன். என் கதையைக் கேட்ட உடனே படத்தில் பணிபுரிய ஒப்புக் கொண்டார். நான் அவரிடம் இது என் முதல் படம், அதனால் கேமரா டெக்னிக் விஷயங்கள் எல்லாம் மிகவும் சிறப்பாக இருக்க வேண்டும் என்பதை உறுதிப்படுத்திக் கொண்டேன். என் எண்ணத்தை புரிந்து கொண்டு அவர் சிரித்தார்.

என்னை இளையராஜாவிடம் அறிமுகம் செய்துவைக்க முடியுமா என்று பாலுமகேந்திராவிடம் கேட்டேன். சரி என்று ஏற்றுக்கொண்டு என்னை இளையராஜாவிடம் அறிமுகம் செய்துவைத்தார். அதுபோல் பாலு மகேந்திராவின் கன்னடப் படமான கோகிலாவில் பணியாற்றிய உதவி இயக்குனரான சிவானந்தாம் என்றொருவரையும் எனக்கு அறிமுகப்படுத்தி பல்லவி அனுபல்லவி படத்தில் அசோசியேட் ஆகபணியாற்ற செய்தவர் பாலுமகேந்திரா.

பல்லவி அனுபல்லவி படத்தின் படப்பிடிப்பு ஆரம்பித்த மூன்று நான்கு தினங்களில் பாலுமகேந்திராவிடம் சென்று, "சார் இது எல்லாவற்றையும் உங்களிடம் ஒப்படைத்துவிட்டு எங்காவது ஓடிவிடப் போகிறேன்" என்றேன். "மணி எனக்கும் முதல் படம் இயக்கும்போது அப்படித்தான் இருந்தது. கவலையை விடு. இந்த விரக்தியான எண்ணங்கள் விரைவில் மறைந்துவிடும்" என்றார். அவர் சொன்னது சரிதான். ஒரு கதை காகிதத்திலிருந்து நிஜ வடிவம் பெறும்போதுதான் சிரமமான நிறைய விஷயங்களை சந்திக்க வேண்டிவரும். கடைசி மூன்று நாட்கள் படப்பிடிப்பு மீதம் இருந்த நிலையில் படத்தின் பட்ஜெட் தீர்ந்துவிட்டது. படத்தை நிறைவு செய்ய, நாங்கள் ஒரு வருடம் ஒன்பது மாதம் காத்திருக்க

வேண்டியிருந்தது. கால்ஷீட் பிரச்சனைகள் வேறு. ஒவ்வொரு நாளும் ஒரு சிறு யுத்தமே நடந்தது.

பதினைந்து நாட்கள் படப்பிடிப்பு என்று முடிவு செய்து புறப்படுவோம். ஆனால் பத்து நாட்களுக்கு ஜெனரேட்டர் வேன், லைட்கள் ஏதும் இருக்காது. வெறும் கேமராவையும் ரிஃப்ளக்டரையும் மட்டும் வைத்துக் கொண்டு படப்பிடிப்பு நடத்துவோம். இந்த நிலையில் என் நிறை குறைகளைச் சரியாக புரிந்துகொண்டு மிக அக்கறையோடு என் முதல் படத்திற்கு ஒளிப்பதிவு செய்து கொடுத்தவர் பாலுமகேந்திரா. அந்த படத்தில் அவருடைய பங்கும், ஒத்துழைப்பும் எனக்கு மிகவும் பெரியதாக இருந்தது. அவரோடு சேர்ந்து ஒரு படத்திலாவது பணியாற்ற முடிந்ததே என்பதை எண்ணி நான் பெருமைப்படுகிறேன். அந்தப் படம் எனக்கு நிறைய அனுபவங்களைக் கற்றுத்தந்தது. பாலுமகேந்திராவோடு பணியாற்றிய அந்த நாட்களை எனக்கு ஒரு போதும் மறக்க முடியாது.

பாலுமகேந்திராவின் ஒளிப்பதிவு இந்திய சினிமாவில் ஒரு மாற்றத்தை ஏற்படுத்தியவை. மிகக்குறைவான ஒளிப்பதிவு கருவிகளை மட்டும் வைத்துக்கொண்டு சிறப்பான காட்சிகளை நம் கண்முன் கொண்டு வந்து நிறுத்தி ஆச்சர்யப்பட வைத்த கேமரா கலைஞன்.

## பாலுமகேந்திராவுக்கு பாடம் கற்பித்தேன் - பி.என். மேனன்

பூனே திரைப்படக்கல்லூரியில் இருந்து இரண்டு இளைஞர்கள் எனக்கு அடிக்கடி கடிதம் எழுதிக் கொண்டு தொடர்பில் இருந்தார்கள். அவர்கள் இருவரையும் எனது 'பணிமுடக்கு' என்ற மலையாள படத்தின் மூலமாக அறிமுகம் செய்தேன். ஒருவர் மலையாள நடிகர் மோகன். மற்றொருவர் ஒளிப்பதிவாளர் பாலுமகேந்திரா.

முதல் நாள் ஷூட்டிங் பற்றி என் முன்னிலையில் பாலுமகேந்திரா கூறிய சில சுவாரஸ்யமான விஷயங்கள்;

படத்தில் வேலை நிறுத்த போராட்டம் ஆரம்பித்த பிறகு, இழுத்து மூடப்பட்ட ஃபாக்டரி கேட் வாசலுக்கு முன்னால் சம்மணம் போட்டுக்கொண்டு, பீடி குடித்தபடி, சீட்டாடும் தொழிலாளர்களுடைய காட்சிதான் முதல் ஷாட். அந்த படத்தின் கதாநாயகனான மதுவை சீட்டாடும் கும்பலில் ஒருத்தராகத்தான் பதிவு செய்திருந்தோம்.

சீட்டாட்டத்தைக் கவனித்துக் கொண்டு அந்த கும்பலோடு நிற்கும் நடிகர் மது, திரும்பி கேமராவை நோக்கி வருவார். அப்படி

வரும்பொழுது இருபுறமும் வெளிச்சம் குறைவாக இருக்கக்கூடிய ஒரு மதில் சுவருக்கிடையில்தான் அவர் நடந்துவர வேண்டும். அதில் ஒரு சிக்கல் இருந்தது. காட்சியின் ஆரம்பத்தில் நடிகர் மது சீட்டாடும் கும்பலுக்கு பக்கத்தில் நிற்கும் போது அவர் பளிச்சென்று தெரிவார். அதற்கு பிறகு அவர் அங்கிருந்து நடந்து வரும்போது இருள் சூழ்ந்தது மாதிரியான குறைவான வெளிச்சத்தில் தான் அவர் முகம் பதிவுசெய்யப்பட்டிருக்கும்.

பாலுமகேந்திராவுக்கு ஒரே குழப்பம். காரணம் நடிகர் மது மலையாளத்தில் அப்போது பெரிய ஹீரோ. படத்தின் கதாநாயகனும்கூட. நாயகனை திரையில் காட்டும்போது நன்றாக லைட்டிங் செய்து பளிச்சென்று பிரகாசமாக காட்ட வேண்டும் என்பதுதானே காலகாலமாக கடைபிடித்துவரும் சினிமா பாணி. ஆகையால் நடிகர் மது நடந்துவரும் வழியை கொஞ்சம் லைட்டிங் செய்தால், சீட்டாட்ட கும்பலின் காட்சியும், நடிகர் மதுவின் முகமும் ஒரே அளவிலான வெளிச்சத்தில் கச்சிதமாக இருக்கும். அப்படி செய்யவில்லையென்றால் இரண்டு காட்சிகளும் வெவ்வேறுவிதமான லைட்டிங் டோனில் தெரியும். அதனால் கேமரா ஃபோக்கஸ் சீட்டாட்ட கும்பலை விட்டு கொஞ்சம் திரும்பி நடிகர் மதுவின் முகத்துக்கு கொண்டுவந்தால் நன்றாக இருக்கும் என்று என்னிடம் சொன்னார். ஆனால் நன் அதை ஏற்கவில்லை.

பாலு... அது வேண்டாம்... *camera focus* சீட்டாட்ட கும்பலுக்கு மட்டும் போதும். மது நடந்து இருட்டிலேயே போகட்டும் என்றேன்.

பாலுமகேந்திராவுக்கு அப்போதும் சந்தேகம் தீர்ந்தபாடில்லை. கடைசியில் என்னிடம் நேரடியாக கேட்டுவிட்டார். ''சார் அவர் ஒரு பெரிய நடிகர். படத்தின் நாயகனும் கூட. அவரை இருள் சூழ்ந்தது மாதிரியான வெளிச்சத்தில் காட்டினால் நன்றாக இருக்குமா?''

"அதனால் என்ன? நாயகன் எப்போதும் நல்ல வெளிச்சத்தில் பளிச்சுன்னு தெரிய வேண்டும் என்கிற சட்டம் சினிமாவில் இல்லை பாலு. நடிகர் மதுவும் அந்த கும்பலில் ஒருவர் அவ்வளவுதான். அதுமட்டுமல்ல அந்த கதாபாத்திரத்தின் சூழல் அப்படி. அவர் மனம் முழுவதுமாக இருட்டு சூழ்ந்திருக்கிறது. ஆகையால் அந்த கதாபாத்திரம் இருட்டில் போவது தவறில்லை என்பதை விளக்கினேன்".

அவர் மட்டுமல்ல, அவரோடு சேர்ந்து போராடுகின்ற அனைத்து தொழிலாளர்களுடைய முகங்களிலும் வறுமையின் நிழல் சூழ்ந்திருக்கிறது. ஆனால் அவர்களுடைய கண்களில் போராட்டத்தின் வீரியமும், எதிர்பார்ப்பும், தன்னம்பிக்கையும் பிரகாசமாக எடுத்து காட்டவேண்டும் என்றேன்.

உள்ளுக்குள் தீ எரிந்து கொண்டு இருக்கும்போதும் தன்னம்பிக்கையை கைவிடாமல் போராடிக் கொண்டிருப்பவர்கள் தான் அந்த சீட்டாட்ட கும்பல். ஆகையால் லைட்டிங் அந்த கும்பலுக்கு மட்டும் போதும் என்று திட்டவட்டமாக கூறினேன்.

அதோடு "பாலு... இது என்னுடைய சினிமா. இங்கு நான் தீர்மானிப்பதுதான் சட்டம்... Do what I say..." என்று சொன்னேன். அதை கேட்ட பாலு, வெளிப்படையாக தெரிவித்த கருத்து - இதுதான் "இப்படி இதுவரை நான் கற்றுக்கொண்ட ஒளிப்பதிவு டெக்னிக்கும், சினிமாவை பற்றி நான் உருவாக்கி வைத்திருந்த சில தவறான சம்பிரதாயங்கள் உட்பட அனைத்தையும் உடைத்தெறியப் பட்ட தருணம் அது அந்த படம் எனக்கு முதல் படம் மட்டுமல்ல ஒரு பாடமாகவும் அமைந்தது. இயக்குநர் பி.என். மேனன் என்ற குருவிடம் இருந்து கற்றுக்கொண்ட அந்த பாடங்கள்தான் பிற்காலத்தில் என் திரையுலக பயணங்களில் உதவியாகவும், பலமாகவும் அமைந்தது."

# மார்வெலஸ் டைரக்டர்- சுரேஷ் கிருஷ்ணா

பாலுமகேந்திரா சாரை பற்றி சொல்லணும்ணா அவருடைய ஒவ்வொரு படமும் ஒரு மாஸ்டர் பீஸ்னு சொல்லலாம். அந்த படைப்புகளை ஒரு பொக்கிஷமாக பாதுகாக்க வேண்டும்.

நான் பிறந்து வளர்ந்ததெல்லாம் பாம்பே. ஆனா நான் முதன் முதலில் உதவி இயக்குனராக போய் சேர்ந்தது தமிழில் பிரபல இயக்குநரான எல்.வி. பிரசாத் சாரிடம். அதுக்கப்புறம் கே. பாலச்சந்தர் சார் இயக்கிய 'ஏக் து ஜே கேலியே' என்ற ஹிந்தி படத்தில் வேலை செய்ய வாய்ப்பு கிடைத்தது. அப்பதான் எனக்கு கமல்ஹாசன் சாரும் அறிமுகம். அப்ப கமல் சாருக்கு நிறைய ஹிந்தி படங்களுக்கு வாய்ப்பு வந்தது. அந்த சமயத்துல இங்கு மூன்றாம்பிறை ரிலீசாகி நல்லா ஓடிகிட்டு இருந்தது. அந்த படத்தை ஹிந்தியில எடுக்க முடிவு பண்ணாங்க. அந்த படம் ஆரம்பிச்சு ஒரு ஷெட்யூல் முடிஞ்சதுக்கப்புறம் கமல் சார்வந்து என்கிட்ட, ''சுரேஷ், மூன்றாம் பிறை ஹிந்தியில 'சத்மா'னு சொல்லி எடுத்துக்கிட்டு இருக்கோம். அங்க ஹிந்தியில சரியான ஆள் இல்ல. நீ வந்து

கொஞ்சம் அட்டண்ட் பண்றியா ஷுட்டிங்லாம், அப்டினாரு. நான் பாலசந்தர் சார்கிட்ட பர்மிஷன் கேட்டுட்டு ஒரு ஷெட்யூல் வர்க் பண்ணினேன். அப்பதான் பாலுமகேந்திரா சாரை நான் முதன் முதலா மீட் பண்ணினேன்.

ஃபோட்டோகிராபின்னா அது பாலுமகேந்திரா சார்தான். காரணம் ஊட்டிய அந்தளவுக்கு யாரும் அழகா காட்டினதில்லை. ஒரு *pentastic photographer.* பாலு மகேந்திரா சாரோட மூன்றாம் பிறை *making* பார்த்திட்டு *is not only Cameraman is the marvellous Director*-னு ஃபீல் பண்ணிருக்கேன் நான்.

எனக்கு ரொம்ப சந்தோஷம் அளித்த விஷயம் என்னனா கமல் சாருக்கு மூன்றாம்பிறையில் நடித்ததுக்கு தேசிய விருது கிடைத்ததுதான். காரணம் அது ரொம்ப கடினமான ரோல். அப்படி ஒரு கதாபாத்திரத்தை ஏற்று நடிப்பது மிக சிரமமான விஷயம். அவர் கூட *teen age women* இருக்கு. அந்த கேரக்டரை ஒருசின்ன குழந்தையாக *treat* பண்ணனும். அவளை எந்த இடத்திலும் வேறு மாதிரி பார்க்கக் கூடாது. அந்த சென்ஸிபிலிட்டி கமல் சாரோட *performence*-ல் மட்டுமல்ல அந்த இயக்குநருடைய *making*-லயும் இருந்தது. கமல் சாருக்கு தேசிய விருது வாங்கி கொடுத்ததுக்காக பாலுமகேந்திரா சாருக்கு நான் ரொம்ப நன்றி சொல்லியிருக்கிறேன். ஏன்ன *it is not one ordinary roll. I think marvellous roll.* ஒரு இயக்குநர் அவருடைய மீடியா மேல, வர்க் மேல, திரைக்கதை மேல அப்படி ஒரு கன்ட்ரோல் இல்லேன்னா அது போல ஒரு படம் அமையவே அமையாது. அந்தளவுக்கு பிரமாதமா அமைச்சிருந்தார்.

நான் ‘சத்மா’ படத்தில் வர்க் பண்ணும்போது நடந்த ஒரு சம்பவம் என்னால் மறக்கவே முடியாது. சில்க் ஸ்மிதாவின் ஒரு பாடல் காட்சி ஊட்டியில் வைத்து படமாக்கினோம். ஷுட்டிங்கெல்லாம்

முடிஞ்சு எடிட்டிங்ல வந்ததுக்கப்புறம் பார்த்தா இரண்டு மூன்று க்ளோஸப் தேவைப்பட்டது. அந்த பாடலின் லீடு ஒன்று சேர்த்து கொண்டால் நல்லா இருக்கும்னு தோணுச்சு. ஆனால் ஊட்டிக்கு போற ஐடியா இல்ல. ரிலீஸ் தேதி வேற கிட்ட நெருங்கிட்டிருந்தது. உடனே அவர் விஜயா கார்டனில் ஒருநாள் ஷூட்டிங்கிற்கு ஏற்பாடு செய்தார். எனக்கு ஒரே குழப்பம். ஊட்டிய எப்படி இங்க மேட்ச் பண்ணமுடியும். காரணம் ஊட்டியின் அந்த *landscape, soft lightings, atmosphiar* இவையெல்லாம் சென்னை *climate*-டோட எப்படி மேட்ச் ஆகும் என்ற கேள்வி எனக்குள் எழுந்தது.

அடுத்த நாள் காலை ஸில்க் ஸ்மிதா வந்ததும் அவர் பாட்டுக்கு போய் ஸில்க் ஸ்மிதாவை ஒரு மரத்துகிட்ட நிக்க வச்சாரு. கேமராவை எடுத்துட்டு ஒரு முப்பது அடி பின்னாடி போயிட்டாரு. அங்கேயிருந்து *tally* பண்ணினாரு. அவர் பாட்டுக்கு ஒரு ஃப்ரேமிங்க பண்ணினாரு. அதை யாருக்கும் காட்டவும் மாட்டார். பார்க்கவும் விடமாட்டார். அதுல அவர் ரொம்ப *sensitive*-வா இருப்பாரு. என்ன அப்ரேச்சருன்னு சொல்ல மாட்டாரு. என்ன ஃப்ரேமிங்குன்னு தெரியாது. அப்ப மானிட்டர் கிடையாது. அவர் பாட்டுக்கு கேமராவுல பார்ப்பாரு. *zoom out* பண்ணிட்டு வந்திடுவாரு. ஒத்திகை எல்லாம் பார்த்த பிறகு சுரேஷ் பாத்துக்குங்க, டயலாக் கவனிச்சுக்குங்க, நான் அங்கே இருக்கேன்னு சொல்லிட்டு போயிடுவாரு. அப்ப நான் தான் ஸில்க் ஸ்மிதாவுக்கு பாடல் வரியெல்லாம் ஹிந்தியில கோச்சு பண்ணி சொல்லிக்கொடுப்பேன். காரணம் பாலு சார் வந்து *perfect*-ஆ *lip* இருக்கணும்னு விருப்பப்படுவாரு. அது டப்பிங்கா இருந்தாலும். அன்னைக்கு கரெக்டா பார்த்து அந்த சீன் எடுத்திட்டு அந்த க்ளோஸப் காட்சியை எடிட்டிங் பண்ணி எங்கே போட்டாரு, அவர் எப்படி எடிட் பண்ணி மேட்ச் பண்ணினாருன்னு என்னால் கண்டுபிடிக்கவே முடியல.

ஒரு எடிட்டரால கூட கண்டுபிடிக்க முடியாது. அந்தளவுக்கு *perfect matching & perfect shot*-ஆக இருந்தது அந்த காட்சி.

ஒரு கேமரா மேன் என்ற முறையிலும், படத் தொகுப்பாளர் என்ற முறையிலும், இயக்குநர் என்ற முறையிலும் சினிமா என்ற மீடியா மேல டோட்டலா ஒரு கன்ட்ரோல் இல்லேன்னா அந்த மாதிரி ஒரு மாட்சிங்கும் சரி, சீனும் சரி டீல் பண்ணவே முடியாது. *I think* என்னுடைய *personal favorite film* எதுவென்று கேட்டால் அது மூன்றாம்பிறை & சத்மாதான்.

## வாத்தியாரும் நானும் - சுகா

திருநெல்வேலியில் உள்ள ராயல் டாக்கீஸில் 'அழியாத கோலங்கள்' திரையிடப்பட்ட போது, நான் சின்னப் பையன். பல வருடங்கள் கழித்து செல்வம் தியேட்டரில் அதே 'அழியாத கோலங்கள்' பார்க்க வாய்த்தது. அதுவரை நான் பார்த்து பழகிய சினிமாக்களில் இருந்து முற்றிலும் வேறு ஒரு சினிமாவாக அது இருந்தது. வண்ணதாசனின் கதைகள் போல கதையே சொல்லாமல் நெஞ்சைப் போட்டு அப்படி ஓர் அழுத்து அழுத்தியது. அதன் பிறகு 'யாத்ரா' என்றொரு மலையாளப் படம். பாலுமகேந்திரா என்ற பெயர் என் மனதில் ஆழப் பதியத் தொடங்கியது. பிறகு 'ஓளங்கள்', 'மூடுபனி', 'மூன்றாம்பிறை', 'வீடு', 'சந்தியாராகம்' எனப் பல படங்கள் என்னை ஈர்த்தன. பட்டப்படிப்பு முடித்துவிட்டு, எந்த எதிர்கால நோக்கும் இல்லாமல், நான் உண்டு, எனது இசை வகுப்புகள் உண்டு என்றிருந்த சமயத்தில்தான், பார்வதி தியேட்டரில் 'வண்ண வண்ண பூக்கள்' படம் பார்த்தேன். அதற்கு முன்பு வரை தோன்றாத யோசனை மனதைத் தூண்ட, பாலுமகேந்திரா என்ற கலைஞருக்கு ஒரு கடிதம் எழுதினேன்.

நான்கைந்து நாட்களிலேயே அவரிடமிருந்து பதில் வந்தது. கடிதத் தொடர்பு பலப்பட, 'கிளம்பி வாடா' என்றார். வந்தேன்.

எட்டு வருடங்கள், வாத்தியாருடன் இருந்து சினிமாவையும் வாழ்க்கையையும் கற்றுக்கொண்ட அற்புதமான காலம். திருநெல்வேலி மாதிரியான ஒரு சிறு நகரத்தில் இருந்து வந்திருந்த ஓர் இளைஞன், அதற்கு முன்பு ஓரிரு முறை மட்டுமே பார்த்திருந்த பிரம்மாண்ட மாநகரமான சென்னையையும், 'சொப்பனத் துறை' சினிமாவையும் பார்த்து மிரண்டுவிடாமல், மிக முக்கியமாக மனம் முழுதும் வியாபித்திருந்த தாழ்வு மனப்பான்மையைப் பூப்போல வருடிக்கொடுத்து அகற்றினார் வாத்தியார்.

சினிமாத் துறையைச் சேர்ந்தவர்கள் எல்லோரும் ஒரு கூரையின் கீழ் வாழ்பவர்கள், கக்கூஸுக்கே காரில்தான் போவார்கள் என்ற பாமரத்தனமான நம்பிக்கைகளை எல்லாம் அடித்து நொறுக்கினார். அப்போது வாத்தியாரிடம் ஒரு பழைய அம்பாஸடர் கார் இருந்தது. கதவோரங்களில் துரு பிடித்திருக்கும். முன் ஸீட்டின் ஒரு கதவு நிரந்தர செவிடு. எத்தனை முறை 'பூங்கதவே தாழ் திறவாய்' பாடினாலும் திறக்காது. டிரைவர் ஸீட் வழியாகத்தான் ஏறவேண்டும். எங்காவது சென்றால், வாத்தியார் இறங்கிய பிறகு காருக்குள் இருந்து கொண்டு தவிப்பேன். டிரைவர் இறங்கும் வரை பொறுக்கமாட்டாமல் அவரை இடித்துக்கொண்டு இறங்கி வாத்தியாரைப் பிடிக்க ஓடுவேன்.

வாத்தியாருடன் நான் இருந்த ஆரம்பகாலம் வெகு சிரமமான ஒரு காலகட்டம். இருந்த அந்தப் பழைய காரையும் கொடுத்த பின் ஆட்டோவில் பயணிப்போம். நடக்கும் தூரம் என்றால்... நடைதான். சாலிகிராமத்து வீதிகளில் வாத்தியாருடன் நான் நடந்து செல்லாத பகுதியே இல்லை. அப்படி நடக்கும் போது எல்லாம்

இளையராஜாவின் 'How to name it' மனதுக்குள் ஒலிக்க, 'வீடு' திரைப்படத்தில் சொக்கலிங்க பாகவதர் தன் பேத்திகளுடன் வீடு பார்க்க நடந்து செல்வதை நினைத்துக் கொள்வேன். சமயங்களில் தாங்கமாட்டாமல் வாத்தியாரிடம் குறைபட்டுக்கொள்வேன்.

"ரொம்ப சங்கடமா இருக்கு சார்"

"எதுக்குடா?"

"இப்பிடி நடந்து போறோமே"

"அறிவின்மைக்குத்தான்டா வருத்தப்படணும். இடியட், இதுக்கு போயி கலங்கலாமா? Beggars can't be choosers" என்று எளிதாக உணர்த்துவார்.

படங்கள் இல்லை. வேறு வேலைகளும் இல்லை. கிட்டத்தட்ட இரண்டு வருடங்கள். ஆனாலும் வாழ்க்கை வெறுமையாக இல்லாமல் நிறைவாகவே இருந்தது. காரணம், வாத்தியாரின் நூலகத்தில் இருந்த புத்தகங்கள். திருமூலரில் தொடங்கி, திலீப்குமார் வரை வகைவகையான, விதவிதமான எழுத்தாளர்களின் புத்தகங்களுடன் நாளும் பொழுதும் பயனுடன் ஓடும்.

எழுத்தாளர்கள் செ.யோகநாதன், கணேசலிங்கம் போன்றவர்கள் வந்து பேசிக் கொண்டிருப்பார்கள். கோமல் சுவாமிநாதனைச் சந்திக்க 'சுபமங்களா' செல்வோம். அங்கு வாத்தியாரும் கோமலும் பேசிக்கொண்டிருக்க, நான் எங்களூர்க்காரர் 'அண்ணாச்சி' வண்ணநிலவனுடன் பேசிக்கொண்டு இருப்பேன்.

ஜெயகாந்தன், சுஜாதா (வாத்தியாருக்கு அவர் ரங்கா) போன்றவர்களைச் சந்திக்கச் செல்லும்போதும் வாத்தியார் உடன் அழைத்துச் செல்வார்.

வாத்தியாரின் படங்களில் இசை சிறப்பாக இருப்பதற்குக் காரணம், அவரது இசை ஆர்வம்தான். சிறுவயதில் புல்லாங்குழல் பயின்றிருக்கிறார். பழைய இந்தித் திரைப்படப் பாடல்களின் காதலர் அவர். 'செம்மீன்' எடுத்த ராமு கரியத்தின் 'நெல்லு' படம்தான் அவர் ஒளிப்பதிவாளராகப் பணியாற்றிய முதல் படம். அதற்கு இசையமைத்த சலீல் சௌத்ரிதான் வாத்தியார் முதலில் இயக்கிய 'கோகிலா' கன்னடப் படத்துக்கும், பின்பு தமிழில் முதலில் இயக்கிய 'அழியாத கோலங்கள்' திரைப்படத்துக்கும் இசையமைத்தார். அந்தப் படத்தின் 'நான் எண்ணும் பொழுது' என்ற டைட்டில் பாடல், சலீல் சௌத்ரி ஏற்கெனவே இந்தியில் இசை அமைத்து, ரிஷிகேஷ் முகர்ஜியின் இயக்கத்தில் வெளியான 'ஆனந்த்' திரைப்படத்தின் 'நா ஜீயா லாகே நா' என்ற பாடலின் மெட்டு.

ஒரு திரைப்படத்தின் பின்னணி இசையில் மௌனத்தின் முக்கியத்துவத்தை உணர்த்தும் விதமாக இளையராஜா அவர்கள் அட்டகாசமாக இசையமைத்திருந்த 'மூடுபனி' திரைப்படம்தான் வாத்தியாருடன் அவர் இணைந்த முதல் படம். அதுவே அவருக்கு நூறாவது படமும் கூட.

வாத்தியாருக்கும் இளையராஜா அவர்களுக்குமான பெரும்பாலான உரையாடல்களின்போது எஸ்.டி. பர்மன், மதன்மோகன், ரோஷன் போன்றவர்களின் பழைய இந்திப் பாடல்களை இருவருமே மாறி மாறிப் பாடிக்கொண்டு இருப்பார்கள். அப்படி ஒரு பிரமாதமான இசைச் சூழலில்

வாத்தியாரின் வேண்டுகோளை ஏற்று கல்யாண்ஜி, ஆனந்த்ஜியின் இசையமைப்பில் உருவான 'உப்கார்' திரைப்படத்தில் மன்னாடேயின் அற்புதமான குரலில் அமைந்த 'கஸ்மோன் வாதே பியார் வஃபா சப்' என்னும் பாடலை 'நீங்கள் கேட்டவை' திரைப்படத்தில் பயன்படுத்தினார் இளையராஜா. 'கனவு காணும் வாழ்க்கை யாவும்' என்ற அந்தப் பாடலின் *interludes*-ஐ முற்றிலும் புதிதாக அமைத்து, அந்தப் பாடலை வேறு ஓர் உயரத்துக்கு எடுத்துச் சென்றிருந்தார். வாழ்க்கையின் நிலையாமையை உணர்த்தும் வரிகளைக் கொண்ட அந்தப் பாடலின் ஒவ்வொரு ஷாட்டிலும் பாலுமகேந்திரா என்னும் அற்புதமான கலைஞனை நாம் காணலாம்.

'நாங்களும்தான் ஊட்டியில் படம் பிடிக்கிறோம். ஆனாலும் பாலுமகேந்திராவின் ஊட்டி விசேஷமாகத் தெரிவதற்குக் காரணம், அது பாலுமகேந்திராவின் ஊட்டி!' என்று ராஜீவ் மேனன் ஒருமுறை சொன்னார். ஊட்டியில் ஒருமுறை வாத்தியாருடன் காரில் சென்றுகொண்டு இருக்கும்போது 'கேத்தி' ரயில்வே ஸ்டேஷனில் காரை நிறுத்தச் சொல்லி நடந்து சென்றார்.

எதுவுமே பேசவில்லை. சிறிது நேரம் அங்கு உள்ள ஒரு பெஞ்சில் அமர்ந்திருந்தார். மீண்டும் காரில் ஏறிச்செல்லும் போதுதான் அந்த இடம் தெரிந்தது... எதுவும் பேசாமல் வாத்தியார் அவ்வளவு நேரம் அமர்ந்திருந்தது, 'மூன்றாம் பிறை'யின் இறுதிக் காட்சியில் கமல் வந்து அமரும் கேத்தி ரயில்வே ஸ்டேஷனின் பெஞ்ச் என்பது.

இன்னொரு சமயம் ஊட்டியில் பாடல் காட்சிக்கான இடத்தேர்வுக்கு அலையும்போது கண்ணில் பட்ட சிறு குன்று ஒன்றில் சிரமப்பட்டு ஏறிச் சென்று பார்த்தேன். அந்தப் பகுதி

வாத்தியாருக்குப் பிடிக்கும் என்று தோன்றியது. அவசர அவசரமாகச் சென்று அவரை அழைத்து வந்தேன். பொறுமையாக ஏறி வந்தார். குப்பையும் கழிவுகளுமாக இருந்த அந்தப் பகுதிக்கு வந்து நின்று பார்த்த வாத்தியார் மெதுவான குரலில் சொன்னார், ''யாத்ரா படத் க்ளைமாக்ஸ்ல ஷோபனா, மம்மூட்டிக்காக நெறைய வெளக்குகள் வெச்சுக்கிட்டுக் காத்திருப்பாங்களே! அந்த இடம் இதுதான்பா!''

ஊட்டியின் ஒவ்வொரு புல்லும் பூண்டும் அவருக்குத் தெரியும்.

சில சமயம் லொகேஷன் பார்க்கச் செல்லும்போது, ஆர்வக்கோளாறில், ''சார், ஸீன் நம்பர் 23-க்கு இது சரியாயிருக்குமே'' என்பேன். ''ஏன்டா அறிவுமதி மாதிரியே ஸீன் நம்பரைச் சொல்றே? என்ன சீன்... அதைச் சொல்லு''. எரிச்சலே படாமல் சொல்வார்.

அசல் கலைஞனான எங்கள் வாத்தியாரை'ஒளிப்பதிவாளராய் இருந்து இயக்குநர் ஆனவர் என்பார்கள்-அவர்களை பார்த்து நாங்கள் சிரித்துக் கொள்வோம்-காரணம், ஒளிப்பதிவும் அவருக்கு தெரியும் என்பதுதான் உண்மை.

## 'லேகயுடே மரணம் ஒரு ப்ளாஷ்பேக்'
### - கே.ஜி. ஜார்ஜ்

'லேகயுடே மரணம் ஒரு ப்ளாஷ்பேக்'

(Lakhayade Maranam oru Flashback)

என்ற மலையாள படத்தின் சில காட்சிகளை நான் ஊட்டியில் வைத்து படமாக்கிக் கொண்டிருந்தேன். அப்போது பாலுமகேந்திர 'மூன்றாம்பிறை' என்ற படத்தை ஊட்டியில் எடுத்து கொண்டிருந்தார். அப்போது அவருடைய யூனிட்டில் இருந்து என் படப்பிடிப்புக்கு ஆட்கள் தேவைப்பட்டபோது அனுப்பியும் வைத்தார்.

நாங்கள் இருவரும் எதிர் பாரத விதமாக ஊட்டியில் சந்தித்து கொண்டபோது பாலு என்னிடம் கேட்டார் "நீங்கள் எடுத்துக்கொண்டிருக்கும் படம் என்னுடைய கதையா? என்று. நான் சிரித்துக் கொண்டே 'ஆமாம்' என்றேன். அந்த படத்தை நான் எடுப்பதற்கு முன்னே அதன் கதை, நடிகை ஷோபாவின் வாழ்க்கை தான் என்று பாலுமகேந்திராவுக்கு ஒரு சந்தேகம் இருந்து வந்தது.

கதை பற்றி நான் ஒரு முறை பாலுமகேந்திராவிடம் நேரடியாக சொல்லவும் செய்திருக்கிறேன்.

அந்த படம் வெளியாகி மிகப் பெரிய வெற்றிடைந்தது. கூடவே படத்தை பற்றிய சில எதிர் விமர்சனங்களும் எழுந்தது. காரணம் அந்த படத்தில் நான் இரண்டு பேரையும் தவறு செய்தவர்களாகத்தான் காட்டியிருந்தேன். அந்த படத்தை பாலுமகேந்திரா பார்த்தாரோ இல்லையோ என்று எனக்கு தெரியாது, ஆனால் அதற்காகவெல்லாம் பாலு என்னிடம் கோபித்துக் கொள்ளவில்லை. அது மட்டுமல்ல அந்த படத்தைப் பற்றி பாலுமகேந்திரா மற்றவர்களிடத்தில் பேசிய போதும் கோபமடையவில்லை, ஒரு வேளை அது அவரின் குணாதிசயமாகக் கூட இருக்கலாம் என்று நான் நினைக்கிறேன்.

ஒரு முறை நான் 'உள்கடல்' என்றொரு மலையாள படத்தை ஆரம்பிக்க போவதை அறிந்துகொண்டு, பாலுமகேந்திரா சென்னையில் நான் தங்கியிருந்த வீட்டிற்கே வந்துசந்தித்து, அந்த படத்தில் ஒளிப்பதிவாளராக பணியாற்ற விருப்பம் தெரிவித்தார், அந்த விருப்பத்திற்கு காரணம் நடிகை ஷோபா அந்த படத்தில் நடிக்கிறார் என்பதினால். ஆனால் அவர்களுக்கிடையிலான பிரச்சனைகள் பற்றி எல்லாம் என்னிடம் இருவரும் எதுவும் சொன்னதில்லை.

நான் பாலுமகேந்திராவின் நண்பர் என்ற முறையில் அவரை ஒருபோதும் குறை சொல்ல மாட்டேன். ஏனென்றால் அன்றைய கோடம் பாக்கம் வாழ்க்கையின் ஒரு பகுதியாக இது போன்ற சம்பவங்கள் இருந்து வந்தன. ஆனால் ஷோபாவிற்கு 'ஏற்கனவே திருமணமான ஒருவரின் மனைவிதான், தான்' என்பதை மறந்து

அவருடைய அன்பு தனக்கானது மட்டுமே என்று எண்ணத்தொடங்கியதுதான் பிரச்சனைகளுக்குக் காரணமானது.

பாலுமகேந்திராவின் இயக்க அழகை பற்றி சொல்ல வேண்டுமென்றால் தமிழில் நான் பார்த்த சிறந்த படங்களில் ஒன்று அவரின் இயக்கத்தில் வெளிவந்த சந்தியாராகம். அது மட்டுமல்ல ஒரு ஒளிப்பதிவாளர் என்ற முறையில் அவருடைய இடம் மிக உயரத்தில் இருக்கிறது. மலையாளத்தில் அவருடைய சிறந்த ஒளிப்பதிவிற்க உதாரணமாக 'நெல்லு' என்ற படத்தை சொல்லலாம் அதேபோல் அன்றைய ஒளிப்பதிவில் அவருடைய Back Light Photography என்பது ஒரு தனி சிறப்பு வாய்ந்த அம்சமாக அமைந்தது.

இன்று வரையிலும் ஒரு அவர் ஒளிப்பதிவு செய்த படங்களைப்பார்த்து வியப்போடும், ஆச்சர்யத்தோடும் பேசிக்கொண்டிக்கிறோம் என்றால் அது 'பாலுமகேந்திரா என்ற மகா கலைஞனை மட்டும் தான்'

## பாலுமகேந்திரா நேர்காணல் - லீனாமணிமேகலை(திரை இதழ்)

'கோகிலா'வில் தொடங்கி, 'அது ஒரு கனாக்காலம்' வரை கிட்டத்தட்ட முப்பதாண்டு காலமா இயங்கிக்கிட்டிருக்கீங்க - எது உங்களை இயக்கிக்கிட்டிருக்கு? திரும்பிப் பார்த்தா என்ன தோணுது?

தொழில்முறையில் குறைந்த சமரசங்களோடு ஓரளவுக்கு நேர்த்தியான படைப்புகளைக் குடுத்திருக்கேன்னு நான் நினைக்கிறேன். 'வீடு', 'சந்தியா ராகம்' அப்புறம் கதை நேரத்தில் சில எபிசோட்கள் தவிர மற்ற என்னோட எல்லாப் படங்களிலும் ஏதோ ஒரு வகையில் சமரசம் செய்திருக்கிறேன். மூன்றாம்பிறை எடுத்துக்கிட்டீங்கன்னா 'பொன்மேனி உருகுதே' பாடல் அந்தப் படத்தில் தேவையில்லாத ஒரு அம்சம். அந்தப் பாடல் இல்லேன்னாலும், அந்தப் படத்துக்கு நஷ்டம் ஒன்றும் வந்திருக்காது. இந்த மாதிரி ஒரு சில குறைகள், நிர்பந்தங்கள் இருக்குன்னாலும் ஒட்டுமொத்தமா நான் அவமானப்படுகிற மாதிரி எதுவும் செய்யலைங்கிற சின்ன திருப்தி இருக்கு.

முதல் படம் செய்தப்ப இருந்த அதே வேகம் இப்பவும் இருக்கா?

நிச்சயமா. என்னுடைய படைப்பாற்றல் அதே வேகத்தோட, துடிப்போட, தாகத்தோட தான் இருக்கு. உடல்ரீதியா, கொஞ்சம் பலம் குறைஞ்சிருக்கு. அதை நான் ஒத்துக்கிட்டேயாகணும். என்னுடைய உதவியாளர்கள் என்னவோ, இன்னும் நான் அதே வேகத்தோடத்தான் வேலை செய்யறதா சொல்றாங்க. படப்பிடிப்பு நடக்கிற இடத்தில் இன்னும் உதவியாளர்கள் என் பின்னாடி ஓடித்தான் வரணும். மனதளவில் எனக்கு வயதானதை இன்னும் நான் உணரவே இல்லை. 26 வயதுக்கு மேல் என் ஆயுள் நகரவே இல்லை. அங்கேயே நிற்கிறேன்.

கவிதையோ, கதையோ எந்த ஒரு படைப்போ உருவாகறதுக்கு ஒரு தருணம் இருக்குதுன்னு சொல்வாங்க. உங்க மனதில் அதுமாதிரி எந்தக் கணத்தில் சினிமா உருவாகுது?

கதை நம்மகிட்ட வந்து சேர்ற விநாடி அஞ்சு வருஷத்துக்கு முன்னாடி நடந்திருக்கலாம். நமக்குத் தெரிஞ்சிருக்கலாம், தெரியாமலும் இருக்கலாம். கதையை தாளில் எழுதுகிற கணம் அதிலிருந்து நிச்சயம் வேறுதான். உதாரணத்துக்கு வீடு கட்ட தொடங்கினாங்க. வீட கட்ற அந்த வேலை, என் தாய் மேல, அது ஏற்படுத்தின தாக்கங்கள், மாற்றங்கள் எனக்கே தெரியாம என் ஏழு வயசு மனசுக்குள்ள போய் சேர்ந்திருக்கலாம். ரொம்பவும் குதூகலமாகவும், அன்பாகவும் சிரிச்சிட்டிருந்த தாய் திடீர்னு இறுக்கமாக இருக்கிறதோ, சிரிக்க மறந்து போனதோ என் மனசை தாக்கியிருக்கலாம். அந்த தாக்கம் பல வருடங்கள் கழித்து வெளிப்பட்டிருக்கலாம்.

படைப்புணர்வுங்கிறது சிலவற்றை எழுதத்தோணும், சிலவற்றை பேசத்தோணும், சிலவற்றை சினிமாவாகச் செய்ய தோணும். உங்க படைப்புணர்வு எப்படி சினிமாவுக்கு ஆட்பட்டது?

என்னோட 13வது பிறந்த நாளன்னைக்கு எங்கப்பா எனக்கொரு கோடாக் கேமிரா பரிசா கொடுத்தாரு. அது அப்ப 14 ரூபாய் 50 பைசா. அந்தக் கேமிராவை ஏன் எங்கப்பா எனக்கு அப்ப பரிசா கொடுத்தாருன்னு தெரியாது.

அந்த கேமராவிலிருந்து படைப்பாற்றல் தொடங்கிச்சுன்னு நெனைக்கிறேன். அப்புறம் கொஞ்ச நாளிலேயே அப்பாகிட்டே நானே கேட்டு வாங்கின 500 ரூபாய் கேமராவை பொத்தி பாதுகாத்து பயன்படுத்தினேன். நான் S.S.L.C படிக்கிறப்பவே லண்டன் போட்டோகிராபி போட்டியில் பங்கெடுத்து பரிசு வாங்கினேன். நான் படிச்ச பள்ளி ஜெஸ்யூட் பாதிரிமார்கள் நடத்தின பள்ளி. எனக்கு ஆசிரியராக இருந்த ஃபாதர் டோரி பெரிய சினிமா ரசிகர். அப்பவே 6 மணிக்கு மேல 16 எம்எம்-ல் தினமும் படம் காமிப்பாரு. ‘பைசைக்கிள் தீவ்ஸ்’ படம் அங்கதான் முதல்ல பார்த்தேன். பூனே இன்ஸ்டிட்யூட் எல்லாம் அப்புறம்தான். அப்ப நான் தொடர்ந்து பார்த்த சினிமாவோட தாக்கம் எனக்கு பயங்கரமா இருந்தது.

ஒவ்வொரு வெள்ளிக்கிழமையும் பாதிரியார் புரொஜெக்டர் மூலம் காண்பிச்ச படங்கள் பெரிய பாதிப்பை ஏற்படுத்திச்சு. ஒரு சமயம் புரெஜெக்டர் லென்ஸை திருடிட்டேன். வீட்ல பெட்ரூம்ல பின்னாடி காற்றோட்டத்திற்காக வெச்சிருந்த 4 துளைகளிலிருந்து மத்தியானம் 3 மணிக்கு மேலே வர்ற சூர்ய ஒளி நேரா சுவர்ல விழும். டூரிங் டாக்கீஸ்ல புரொஜெக்டர் ஓட்டறவன்கிட்ட கையை காலப் பிடிச்சு, டீ வாங்கிக் கொடுத்து, மெஷினை துடைச்சு கெஞ்சிக் கூத்தாடி, அவன் வெட்டிப் போடற ஃபிலிம் எல்லாம் வாங்கி வந்த

லென்ஸ்ல பிடிச்சு, சூரிய ஒளி படறப்ப சுவத்தில படமாக பார்ப்போம். இந்தப் படத்துக்கு என்னோட தங்கை, அண்ணன், பக்கத்துவீட்டு குழந்தைகள் தான் ரசிகர்கள். நாற்காலி போட்டு டிக்கெட் பிரிச்சு ஒரு தியேட்டர் மாதிரி நடத்தி விளையாடுவோம். இதை யாரோ போட்டுக்குடுத்து, லென்ஸை திருடினதுக்காக பிரின்ஸிபல் என்னை கூப்பிட்டுக் கேட்டார். இந்த லென்ஸ் எவ்வளவு விலைன்னு தெரியுமான்னு கேட்டார். தெரியாதுன்னு சொன்னேன். ஏன் இப்படி செஞ்சேன்னு கேட்டார். பள்ளியில் யாரோ படம் காட்றாங்க. நானே சொந்தமா படம் காட்டணும்னு தான் இப்படி செய்தேன்னு சொன்னேன். சரி உன் படத்தை எத்தனை பேரு பார்க்கிறாங்கன்னு கேட்டாரு. பத்து பேருன்னு சொன்னேன். ஸ்கூல்ல 400 பேரு பார்க்கிறாங்க. அதனால திருப்பிக் கொடுத்திருன்னு சொன்னாரு. திருப்பிக் கொடுத்திட்டேன்.

நானே படம் காண்பிக்கணும்கிற அந்த ஸ்பார்க் அப்பதான் வந்ததுன்னு சொல்லலாம். இப்ப நினைச்சுப் பார்த்தா தமாசா இருந்தாலும், அந்த வெறி - நிச்சயம் அது ஆசையோ, கனவோ இல்ல - அந்த வெறிதான் இன்னைக்கும் நான் தொடர்ந்து சினிமாவுல இருக்கிறதுக்கான காரணம். ஃபாதருக்குத்தான் நன்றி சொல்லணும். டூரிங் டாக்கீஸ்ல பார்த்த சினிமா என்னுடையதல்ல. வாழ்க்கையோட ரொம்ப நெருக்கமா இருக்கிற, ஃபாதர் காண்பிச்ச படங்கள்தான் என்னோட சினிமாங்கிறது எனக்குப் பட்டுச்சு.

ஸ்கூல்ல படிக்கிறப்ப, 15-16 வயசுல எக்ஸ்கர்ஷன் போயிருந்தேன். மட்டக்களப்பிலிருந்து கண்டி போனோம். ஃபாதர் டோரி ஒரு ஃபிலிம் சூட்டிங்கிற்குக் கூட்டிப் போயிருந்தாரு. ஏதோ ஒரு ஆங்கிலப் படம். எல்லாம் வெளிநாட்டுக்காரர்கள். படம் பெயர் 'பிரிட்ஜ் அன்டர் தி ரிவர் க்வாய்'னு சொன்னாங்க. டைரக்டர் டேவிட் லீ-ன்னு சொன்னாங்க. ஷார்ட்ஸ் போட்டு பனியன்

போட்டிருந்தாரு. இன்னும் நல்லா ஞாபகம் இருக்கு. பல வருஷம் கழிச்சு, அவரை பூனேவுல சந்திச்சேன். அன்னிக்கு சூட்டிங்ல எங்களை எல்லாம் கேமராவுக்குப் பின்னாடி நிக்கச் சொன்னாங்க. எல்லா சூட்டிங் போலேயும் ஒரே குழப்பமா இருந்திச்சு. ஒன்றுமே நடக்கல. திடீரென்று டைரக்டர் ரோல்ன்னு சொன்னாரு. டைரக்டர் ரெயின்னு கத்தினாரு. பார்த்தா மழை பெய்யுது. நான் பிரமிச்சுப் போயிட்டேன். கடவுளைத் தரிசிச்ச மாதிரி இருந்தது. கால்கள் மண்டியிட்டு ஜெபம் பண்ண ஆரம்பிச்சிட்டேன். அப்புறம் தான் தெரிஞ்சது தீயணைப்பு வண்டியிலிருந்து தண்ணி பாய்ச்சினாங்கன்னு. அன்னைக்கு ஒரு முடிவு பண்ணேன். ஒருநாள் நானும் ரெயின்னு சொன்னா, மழை பெய்யணும்ம்னு. நிச்சயமா அந்த சம்பவம் என் வாழ்க்கையில் முக்கியமானது.

கல்லூரி முடிச்ச உடனேயே, ஸ்ரீலங்காவில் சர்வே துறையில், ஏரியல் போட்டோகிராபர் போஸ்ட் கிடைச்சது. ஏரியல் கேமிராவை எடுத்துட்டு தினமும் ஃபிளைட்ல போயி போட்டோ எடுத்திட்டு திரும்பிவந்திடுவேன். மிச்ச நேரம் எல்லாம் சினிமா புத்தகங்களைத் தேடித்தேடிப் படிக்கிறது, சினிமா பத்தி பேசற நண்பர்களோட இருக்கிறதுன்னு ஒரு கட்டத்தில் ஃபிலிம் மேக்கராக நான் ஆகமுடியும்னு ஒரு முடிவுக்கு வந்தேன். அப்பா கிட்டே இதை முதல்ல சொன்னப்ப, பைத்தியமான்னு கேட்டாங்க. அப்புறம் கொஞ்சம் கொஞ்சமா அப்பா மட்டும் எனக்கு ஆதரவு கொடுத்தாரு. வழக்கம்போல, கடற்கரையில் நீளமா பேசிட்டே நடந்தப்ப, அப்பா உண்மையிலேயே சினிமாதான் உன் எதிர்காலம்னு முடிவு பண்ணிட்டியான்னு கேட்டாரு. நான் உறுதியா இருந்ததினால, உனக்கு என்ன தெரியும்... எப்படி செய்யலாம்னு இருக்கேன்னு கேட்டாரு. அப்பதான் நான் ஏதோ பேப்பர்ல, அமெரிக்கப் பல்கலைக் கழகங்கள்ல சினிமாவைப்

பாடமா கத்துத் தர்றதா விளம்பரம் வந்ததைப் பார்த்தேன்னு சொன்னேன். அப்பாவும் சரி மேல படின்னு சொன்னாரு. அப்ளை பண்ணேன். *CULA*-யிலிருந்து அனுமதி எல்லாம் கிடைச்சது. ஆனால் ஃபீஸ் பார்த்தா தலை சுத்திச்சு. ஸ்காலர்ஷிப் எல்லாம் சேர்ந்ததுக்கு அப்புறம் தான் கொடுக்கமுடியும்னு சொன்னாங்க. ஏர் டிக்கெட்டுக்கே போதிய பணம் இல்ல. அப்பாவுக்கு ஒரே குழப்பம்.

போஸ்டன் யுனிவர்சிட்டியிலிருந்து ஒரு அம்மா சொன்னாங்க, எங்க கோர்ஸ் ஃபீஸ் ரொம்ப அதிகமா இருந்ததுன்னா, இந்தியாவில பூனே இன்ஸ்ட்டியூட்னு ஒண்ணு இருக்கு. முக்கியமா அந்த இன்ட்டீயூட்டில் மட்டும்தான் 35எம்எம் கேமரா வச்சு சொல்லித் தர்றாங்கன்னு சொன்னாங்க. அப்புறம் பூனே இன்ஸ்ட்டியூட்க்கு விண்ணப்பித்தேன். என் போட்டோகிராப்ஸ் எல்லாம் அனுப்பி வெச்சதால, டைரக்டர் படிப்பில இடம் தராம, கேமரா படிப்பில் உட்கார வெச்சுட்டாங்க. நான் மூணு மாசம் சலிப்பாகவே உட்கார்ந்திருந்தேன். டைரக்ஷன் படிப்புக்கு மாத்தறதுக்கு எவ்வளவோ முயற்சி பண்ணேன். அதிர்ஷ்டவசமா எனக்கு மாற்றல் கிடைக்கல. நிஜம்தான் கேமரா படிப்பு படிச்சது எனக்கு பெரிய அளவு உதவியா இருந்தது.

எடிட்டிங், சவுண்ட் ரெக்கார்டிங் எல்லாம் அங்க கத்துக்கிட்டேன். கேமரா படிப்பு முடிக்கிறப்ப, நான் ஒரு நல்ல டைரக்டராகவும் ஆயிருந்தேன். டேவிட் வீனை என்னோட இறுதியாண்டுல சந்திச்சேன். அவர் அப்ப இந்தியாவுல 'பாஸேஜ் டு இந்தியா' படம் பிடிச்சப்ப நான் போய்ப் பார்த்தேன். அவர்கிட்டே சொன்னேன்; நான் இங்க இருக்கிறதுக்கு நீங்கதான் காரணம்னு.

எனக்கு ரே ஆசிரியராக இருந்தார். மிருனாள் சென்னும் ஆசிரியராக இருந்தார். அப்புறம் ரே சென்னைக்கு பாலசரஸ்வதி பத்தி ஒரு டாக்குமெண்டரி பண்ண வந்தப்ப நான் அவரோட வேலை பார்த்தேன். கேமராவுல ஹெல்ப் பண்ணிட்டிருந்தேன். சூட்டிங் முடியறப்ப ரே பீச்ல உட்கார்ந்துட்டு சொன்னாரு, ''நீ சீக்கிரம் டைரக்டராயிருவேன்னு''. எனக்கு அப்ப அந்த எண்ணம் இருக்கலைன்னு தான் சொன்னேன். அந்த நாட்கள்ல ஒரு இலங்கை எழுத்தாளர் கணேசலிங்கம்னு இருந்தாரு. அவர் ''என்ன செய்துகொண்டிருக்கிறாய்? மற்றவங்க இயக்க நீ போட்டோ பிடித்துக் கொண்டிருக்கிறாய். நீ டைரக்ட் செய்யடா''ன்னு சொன்னாரு. சொன்னதோட நிக்காம ஒரு தயாரிப்பாளரையும் கூட்டிட்டு வந்தாரு. அவர் யாருன்னா தூத்துக்குடில கருவாட்டு வியாபாரம் பண்ணிடிட்டிருந்தாரு. அவரைக் கூட்டிவந்து, இவர்தான் தயாரிப்பாளர்; படம் பண்ணனும்னு சொன்னவுடனே, எனக்கு இன்ஸ்ட்டியூட் டிப்ளமோவுக்கு பண்ண ஸ்கிரிப்ட் கையில் இருந்தது. உண்மையாகவே ஒளிப்பதிவுக்கான ஆராய்ச்சிக் கட்டுரைக்கு நான் முழு ஸ்கிரிப்ட்டும் செய்து, அதுல முழுக்க கேமிரா கோணங்களை எழுதியிருந்தேன். என்னோட புரொபசர்கிட்ட இது விஷயமாக வாக்குவாதம்கூட வந்தது. அதனால, கோகிலா ஸ்கிரிப்ட் கையில் இருந்தது. அந்த சமயம் தமிழ்ல மாற்று சினிமா பெரிசா இல்ல. கன்னடத்திலே கொஞ்சம் இந்த மாதிரி சினிமாவுக்கான இடம் இருந்ததுன்னு சொல்லலாம். அதனால என் முதல் படம் கன்னடத்தில் செய்தேன்.

*உங்களைப் பொறுத்தவரை சினிமான்னா என்ன?*

சுவாசம்னு சொல்லலாம். எனக்கு எல்லாமே சினிமாதான். சினிமாவை என்கிட்டேயிருந்த எடுத்துட்டா நான் ஒண்ணுமேயில்லை. நான் பார்த்த வரைக்கும் சினிமா

எல்லாவற்றையும் விட மிகமிக வலிமையான, சக்தி வாய்ந்த ஊடகம். சினிமாவால எதையும் சாதிக்க முடியும். ஏன் தனிமனித முன்னேற்றத்துக்கு, சமூக முன்னேற்றத்துக்கு எல்லாத்துக்குமே சினிமாவைப் பயன்படுத்தலாம். ஆனால் ஒரு விஷயம் மட்டும் எனக்கு உடன்பாடில்லை. ஒவ்வொரு தடவை பேனா எடுக்கிறப்ப, மனித மேம்பாட்டுக்காகத் தான் எடுக்கணும்னு சொல்றதில் எனக்கு உடன்பாடே இல்லை. மற்றவர்களை சிரிக்க வைக்கிறதும், ரிலாக்ஸ் பண்ண வைக்கிறதும் கூட நல்ல விஷயம்தான். உன்னைப் பத்தி சிந்திக்க வைக்கிறதும், உன் கடந்த காலத்தைக் கொஞ்சம் நினைச்சுப் பார்க்க வைக்கிறதும் கூட நல்ல விஷயம்தான்.

உங்களுடைய படங்களில் தொடர்ந்து பொருந்தாத காதல், திருமணத்திற்குப் பின் உறவு போன்றவற்றைத்தான் கதைகளாக தேர்ந்தெடுக்கிறீங்க. சமூக அமைப்புகள் மேல், குறிப்பா திருமணத்தில் உங்களுக்கு அடிப்படையில் நம்பிக்கையின்மையோ, குழப்பமோ இருக்கா?

எனக்கு மட்டுமல்ல, பொதுவாகவே குடும்பம் என்கிற அமைப்பு உடைஞ்சிட்டே வர்றதால, சமூக அமைப்புகள் மேல சந்தேகங்கள் வளர்ந்திட்டு இருக்கு. அரசியல் படங்கள் செய்திருக்கலாம். சமூகத்தில் எல்லாவற்றிலும் தலையிடற அரசியல் அநாகரிகங்கள் மேலே எனக்கு ஒரு அருவருப்பிருக்கு. ஆனாலும் அரசியல் மேலுள்ள என்னுடைய கோபத்தை, எதிர்ப்பை, என்னுடைய படங்களில் சொல்லியிருக்கலாம். ஆனா சொல்லல. அதில் எனக்கு குற்ற உணர்வு இருக்கு.

சந்தியா ராகத்தில் முதுமைப் பற்றி சொல்லியிருக்கேன். நகரமயமாதலில் வயது முதிர்ந்தவர்களுக்கான இடம் என்ன

என்பதை சந்தியாராகத்தில கையாண்டிருந்தேன். முதுமை மேலே எனக்கிருக்கிற பயத்தையும் படத்தில் சொல்லியிருப்பேன்.

மனித உறவுகளாலே காதல், ஆண் பெண் உறவு இதைத்தான் தமிழ் சினிமாவில் தொடர்ந்து பேசிட்டிருக்கோம். நீங்க சொன்னீங்க, என் அப்போவோடு எனக்கு ஒரு அற்புதமான நட்பு இருந்ததுன்னு. ஏன் அந்த மாதிரி நுட்பமான உறவுகளை உங்க படங்கள்ல சொல்லல? குறிப்பா ஒரு குழந்தைகிட்ட இருந்து கிடைக்கிற அதே உணர்வு, வயதான அம்மா, அப்பாகிட்டிருந்தும் கிடைக்கும் இல்லையா?

என்கிட்ட இன்னைக்கும் ஒரு நல்ல ஸ்கிரிப்ட் இருக்கு. அப்பா, மகன் நெருக்கத்தையும், நேசத்தையும் சொல்ற மாதிரி ஒரு கதை வச்சிருக்கேன். செய்வேன். இங்க அப்பா மகன் உறவுக்கு ஒரே பரிமாணம்தான் வச்சிருக்காங்க. நேரடி பேச்சுவார்த்தை இல்லாம, அம்மா வழியாகவே பேசிக்கிற மாதிரிதான் சித்தரிச்சிருக்காங்க.

ஒளி ஓவியர்களாக...

# அல்டிமேட் ஸ்டார் பாலுமகேந்திரா
# - பி.சி.ஸ்ரீராம்

ஒரு காலத்தில் நான் பாலுமகேந்திராவின் ரசிகன். அப்போ எனக்கு ஒளிப்பதிவு பற்றி எந்த தொழில்நுட்பமும் தெரியாது. அவரோட கோகிலா, மூடுபனி, மூன்றாம்பிறை பார்த்துட்டு, 'யார்றா இவர்?'னு மிரண்டிருக்கிறேன். அவர் ஒளிப்பதிவு பண்ணின அத்தனை படங்களையும் ஃபர்ஸ்ட் ஷோ பார்த்தவன் நான். அப்போ என்னை மாதிரி பல இளைஞர்களுக்கு முன்மாதிரி அவர்தான். ஆனா அவரோட நான் பெரிய நட்பில் இருந்தது இல்லை. சவுத் இண்டியன் சினிமோட்டோகிராஃபர்ஸ் அசோசியேஷன் மீட்டிங் நடக்கும்போது, அவர் கூட சில நாட்கள் பழக வாய்ப்பு கிடைச்சது. சினிமா பற்றி அபார பக்தியோட பேசுவார். இன்னைக்கும் அவர் அல்டிமேட்தான்!

அந்த காலகட்டத்தில் பாலுமகேந்திராவின் ஒளிப்பதிவு தனித்து நின்றது. அதற்கு காரணம் அவர் ஒளிக்கு முக்கியத்துவம் கொடுத்ததினால்தான்.ஒளிக்கு முக்கியத்துவம்னு சொல்றதுக்கு காரணம் அதற்கு முறைப்படி வேலை செய்ய வேண்டும்.

எப்படின்னா பாலுமகேந்திரா சார வச்சு ஒளிப்பதிவு பண்ணினா அதுல ஒரு சிஸ்டம் இருக்கும். காலையில இருக்கிற ஒளியின் தன்மை, மாலையில் இருக்கிற ஒளியின் தன்மையையும் சரியான முறையில் பயன்படுத்துவதுதான் அவருடைய ஒளிப்பதிவின் பலம்.

அதுமட்டுமல்ல ஒளி, ஒலியை தன் கட்டுப்பாட்டுக்குள் கொண்டுவந்தவர் பாலுமகேந்திரா சார். அவர புரிஞ்சுக் கிறவங்களுக்கு மட்டும்தான் அவர் கூட வேலை செய்யமுடியும். அவரோட அழியாத கோலங்கள் படம் முதல் மூன்றாம்பிறை, மூடுபனி, யாத்ரா போன்ற எல்லா படங்களிலுமே அந்த சூரிய வெளிச்சத்தின் ஒளித்தாக்கம் ரொம்ப அழகாக இருக்கும்.

ஒளிப்பதிவாளராக இருந்து இயக்குனர் ஆனவர் பாலுமகேந்திரா. ஒளிப்பதிவாளர் டூ டைரக்டர் புரமோஷன் என்பது ரெண்டு பொறுப்பையும் தோளில் சுமக்க வேண்டும். அது மட்டுமல்ல, அதை சரியாக பேலன்ஸ் பண்ண தெரியணும். அதில் பல ஒளிப்பதிவாளர்கள் தோற்றுப் போயிருக்கிறார்கள். ஆனால் பாலுமகேந்திரா அந்த இரண்டு பொறுப்பிலும் வெற்றிபெற்றவர். தென்னிந்திய சினிமாவில் காட்சிகள் மூலமாக கவிதை எழுதிய ஒளிப்பதிவாளரும், இயக்குனரும் யாரென்று கேட்டால் அது பாலுமகேந்திரா சார் என்று சொல்லலாம்.

என்னதான் டெக்னாலஜி வளர்ந்தாலும் ஒளிப்பதிவில் கருவிகளின் பங்கு ஒரு சதவிகிதம்தான். அந்த கருவிகளை எப்படிப் பயன்படுத்துகிறோம்கிற வியூகம்தான் ஒரு கேமராமேனின் திறமை. ஒரு படத்தின் கதை, அதன் சூழல்,அதற்கான மனநிலை, அதை எப்படி திரையில் கொண்டுவர்றோம்... இதெல்லாம் ஒரு ஒளிப்பதிவாளரின் அனுபவத்தில் இருந்துதானே வரும். வில்லும்,

அம்பும் எவ்வளவு நவீனமாக இருந்தாலும் இலக்கை அடைவதில் எய்பவனின் குறிதானே முக்கியம்! அதற்கு எடுத்துக்காட்டாக பாலுமகேந்திராவை சொல்லலாம். காரணம் தரமான சில நல்ல படங்களை எடுத்த இயக்குனர் என்ற பட்டியலிலும், ஐந்து மொழிகளில் சிறந்த பல இயக்குனர்களுடைய ஒளிப்பதிவாளராக பணியாற்றியவர் என்ற முறையிலும் அவர் என்றென்றும் ஒரு அல்டிமேட்டாக நம் மனதில் வாழ்ந்து கொண்டிருப்பார்.

# கேமராவை உயிராக நேசித்ததவர் பாலுமகேந்திரா - பி. கண்ணன்

கலை என்ற விதத்தில் இயக்குனரின் மீடியா என்பது கேமராதான். சினிமாவின் முதுகெலும்பு என்பதும் கேமராதான். அந்த கேமராவை கடைசிவரை உயிருக்குயிராக நேசித்த ஒரு கலைஞன் பாலுமகேந்திரா.

நான் திரைப்படக் கல்லூரியில், ஒளிப்பதிவு படித்துக் கொண்டிருந்த காலங்களில், 'அழியாத கோலங்கள்', 'மூன்றாம்பிறை', 'கோகிலா' போன்ற படங்களைப் பார்த்து வியந்துபோயிருக்கிறேன். ஆச்சர்யத்தோடு மீண்டும் மீண்டும் அந்த படங்களை பார்த்தேன். அவர் படங்களில் உபயோகித்திருந்த *back light style, framing, composition* இவை எல்லாமே எனக்குப் புதிதாக இருந்தது. ஒவ்வொரு காட்சியும் மிக அழகாக எடுத்திருப்பார். வசனங்கள் மிக குறைவாக இருக்கும். மௌனம் அதிகமாக இருக்கும். இவையெல்லாம் அவர்மேல் எனக்கு ஒரு ஈர்ப்பை ஏற்படுத்தியது. அதுமட்டும் அல்லாமல் திரைப்படக் கல்லூரியில் படிக்கும் காலங்களில் ஒளிப்பதிவில் என் ரோல் மாடல்

யாரென்றால், கேமரா கவிஞன் பாலுமகேந்திரா சார்தான். காரணம் குப்பைமேட்டு பக்கத்தில் ஒரு காதல் காட்சியை எடுத்து சூப்பர் லொக்கேஷன் என்று பெயர் வாங்கும் திறமை பாலுமகேந்திராவுக்கே சொந்தம். அருவருப்பான இடத்தைக்கூட தன் கேமராவால் அழகாக காட்டக்கூடிய கலைஞன் பாலுமகேந்திரா.

அறிமுக இயக்குனர் என்றால் அவருக்கு ஒரு நல்ல கேமராமேன் கிடைத்தால் போதும் அப்படத்தை மிக சிறப்பாக எடுத்துவிட முடியும். அப்படி அறிமுக இயக்குநர்களான மணிரத்னம், மகேந்திரன், பரதன் போன்றவர்களுக்கு சிறப்பாக ஒளிப்பதிவு செய்து கொடுத்தவர் பாலுமகேந்திரா. ஒவ்வொரு இயக்குனர்களுடைய எண்ணத்தையும் உணர்வுகளையும் சரியாக புரிந்துகொண்டு அதற்கேற்றவாறு காட்சிகளை மிக அழகாக பதிவு செய்து கொடுத்து பாராட்டைப் பெற்றவர். அதுமட்டுமல்ல தமிழ், மலையாளம், கன்னடம், ஹிந்தி, தெலுங்கு என ஐந்து மொழிகளிலும் சிறப்பாக ஒளிப்பதிவு செய்து வெற்றி பெற்றவர் பாலு மகேந்திரா மட்டுமே. ஒளிப்பதிவில் மட்டுமல்லாமல் ஐந்து மொழிகளில் இயக்குனராகவும் வெற்றி பெற்றவர் அவர் மட்டுமே.

ஒரு படத்தின் ஒளிப்பதிவும், இயக்கமும் சேர்ந்து ஒன்றாக பணிபுரிவதென்பது மிகவும் கடினம். ஆனால் அந்த இரண்டு சுமைகளையும் சுகமாக தோளில் ஏந்தி பயணித்து வெற்றிபெற்றவர் பாலுமகேந்திரா. அதோடு அவர் படங்களின் படத்தொகுப்பையும் அவரே பார்த்துக்கொள்வதினால் அவரின் ஒவ்வொரு படங்களும் மிகச் சிறப்பாக அமைந்துள்ளன.

பாலுமகேந்திராவும், பாரதிராஜாவும் ஒரே காலகட்டங்களில் சினிமா துறையில் நுழைந்தவர்கள். இரண்டு பேரும் நெருக்கமான

நண்பர்களும்கூட. பாரதிராஜாவின் படங்களை பற்றி பாலுமகேந்திரா பேசுகையில், "பாரதி உங்கள் படத்தில் வரும் கிராமத்து அழகு எனக்கு மிகவும் பிடிக்கும் என்றும், உங்கள் ஆஸ்தான கேமராமேன் பி. கண்ணனின் அழகான ஒளிப்பதிவை நான் மிகவும் ரசித்திருக்கிறேன் என்றும், உங்கள் கிராமத்தை அப்படியே எடுத்து கொண்டு வந்து கண்முன் நிறுத்தியிருக்கிறார் என்றும் மனம் விட்டு பாராட்டியிருக்கிறார். அந்த பாராட்டு என்னை மிகவும் நெகிழ வைத்தது.

திரைக்கதையில் வரும் ஒவ்வொரு காட்சியையும் முதன்முதலில் படமாக பார்ப்பது கேமராமேன்தான். பிரம்மாண்டமான முறையில் ஒரு படத்தை எடுத்தால்கூட அதை சரியான லைட்டிங்கிலும், கோணத்திலும் காட்டவில்லை யென்றால், காட்சியில் தெரிவிக்கப்பட வேண்டிய உணர்ச்சி தெரிவிக்கப்படாமலேயே போய்விடும். சோகக்காட்சி கூட நமக்கு கோபத்தை ஏற்படுத்தும். ஆனால் அம்மாதிரியான குறைகள் பாலு மகேந்திராவின் படத்தில் எங்கும் காணமுடியாது. மிக உணர்வுபூர்வமான விதத்தில் ஒவ்வொரு காட்சியையும் பதிவு செய்திருப்பார். மிகையில்லாத, யதார்த்தமான காட்சியமைப்புதான் அவர் படங்களின் தனி சிறப்பு. காதல் காட்சிகள் கூட விரசமில்லாமல் மனதை தொடும் விதத்தில் அழகாக பதிவுசெய்திருப்பார். உதாரணமாக, மூன்றாம்பிறை, வண்ணவண்ண பூக்கள், வீடு, யாத்ரா, மறுபடியும் படங்களை சொல்லலாம்.

சினிமா என்பது ஒரு விஷுவல் மீடியா. விஷுவல் என்பது கேமராவால் பதிவு செய்யும் காட்சிகள். அந்த காட்சிகள் பாலுமகேந்திரா படங்களில் உயிரோட்டமாக இருக்கும். அது அவர் ஒளிப்பதிவு செய்த படங்களானாலும் சரி, இயக்கிய

படங்களானாலும் சரி, அவை ஒவ்வொன்றும் எனக்கும், என்னைப் போன்ற மற்ற ஒளிப்பதிவாளர்களுக்கும் ஆரம்ப காலங்களில் பாடமாக அமைந்தது என்பதை பெருமையோடு சொல்லிக் கொள்ளமுடியும். யதார்த்தமான அவரின் படங்களும் ஒளிப்பதிவு ஸ்டைலும் இனிவரும் தலைமுறையினருக்கும், சினிமா மாணவர்களுக்கும் பாடமாக அமையும் என்பதில் எந்தவித சந்தேகமும் இல்லை.

காலம் கடந்தும் அவர் படங்கள் பற்றியும், ஒளிப்பதிவு பற்றியும் நாம் பேசிக்கொண்டிருப்போம்.

## பாலுமகேந்திராவின் கோணங்களை காப்பியடிக்க முயற்சித்தேன்-ரவி. கே. சந்திரன்

சினிமாடோகிராபி என்றால் என்னவென்று மலையாளம், தமிழ், தெலுங்கு, கன்னடம், ஹிந்தி போன்ற மொழிபடங்கள் வாயிலாக ஒரு அடையாளத்தை ஏற்படுத்தியவர் ஒளிப்பதிவாளர் பாலுமகேந்திரா. அவர் வருகைக்கு பிறகுதான் ஒளிப்பதிவு கலையில் ஒரு பெரிய மாற்றம் ஏற்பட்டது. அதுமட்டுமல்ல ஒளிப்பதிவாளர்களுக்கு என்று ஒரு தனி அடையாளத்தை ஏற்படுத்தியதில் முக்கியமான பங்கு அவருக்குண்டு. அந்தளவிற்கு *impressing* ஆனவை பாலுமகேந்திராவின் ஒளிப்பதிவு.

நான் ஊட்டியில் படப்பிடிப்பிற்குச் செல்லும்போது பாலுமகேந்திராவின் படத்தில் வேலை செய்த கேமரா அட்டண்டர்களை ரகசியமாக கூட்டி சென்று பாலுமகேந்திரா எங்கெங்கெல்லாம் கேமரா வைப்பார் என்று கேட்டு தெரிந்துகொண்டு அவ்விடங்களில் கேமரா வைத்து அவரின் கேமரா கோணங்களை காப்பியடிக்க முயற்சித்திருக்கிறேன். அதற்கு காரணம் அவருடைய ஒளிப்பதிவு எனக்குள் ஏற்படுத்திய தாக்கம்.

அவர் பதிவு செய்ததுபோல் ஊட்டியின் அழகை யாராலும் பதிவு செய்யமுடியாது. அதுமட்டுமல்ல அந்த காட்சி அழகை அவரை தவிர மற்றவர்களுக்கு காப்பியடிக்கவும் முடியாது. அந்தளவிற்கு சிறப்பாக இருக்கும் அவருடைய ஒளிப்பதிவு.

யாத்ரா, ஓளங்கள், நெல்லு, மூன்றாம்பிறை, மூடுபனி, அழியாத கோலங்கள், வண்ண வண்ண பூக்கள் போன்ற படங்களின் ஒளிப்பதிவு மிக அழகாக இருக்கும். அதில் வரும் பல ஷாட்களும், பேக் லைட்டிங்கும் இன்றும் நம் மனதில் நீங்கா இடம் பெற்றவை. அது மாத்திரமல்ல, அவர் செய்த *black&white* படங்களான ப்ரயாணம், கோகிலா, வீடு, சந்தியாராகம் போன்ற படங்களின் ஒளிப்பதிவு *extraordinary*-ஆக இருந்தது. வெளிநாட்டு படங்களுக்கு நிகராக அந்த படங்களை உதாரணமாக சொல்லலாம்.

நான் ஒரு ஒளிப்பதிவாளன் என்ற முறையில் பாலுமகேந்திராவை தெரியுமென்றால் கூட அவரோடு நெருங்கி பழகும் வாய்ப்பு எனக்கு அமையவில்லை என்பது மிகவும் வருத்தமளிக்கிறது. சினிமா துறையில் இரண்டு ஒளிப்பதிவாளர்கள் ஒருத்தருக்கொருத்தர் நேரடியாக சந்தித்து கொள்வதும, நெருங்கி பழகுவதற்குமான வாய்ப்பு மிக குறைவு. காரணம் எங்கள் வேலை அப்படி. இருந்தாலும் பாலுமகேந்திராவை பல நிகழ்ச்சிகளில் வைத்து பார்த்திருக்கிறேன். அப்போதெல்லாம் கூட அவரிடத்தில் போய் பேசவோ, அருகில் போய் நெருங்கி பழகவோ முடியாமல் தயக்கத்துடன் இருந்திருக்கிறேன். அதைவிட அவரிடம் போய் இது நான் ஒளிப்பதிவு செய்த படம் என்று சொல்லி அவருக்கு காண்பித்து கொடுப்பதற்கான தைரியமும் எனக்கிருந்ததில்லை. காரணம் ஒளிப்பதிவில் பெரிய மேதையிடம் சென்று என்னுடைய ஒரு படத்தைப் பார்க்கவோ, அதை போட்டு காட்டுவதற்கான தைரியம் அவர் மரணம் வரையிலும் எனக்கு வரவில்லை.

ஒருவேளை அவர் என் படம் பார்த்து என்ன நினைப்பார் என்ற பயமும், கூச்சமும்தான் அதற்கு காரணம்.

அவரின் ஒளிப்பதிவிற்கு முன்னால் என்னுடைய ஒளிப்பதிவெல்லாம் ஒன்றுமே இல்லை. காரணம் இப்பொழுதும் அவரின் படங்கள் தொலைகாட்சிகளில் பார்க்கும்போது அதில் வரும் காட்சி அழகுகளை பார்த்து மெய் மறந்து அமர்ந்து போகிறேன். சில ஷாட்களை பார்த்து இதை எப்படி படமாக்கியிருப்பார்? என்ற கேள்வி எனக்குள் எழுந்திருக்கிறது. அந்த அளவிற்கு அழகாககவும், சிறப்பாகவும், ஆச்சர்யமாகவும் இருக்கும் பாலுமகேந்திராவின் *cinemotogrpahy*.

## ஒளிப்பதிவாளருக்கு விலாசத்தை தேடிதந்தவர்- மது அம்பாட்

இந்திய சினிமா அரங்கில் பூனே திரைப்படக் கல்லூரியில் இருந்து வெளியே வந்த ஒளிப்பதிவாளர்களுக்கு ஒரு முகவரி ஏற்படுத்திக் கொடுத்ததில் முக்கிய பங்கு பாலுமகேந்திராவையே சேரும்.

பூனே திரைப்படக் கல்லூரியில் இருந்து வெளியே வந்த ஜான் ஆப்ரஹாம் இயக்கத்தில் ஒரு புதிய மாற்றத்தை ஏற்படுத்தினார். அதேபோல் ஒளிப்பதிவில் பாலுமகேந்திரா ஒரு மிகப்பெரிய மாற்றத்தை உருவாக்கி காட்டினார்.

முதன் முதலில் இந்திய சினிமாவில் back light-ஐ மிக நேர்த்தியாகவும், அழகாகவும் கையாண்டவர் பாலுமகேந்திரா மட்டுமே. அது மட்டுமல்ல இயற்கை ஒளியை மிக சிறப்பாக பயன்படுத்துவது எப்படி என்று மற்றவர்களுக்கு கற்று கொடுத்ததும் பாலுமகேந்திராதான்.

ரொமாண்டிக் ரியலிசத்தை அவ்வளவு அழகாக திரையில் கையாண்டவர்கள் நம் திரை உலகில் மிக குறைவு.

பாலுவிற்கு 74 வயதாகிவிட்டது என்பதை நான் நெட்டில் அவர் இறந்த செய்தியைப் பார்த்தபோது தான் தெரிந்துகொண்டேன். அவருக்கு இவ்வளவு வயதாகிவிட்டதை நான் உணரவே இல்லை. காரணம் அந்தளவுக்கு சுறுசுறுப்பான மனசுக்கு சொந்தக்காரர் அவர். அது மட்டுமல்ல அவருடைய சிந்தனைகளில் இளமை எப்போதும் துடிப்போடு இருக்கும்.

அவரின் இழப்பு தனிப்பட்ட முறையில் என்னை மிகவும் சோகத்திற்குள்ளாக்கியது.

# சூரிய ஒளியில் ஜாலம் செய்பவர்- வேணு

ஒளிப்பதிவாளர் வின்செண்ட் சாருக்குப் பிறகு சவுத் இந்தியன் சினிமாவில் ஒளிப்பதிவில் ஒரு தனி முத்திரை பதித்தவர் பாலுமகேந்திரா மட்டுமே.

வெளிப்புற படப்பிடிப்பின் இலக்கணத்தை மாற்றியமைத்ததும் அவர்தான். அவுட்டோர் ஷுட்டிங்கின் போது காலை ஆறு மணிமுதல் பத்து, பதினொன்று வரையிலும், மாலை மூன்று மணி முதல் ஆறு மணி வரையிலும் படப்பிடிப்பை நடத்தி வந்தார்.

எதிரே இருந்து வரும் செயற்கையான ஒளியை பயன்படுத்தி ஒளிப்பதிவு செய்து கொண்டிருந்த காலத்தில் back light என்ற புதிய பாணியை அவர்தான் முதன் முதலில் உருவாக்கிக் காட்டினார். அதுமட்டுமல்லாமல் சூரிய ஒளியின் வெளிச்சத்தில் அழகான காட்சிகளை மிக சிறப்பாக எடுக்க முடியும் என்று அவர்தான் நமக்கு அறிமுகப்படுத்தினார்.

அந்த காலகட்டங்களில் திரைப்படக் கல்லூரியில் இருந்து ஒளிப்பதிவு கலையை முறையாக கற்று வெளியே வந்த மாணவர்களுக்கு அவர் ஒரு எடுத்துக்காட்டாக விளங்கினார். அதே போல் அந்த சமயங்களில் வெளிவந்த அவருடைய மற்ற படங்களின் ஒளிப்பதிவு என்னை போன்றவர்களுக்கெல்லாம் ஆச்சர்யத்தை தந்தது. இன்று இது சாதாரணமாகிவிட்டாலும் கூட அவர் ஆரம்பித்து வைத்த பாதையில்தான் ஒளிப்பதிவாளர்களாகிய நாங்களெல்லாம் பயணித்து கொண்டிருக்கிறோம்.

'மூன்றாம்பிறை' என்ற திரைப்படத்தில் கமல்ஹாசனும், சில்க்ஸ்மிதாவும் சேர்ந்து ஆடுகின்ற ஒரு டூயட் சாங் உள்ளது. அந்த பாடலுக்கேத்த இயற்கை காட்சிகளை அவ்வளவு அழகாக பதிவு செய்திருப்பார் பாலுமகேந்திரா. இந்திய சினிமாவில் அது மாதிரியான ஒரு பதிவை அதற்கு முன்னோ, அதற்கு பிறகோ யாரும் செய்திருக்க வாய்ப்பில்லை என்று நினைக்கிறேன்.

அதேபோல் இயக்குநர் கே.ஜி. ஜார்ஜ் இயக்கத்தில் பாலுமகேந்திரா ஒளிப்பதிவு செய்த ஒரு மலையாள படம் 'உள்கடல்'. கேரளாவில் நடக்கின்ற ஒரு சாதாரண கதைதான். ஆனால் அந்த படத்தில் இயற்கை காட்சிகள் இருக்கவில்லை. காரணம் கதையை மீறி ஒருபோதும் ஒளிப்பதிவு இருக்கக்கூடாது என்பதில் கவனமாக இருந்தார். அந்த படத்தில் கதையின் கரு சிதையாமல் நேர்த்தியாக ஒளிப்பதிவு செய்திருப்பார்.

பின்னாளில் அவர் இயக்கிய ஒவ்வொரு படமும் தரமான படங்களாக இருந்தது. கேமரா மூலமாக கதை சொல்ல முடியும் என்று எல்லோரும் சுலபமாக சொல்வார்கள். ஆனால் அது பாலுமகேந்திரா விஷயத்தில் மட்டுமே கச்சிதமாக பொருந்தியது என்று சொல்லாம்.

# என் வேலை முடிஞ்சிருச்சு...
# ( பாலு மகேந்திரா)-செழியன்

அதிகபட்சமாக பதினைந்து சந்திப்புகள் இருக்கலாம். பொழுது விடிவதற்கு முந்தைய இருளில், ஒரு பனிக் காலத்தில், பிறகு சில மேடைகளில், மெல்ல 'ஓம்' ஒலித்துக் கொண்டிருக்கும் சினிமா பட்டறையின் கீழ்த்தள அறையில் என சொற்பமான சந்திப்புகள்.தேன் கலந்த கறுப்புத் தேநீருக்குப் பிறகு சில நிமிடங்கள் மௌனம். எங்கள் சந்திப்பு முடிந்துவிடும்.

ஒளிப்பதிவாளராக நான் அவருடைய நேரடி மாணவன் அல்ல என்றாலும் அவர் பெயர் மீது ஒரு ஈர்ப்பு சிறு வயதிலேயே துவங்கிவிட்டது. சிவகங்கை அமுதா தியேட்டரில் 'மூன்றாம் பிறை' துவங்கியது. ஆர்ப்பாட்டமில்லாமல் எழுத்துக்கள் திரையில் தோன்றுகையில் கமல்ஹாசன் பெயருக்குப் பிறகு பாலுமகேந்திரா என்ற பெயருக்குத்தான் விசில்கள் பறந்தன. கூந்தல் இழைகள் பொன்னிறமாக நலுங்கும் பின் ஒளியையும், அதிகாலையில் ஓவியமாக மாறுகிற மலை நகர காட்சிகளையும் பார்ப்பது புதிய அனுபவமாக இருந்தது. படம் முடிந்ததும் தியேட்டரில் இருந்து

கிளம்ப மனம் வரவில்லை. ஓர் ஒளிப்பதிவாளராக, இயக்குநராக அவர் எனது ஆதர்சனங்களில் ஒருவராக மாறினார்.

சென்னை வந்து, பதினைந்து வருடங்களில் வெறும் பதினைந்து சந்திப்புகள். நான்கு தொலைபேசி உரையாடல்கள். எனினும் எங்கள் உறவு அத்யந்தமானது என்றே நம்புகிறேன். 90-களின் துவக்கம் சிவகங்கை அன்னம் பதிப்பகத்திற்கு வந்த அறிவுமதி அண்ணன் என்னிடம் ஒரு டைரியைக் கொடுத்தார். அழகிய அவரது கையெழுத்தில் எழுதிய கவிதைகளுக்கு இடையில் அழகான நிழற்படங்கள் இருந்தன. அந்த வெண்ணிறமான டைரியை வாங்கி வந்து இரண்டு நாட்கள் வீட்டில் வைத்திருந்தேன்.

பிறகு காயிதே மில்லத் கல்லூரியில் புத்தகக் கண்காட்சி நடக்கும்போது சென்னைக்கு இரண்டாவது முறையாக வந்தேன். அங்கு வந்த அறிவுமதி அண்ணன் ''வா... ஒரு இடத்துக்குப் போகலாம்'' என்று என்னை சுஜாதா எடிட்டிங் அறைக்கு அழைத்துச் சென்றார். எனக்கு மிகவும் புதிதான அனுபவம். கையைப் பிடித்து இருட்டுக்குள் அழைத்துச் சென்று அங்கிருந்தவரிடம், ''சார் இப்ப வரமாட்டாருல்ல...'' என்று உறுதி செய்து கொண்ட பின், ''பாரு'' என்று அவர் சொல்ல, எனக்கு அவர் வந்தவிடுவாரோ என்று பதட்டமாகவே இருந்தது. சற்று நேரத்தில் என் முன்னால் ஒரு விதமான சத்தத்துடன் படம் ஓடத்துவங்கியது. சிறிது நேரத்தில் படத்தைப் பார்க்கிற அனுபவம் அற்புதமாக இருந்தது. அர்ச்சனா, தாடி வைத்த ஒருவர் அவர்களுக்கிடையே ஒரு காட்சி. பிறகு நான் 'வீடு' படத்தில் பார்த்த சொக்கலிங்க பாகவதர் நெரிசலான சாலையில் ஒருவரிடம் வந்து முகவரி கேட்பார். முகம் தெரியாமல் திரும்பி நின்ற ஒருவர் முகவரி சொல்வார்... ''செழியா... முகவரி சொல்றது யாருன்னு தெரியுதா?''

‘‘தெரியலண்ணே...’’

‘‘நான்தான்’’ என்றார் அறிவுமதி அண்ணன்.

‘‘வேன்ல வச்சு தெரியாம எடுத்துட்டாரு...’’ என்றார் அறிவுமதி அண்ணன். ஊரிலிருந்து வந்த நாளிலேயே, படம் வெளிவருவதற்கு முன்பு அதுவும் எனக்குப் பிடித்த இயக்குநரின் படத்தை எடிட்டிங் அறையில் பார்க்கிறேன். திரைப்படத்தில் நேரடியாக எனக்கு நேர்ந்த முதல் அனுபவம் இதுதான்.

வெளியே வந்ததும் எனக்குப் பெருமையும், பரவசமும் அடங்கவில்லை.

‘‘படம் பேருண்ணே...’’

‘‘சந்தியா ராகம்’’

‘‘படம் ஓடுச்சே அந்த மெஷின் பேரு... என்னண்ணே’’

‘‘மூவியாலா...’’

சினிமா ஆர்வத்தோடு எப்படியாவது சென்னை வந்துவிட வேண்டும் என்று துடித்துக் கொண்டிருக்கிற எனக்கு முதல் முதலாக ஒரு படத்தின் காட்சிகள் பார்க்க கிடைத்தன!

அது அவரது படமாக இருந்தது எதனால்? நிழற்படத்தில் ஆர்வம் கொண்டு சன்னலருகே கிடைக்கும் ஒளியில், ‘வீடு’ படத்தில் அர்ச்சனா நிற்பது போல படம் எடுக்க வேண்டும் என்று விரும்பிய நாள்களில் அவரது நிழற் படங்கள் என்னைத் தேடி வீட்டுக்கே வந்தது எதனால்? எல்லாம் ஓர் அழைப்பு என்றே புரிந்து கொள்கிறேன்.

சென்னை வந்து சகோதரர் சீமான் அறிமுகம் கிடைத்து, அவரது வீரநடை படத்தில் உடன் இருக்கிற வாய்ப்பும் கிடைத்தது. எனது திரையுலக வாழ்வில் முதல் நாள் படபிடிப்பு. ஆள் நடமாட்டம் இல்லாத சாலையில் சோடியம் விளக்கின் வெளிச்சம். அது பனிக்காலம் என்பதால் சோடியம் விளக்குகளுக்குக் கீழே பனி மூட்டம் இருந்தது.சாலிகிராமத்தின் ஒரு தெருவிலிருந்து வளைந்து நீண்ட கே.கே. சாலையில் நுழைகிறேன். சற்று தொலைவில் ஆஜானுபாகுவான ஒரு மனிதர் முண்டாசுடன் வேகமாக என்னை நோக்கி நடந்து வந்து கொண்டிருந்தார். யாருமற்ற சாலையில் நானும் அவருமே இருந்தோம். அவர் என்னைக் கடந்து சில நொடிகளில் பார்த்த உருவம் போலத் தெரிகிறதே என்று நின்றேன். பாலுமகேந்திரா சார். மனதில் உதித்த ஒரு நொடியில் அவர் என்னைக் கடந்து சந்தில் நுழைகிறார். அழைக்கும் தூரத்தில் சோடியம் விளக்கின் மஞ்சள் ஒளியைத் தொடரும் மித இருளில் வேகமாக நடந்து போய்க் கொண்டிருந்தார். ஒரு நிமிடம் அப்படியே நின்று பார்த்துக் கொண்டிருந்தேன். மனதுக்குள் ஒரு வணக்கம் கூடுதலான வார்த்தையில் சொன்னால் தரிசனம். இதுவும் தற்செயலான நிகழ்வுதானா?

அந்த நாட்களில் வாய்ப்புக்காக பி.சி. ஸ்ரீராம் அவர்களைச் சந்தித்துக் கொண்டிருந்தேன். திரையுலகில் அவரைத் தவிர பிரபலங்கள் யாரையும் வலியச் சந்திப்பதில் எனக்கு ஒரு தயக்கமும் கூச்சமும் இருந்தது. அப்போது ஒருநாள் பேசிக்கொண்டிருக்கும் போது ''வாங்க செழி... சாரைப் பார்க்கலாம்'' என்று சீனி (சீனு ராமசாமி) அழைக்க இருவரும் சாலி கிராமம் பேருந்து நிலையம் அருகில் மாடியில் இருந்த அலுவலகத்துக்குப் படியேறி போனோம். அவர் இரண்டு கைகளையும் கோர்த்து வலப்பக்கம் அதில் முகம் சாய்த்து உட்கார்ந்திருந்தார். முதல் சந்திப்பில் பெயர் அறிமுகம்

மட்டுமே நடந்தது. இவனைத் தெரியுமே என்பது போல் தீர்க்கமாக பார்த்தார். வார்த்தைகளில் உரையாடல் எதுவும் இல்லை.

அடுத்த ஆறு வருடங்களில் ஓசூரில் தமிழ்நாடு முற்போக்கு எழுத்தாளர் சங்கத்தின் திரைப்படச் சங்கத்தைத் துவங்குவதற்கான சிறப்பு விருந்தினராக அவருடன் மேடையில் இருந்தேன். நான் பேசும்போது ''பேல பெலாஸின் சினிமா கோட்பாட்டில் படித்த *misen scene* என்கிற பதத்திற்கான செயல்முறை விளக்கத்தை முதலில் நான் 'மூடுபனி' படத்தில்தான் பார்த்தேன்'' என்று துவங்கி அவரது திரைமொழி குறித்து பேசினேன். அன்று இரவு விருந்துக்குப் பிறகு இருவரும் ஒரே காரில் பயணிக்கும்போது, ''செழியன் நான் போறதுக்கு முன்னால உன் படத்தைப் பார்க்கணும்ப்பா... ஸ்கிரிப்டை இப்பவே எழுத ஆரம்பி'' என்றார்.

'கல்லூரி' படம் பார்க்க அவரை அழைத்தேன். ''லென்ஸ் தேர்ந்தெடுப்பதில் இன்னும் கவனமா இருக்கணும்'' என்றார். 'தென்மேற்கு பருவக்காற்று' பார்த்ததும், ''அந்த நைட் ஷாட்ஸ்ல ப்ளாக் லெவல்ஸ் அமேஸிங்... ரொம்ப நல்லாப் பண்ணியிருக்க... இந்த டி.ஐ. கருமத்த நீயும் ஏம்ப்பா பண்ணுற... ஸ்கின் டோன்ல இன்னும் கவனமா இருப்பா'' என்றார். அவரது கதை நேரம் நூல்வெளியீட்டின் போது நூலை யார் பெற்றுக் கொள்ளலாம் என்று வம்சி பதிப்பகத்திலிருந்து கேட்டதற்கு ஒரு மாதம் யோசித்து, ''செழியன் வாங்கட்டும்'' என்று சொல்லி இருக்கிறார். 'பரதேசி' பாடல் வெளியீட்டில் ''எனது நண்பர் செழியன்'' என்றார். 'பரதேசி' படம் பார்த்து விட்டு, ''டி.ஐ. அழகா பண்ணியிருக்க. பண்ணுனதே தெரியல... *skin tones, exposure, composition* எல்லாத்திலும் *consistancy* இருக்கு... *amazing work ... I am expecting chezhiyan you will get a national award* ... ஸ்டெடி ரொம்ப அழகா பயன்படுத்தி இருக்க... ஆனா அந்தக் கணக்கெடுக்கிற சீன்ல

ஏம்ப்பா இப்படியும் அப்படியும் ஆட்டுற... மூவ்மெண்ட்ஸ்ல கொஞ்சம் கவனமா இருப்பா'' என்றார்.

ஒரு வருடத்துக்கு முன்னால் எனக்கொரு உருக்கமான கடிதம் எழுதினார். சந்திக்கும் தருணங்களில் பேசும்போதெல்லாம் அடிக்கடி கண் கலங்கினார். 'தலைமுறைகள்' படம் திரையிடலுக்கு பிரசாத் லேபிற்கு அழைத்திருந்தார். படம் பார்த்து முடிந்ததும் பிரபலங்கள் அதிகம் இருந்ததால் நான் சொல்லாமல் வந்து விட்டேன். வந்த பத்து நிமிடத்தில் அழைப்பு வந்தது. ''ஒரு அஞ்சு நிமிஷம் நம்ம ஸ்கூலுக்கு வந்துட்டுப் போறியா'' என்றார்.

போனேன். அவர் அறையில் தனியாக அமர்ந்திருந்தார். ''வாப்பா செழியன்... படம் முடிஞ்சு எல்லோரும் போயிட்டாங்க... நான் இங்கே வந்துட்டேன். இந்தத் தனிமை என்னைக் கொல்லுதுப்பா... ஒரு அஞ்சு நிமிஷம் இருக்கியா...'' என்றார். நான் படத்தைப் பத்தி பேச துவங்க... ''படம் முடிங்சிருச்சுப்பா... அதைப்பத்தி பேச என்ன இருக்கு... நான் உன்னிடம் கொஞ்சம் பெர்சனாலா பேசணும்ப்பா....'' என்று பேசத் துவங்கினார். கறுப்புத் தேனீர் வந்தது. எதையும் பகிர்ந்து கொள்ள முடியாத அவரது தனிமை வாழ்க்கை குறித்தும், திரை வா ழ்க்கை குறித்தும் மூன்று மணி நேரம் பேசினார். இடையிடையே அவர் கண் கலங்கி வழிய, ஒரு நிலையில் நானும் உடைந்து, அவரைக் கையெடுத்துக் கும்பிட்டேன்.

''என் வாழ்க்கை நேர்த்தி இல்லாம இருக்கலாம்ப்பா... ஆனா என் படங்கள்? எனக்கு பிடிச்ச மாதிரியே பண்ணிட்டேன். பிடிவாதமா இருந்துட்டேன். இன்னும் நாலஞ்சு படத்துக்கு ஸ்கிரிப்ட் எழுதி வச்சிருக்கேன். அதை எடுக்க முடியுதா பாக்கலாம். என் வேலை முடிஞ்சிருச்சுப்பா... என் படங்கள உங்ககிட்ட குடுத்துட்டேன்.

இனி நான் செய்ய என்ன இருக்கு... எல்லாம் செஞ்சாச்சு... நீங்கதான் ... உன்னை மாதிரி யங்க்ஸ்டார்ஸ்தான் இதை அடுத்த இடத்துக்கு எடுத்துட்டுப் போகணும்...''

இருவரும் அமைதியாக அமர்ந்திருந்தோம். ''சாரிப்பா... ரொம்ப நேரம் பேசிட்டேன்...'' நான் எழுந்தேன். ''தேங்க்ஸ்ப்பா... அடிக்கடி வா... நீ வந்தா கொஞ்சம் நல்லா இருக்கு...''

''வர்றேன் சார்...''

''வந்ததுக்கு ரொம்ப தேங்க்ஸ்ப்பா...'' என்று திரும்பவும் நன்றி சொன்னார். நான் கிளம்பி அறையின் கதவருகே நின்றேன். தலை குனிந்து அமர்ந்திருந்தார். குரலில் இன்னும் அந்தக் கலக்கம் இருந்தது. ''வர்றேன் சார்...''

''வாப்... பா... ரொம்ப தேங்க்ஸ்ப்பா...''

மனதளவில் ஒரு விடைபெறல்.

அதன் பிறகு கூட்டம் குறைந்ததும், கண்ணாடிப் பேழையை நெருங்கினேன். ''வாப்பா செழியன்'' என்ற அவரது தீனமான குரல் கேட்டது.

''..........''

''வந்ததுக்கு ரொம்ப தேங்க்ஸ்ப்பா''

அவர் கொடுத்த 'வீடு', 'சந்தியாராகம்' படங்கள் என் புத்தக அடுக்கில் இருந்தன. வெள்ளை நிறத்தில் அவருக்கே பிடித்த எழுத்துருவில் பாலுமகேந்திரா என்று அச்சிடப்பட்ட உறை. அதன் மேல் *good copy* என்று அவரது கையெழுத்திலேயே எழுதி இருக்கிறார். திறந்தால் தனது படத்தின் பிரதியை எப்படி பார்க்க

வேண்டும் என்கிற விளக்க உரையின் உள்ளே contrast-90 brightness-45 sharpness-50 color-0 என்று எழுதி ஒட்டப்பட்ட காகிதம்.

பத்து நாள்கள் ஆகிவிட்டன. அன்று அவரது சினிமா பட்டறைக்குப்போயிருந்தேன். "ஏண்டா நீ பூக்க மாட்டேன்கிற... எல்லோருக்கும் மாதிரி உனக்கும்தானே தண்ணி ஊத்துறேன்" என்று அவர் கோபமாக திட்டியிருந்த அரளிச்செடி மஞ்சள் மலர்களாகப் பூத்திருந்தன. சாப்பிடும் நேரத்துக்கு இப்போதும் அவரைத் தேடி அந்த பூனை வருவதாக மாணவர்கள் சொன்னார்கள். 'creativity - படைப்பாற்றல்' என்று வகுப்பு எடுப்பதற்காக கடைசியாக அவர் எழுதிய எழுத்துக்களுடன் வெற்றுப்பலகை வகுப்பில் இருந்தது.

வெளியில் வந்து கைபேசியில் ஒரு எண்ணைத் தேடிக் கொண்டிருக்கும்போது தற்செயலாக பாலு சார் என்ற எண் இருப்பதைப் பார்த்தேன். பார்த்துக் கொண்டே இருந்தேன்.

# எனக்குக் கிடைத்த மாபெரும் அங்கீகாரம்-தேனி ஈஸ்வர்

உதவி ஒளிப்பதிவாளராக சேர எடுத்த எல்லா முயற்சிகளும் தோல்வியடைந்த சமயத்தில், 'கற்றது தமிழ்' படத்திற்கு நான் செய்து கொடுத்த பர்ஸ்ட் லுக், இன்விடேஷன் இரண்டையும் பார்த்துவிட்டு பாலுமகேந்திரா அழைத்தார். ஓடிப்போய் பார்த்தேன். என்னுடைய புகைபபடங்களைக் காண்பித்தேன். ஒவ்வொரு படம் குறித்தும் நிறைய தொழில்நுட்பக் கேள்விகளைக் கேட்டார். என்னை அவருக்கு பிடித்திருந்தது. ''எப்போ வேணாலும் நீ என்னைப் பார்க்க வரலாம்'' என்றார். அது எனக்கு பெரிய நம்பிக்கையைத் தந்தது.

அதன் பிறகு முதல் பட வாய்ப்பு கிடைத்ததும் பாலுமகேந்திரா சாரைப் போய்ப் பார்த்து விஷயத்தைச் சொன்னேன். அப்போது என்னிடம் அசோஸியேஷன் மெம்பர்ஷிப் கார்ட் இல்லை. உடனே அசோஸியேஷனுக்கு ஒரு கடிதம் எழுதிக் கொடுத்தார்.

''இவரை எனக்கு மிக நன்றாகத் தெரியும். நல்ல திறமைசாலி. *powerful still photographer.* இவரது ஒளியமைப்பில்,

வண்ணத்தில், கோணங்களில் நான் வியந்திருக்கிறேன். இவரின் ரசிகன் நான். ஓர் இயக்குநரும், தயாரிப்பாளரும் இவரை நம்பி வாய்ப்பு தரும்போது, நாம் ஏன் இவரை அங்கீகரித்து அணைத்துக் கொள்ளக்கூடாது! சத்யஜித்ரேயின் ஒளிப்பதிவாளரான சுப்ரத மித்ரா ஒரு ஸ்டில் போட்டோகிராபர்தான். அவர்தான் என் குரு. அவரும் கூட எவரிடமும் உதவியாளராகப் பணிபுரிந்ததில்லை. நான் ஈஸ்வரை அப்படி ஒரு திறமையாளராகப் பார்க்கிறேன்'' என்று குறிப்பிட்டிருந்தார். அது எனக்குக் கிடைத்த மாபெரும் அங்கீகாரம்!

# என் வலியை அழுதுகாட்ட விரும்பவில்லை
## - பாலுமகேந்திரா:-நேர்காணல்-சமஸ்

சென்னை, சாலிகிராமத்தில் உள்ள நெரிசல் மிக்க காமராஜர் தெருவில், வரிசையாக விரிக்கப்பட்டு இருக்கும் மீன் கடைகளை ஒட்டி இருக்கிறது, 'பாலுமகேந்திராவின் சினிமா பட்டறை'. ஒளிப்பதிவாளர், இயக்குநர் என்பதைத் தாண்டி, தமிழ் சினிமாவுக்கு பாலு மகேந்திராவின் முக்கியமான பங்களிப்பு இது. "ஒரு வருஷத்துக்கு 12 மாணவர்கள். இது மூன்றாவது அணி. தமிழ்தான் பயிற்றுமொழி. வெளிமாநில மாணவர்களும் புரிந்து கொள்கிறார்கள்'' என்கிறார். வீட்டுக் கூடம் போல் இருக்கிறது வகுப்பறை. கீழே அமர்ந்துதான் படிக்கிறார்கள். மாணவர்களோடு மாணவராக சிறுகதைகள், கவிதைகள் படிக்கிறார். படங்கள் பார்க்கிறார், விவாதிக்கிறார். வாத்தியார் வேலையின் சந்தோஷம் முகத்தில் தெரிகிறது!

"இப்படிப்பட்ட நெரிசல் மிகுந்த இடத்தில் நீங்கள் இருப்பது வியப்பை அளிக்கிறது...''

''இது 'வீடு' படத்துக்காகக் கட்டப்பட்ட வீடு. படத்தில் வருவதுபோல, முற்றுப் பெறாத நிலையிலேயே பல ஆண்டு காலம் கிடந்தது. அப்புறம்தான் புரிந்தது... இது என் பள்ளிக்கூடத்துக்காக விதிக்கப்பட்ட விடு என்பது. இங்கு குடியேறிய சமயத்தில், இந்த நெரிசல், புகை, புழுதி, சத்தம் எல்லாம் எனக்கே பெரும் சங்கடமாகத்தான் இருந்தன. குறிப்பாக, பக்கத்தில் உள்ள மீன் சந்தை. காலி செய்துவிடலாமா என்றுகூடத் தோன்றும். அப்புறம் மெள்ள புரிந்தது. அவர்கள் அவர்களுடைய வேலையைச் செய்ய இங்கு வருகிறார்கள். நான் என் வேலையைச் செய்ய வருகிறேன். அவர்கள் என்னைத் தொந்தரவாகக் கருதவில்லை. ஆனால், நான் ஏன் அவர்களைத் தொந்தரவாகக் கருதவேண்டும்? அப்புறம் பழகிவிட்டது. இப்போது இந்தச் சத்தமும் மீன் வாடையும் இல்லாவிட்டால்தான் எனக்குச் சங்கடம்!''

''பாடசாலைகளில் உட்கார்ந்து சினிமாவைக் கற்றுக்கொள்ள முடியுமா என்ன?''

''சினிமா ஒரு மொழி என்பதை ஒப்புக்கொள்வீர்கள் என்று நினைக்கிறேன். தமிழைப் பாடசாலைகளில் உட்கார்ந்துதானே கற்றுக்கொள்கிறோம்''.

''தமிழ் சினிமாவை இப்போது உங்கள் சிஷ்யர்கள் ஆள்கிறார்கள். அவர்களுடைய வெற்றிகளை எப்படிப் பார்க்கிறீர்கள்?''

''என்னுடைய ஒவ்வொரு மாணவனும் தனித்துவமானவன். அவர்களுடைய முழு ஆற்றலையும் உணர்ந்தவன் நான். இந்த வெற்றி எனக்கு ஆச்சர்யம் இல்லை. உண்மையில், அவர்களிடம் இருந்து இன்னும் நான் எதிர்பார்க்கிறேன்''.

"மிக மென்மையான கதைசொல்லி நீங்கள். ஆனால், உங்கள் சிஷ்யர்கள் வன்முறைக் கதைகளைத்தான் கையாளுகிறார்கள். இந்த வேறுபாட்டை எப்படிப் பார்க்கிறீர்கள்?"

"ஒரு படைப்பாளி என்கிற முறையில் இது அவரவர் சுதந்திரம். நான் யார்... 'நீ இப்படிப்பட்ட படம்தான் எடுக்க வேண்டும்' என்று சொல்ல? அவரவர் இஷ்டப்பட்ட கதைகளை அவரவர் படமாக்குகிறார்கள்!"

"சரி... ஓர் இயக்குநராக 34 வருஷங்களில் 21 படங்கள் தந்திருக்கிறீர்கள். இது போதுமானதா?"

"போதாது. நிச்சயம் போதாது! ஒரு வருஷத்துக்கு ஒரு படமாவது எடுக்க வேண்டும். வசூலை அள்ளிய படம் 'மறுபடியும்'. அதற்குப் பிறகு ஐந்து வருடங்கள் சும்மாதான் இருந்தேன். அந்த இடைவெளிக்கு எந்தக் காரணமும் கிடையாது. ஏதோ அப்படி நடந்துவிட்டது. அவ்வளவுதான். பொதுவாகவே, நான் யாரிடமும் சென்று, 'உங்களுக்குப் படம் செய்கிறேன்' என்று கேட்டது கிடையாது. தோன்றும்போது, அமையும்போது படம் செய்தே பழகிவிட்டேன்!"

"இந்திய சினிமாவின் இன்றைய போக்கும் வளர்ச்சியும் அதன் இயல்பில் இருந்து உருவானதா அல்லது உலக சினிமாவின் பிரதிபலிப்பா?"

"எது உலக சினிமா? வெளிநாட்டு சினிமாவை உலக சினிமா என்று குறிப்பிடுகிறோம். எல்லா நாடுகளிலுமே தரமான படங்களும் எடுக்கப்படுகின்றன. மசாலாப் படங்களும் எடுக்கப்படுகின்றன. ஆனால் திரைப்பட விழாக்களில் வெளிநாடுகளின் தரமான படங்களை மட்டும் பார்த்துவிட்டு, அந்த

நாட்டில் உள்ள எல்லாப் படங்களுமே இப்படித்தான் இருக்கும் என்று நினைத்துக்கொள்கிறோம். நம் ஊர் சினிமாவைக் கீழ் இறங்கிப் பார்க்கிறோம். சினிமா என்பது ஒரு சமூகத்தின் சகல போக்குகளில் இருந்தும் உருவாகிறது. அதன் வளர்ச்சியும் அப்படித்தான்!"

"வெளிநாட்டுப் படங்களின் பாதிப்பில் நீங்கள் சில படங்களை எடுத்திருக்கிறீர்கள். நேர்மையாக அதை ஒப்புக்கொண்டும் இருக்கிறீர்கள். ஆனால், வெளிநாட்டுப் படங்களை அப்படியே பிரதியெடுத்து, அதற்கு அங்கீகாரமும் கோரும் இன்றைய சினிமா போக்கை எப்படிப் பார்க்கிறீர்கள்?"

"தவறு. அதே சமயம், நேர்மையான வழியில் அனுமதி பெற்று, ஒரு வெளிநாட்டுப் படத்தை ரீ-மேக் செய்யும் வியாபாரச் சூழலும் பொருளாதாரச் சூழலும் அவர்களுக்கு இங்கு இல்லை என்பதையும் நாம் பார்க்க வேண்டும்.

இன்றைய இயக்குநர்களுக்கு ஒரு விஷயம் சொல்லத் தோன்றுகிறது. நீங்கள் யாராக இருந்தாலும் சரி, கோடம்பாக்கத்து நிர்ப்பந்தங்கள் உங்கள் படங்களைச் சூழ்ந்துவிட அனுமதிக்காதீர்கள். இந்தக் கோடம்பாக்கத்தில் இருந்துதான் ஒரு 'பராசக்தி' வந்தது. ஒரு 'ரத்தக்கண்ணீர்' வந்தது. ஒரு 'மூன்றாம்பிறை' வந்தது. தமிழ் சினிமாவின் உன்னதங்கள் என்று நீங்கள் நினைக்கக்கூடிய சகல விஷயங்களையும் உங்கள் முன்னோடிகள் இந்த நிர்ப்பந்தங்களுக்கு மத்தியில் இருந்துதான் கொண்டுவந்தார்கள். இதை நினைவில் வைத்துச் செயல்படுங்கள். பணம் பண்ண வேண்டும்தான். ஆனால், தேவைக்கு அது போதுமானது. நாம் எல்லாருமே சாதாரணப் பின்புலத்தில் இருந்து வந்தவர்கள்தான். ஏன் நம்முடைய பிள்ளைகளைப் பணக்காரர்கள்

ஆக்க அருவருக்கத்தக்க வகையில் நம் வாழ்நாளைச் செலவிடவேண்டும்''.

''உங்களுடைய ஆதர்ஷ இயக்குநர்கள் யார்? யார்?''

''சத்யஜித்ரே, அகிரா குரோசோவா, மிருணாள் சென்!''

''ரேவை உங்கள் சின்ன வயதில் பார்த்ததற்கும் இந்த வயதில் பார்ப்பதற்கும் வித்தியாசம் இருக்கிறதா?''

''எப்போதுமே அவர்தான் என் வாத்தியார். அவர் மீதான மரியாதையும் பிரமிப்பும் என்றைக்குமே மாறாது!''

''ரேவிடம் இருந்து இந்திய சினிமா ரொம்பவும் விலகி வந்துவிட்டதோ?''

''நாம் எப்போது ரேவிடம் நெருங்கி இருந்தோம்... விலகி வர?''

''படம் எடுக்கச் சில லட்சங்கள் போதுமானது என்று சமீபத்தில் இரானிய இயக்குநர் மக்மல் பஃப் சொல்லி இருந்தார். இங்கு அது ஏன் சாத்தியம் ஆகவில்லை?''

''இங்கும் சாத்தியம்தான். இருபது லட்ச ரூபாய்க்குள் ஓர் அற்புதமான படத்தை எடுத்துவிட முடியும். நமக்கு முயற்சிகள் வேண்டும்!''

''இவ்வளவு கலாச்சார வளம் மிக்க ஒரு நாட்டில், அதைப் பின்புலமாகக் கொண்ட படங்கள் வராததற்குக் காரணம் என்ன?''

''பிரக்ஞை இன்மை! எந்தக் கலாச்சாரத்தை நீங்கள் அறிந்திருக்கிறீர்கள்... அதைப் படமாக எடுக்க? கலாசாரம் என்பது ஒரு அங்கீகாரத்துக்காக, தேவைப்படும் இடங்களில் நீங்கள் சௌகரியமாகப் பயன்படுத்தும் வார்த்தை. நீங்கள் உணராத ஒன்று

எப்படி உங்கள் படத்தில் வரும்? சிறுகதைகள், நாவல்களைப் படமாக்குவதிலேயே இன்னும் நாம் வெற்றி பெறவில்லையே... காரணம் என்ன? பரவலான வாசிப்பே கிடையாது. இன்றைக்கு பாலு மகேந்திரா என்பவன் ஏதோ ஒரு விஷயம் இங்கு செய்திருக்கிறான் என்று நீங்கள் கருதுவீர்களேயானால், அதற்கு முழு பின்னணியும் வாசிப்புதான். இலக்கியத்தோடு எனக்கு உள்ள நெருக்கம்தான். அடிப்படையில் நான் எழுத்தாளன். அப்புறம்தான் இயக்குநன்!''

''நிறையப் படித்திருக்கிறீர்கள்... ஆனால், நீங்களே இலக்கியத்தைப் படமாக்க முயற்சிக்கவில்லையே?''

''ஜெயகாந்தனில் தொடங்கி ஜெயமோகன் வரைக்கும் நிறைய ஆசைகள் உண்டு. அமையவில்லை. 'மோகமுள்'ளைப் படமாக்க தி. ஜானகிராமன் இருந்தபோதே பேசினேன். ஜானகிராமனுக்கும் என் மீது மதிப்பு உண்டு. 'அழியாத கோலங்கள்' பார்த்துவிட்டு, என்னுடைய வீடு தேடி வந்து பாராட்டிச் சென்றவர் அவர். 'மோகமுள்'ளை வேறு யாரோ செய்யப்போகிறார்கள் என்று அவர் சொன்னதால், அந்த முடிவைக் கைவிட்டேன். இப்படித்தான் ஒவ்வொன்றும். இன்றைக்கும் கூட சி.சு.செல்லப்பாவின் 'வாடிவாசல்', ஜி. நாகராஜனின் 'குறத்தி முடுக்கு' இரண்டையும் படமாக்க வேண்டும் என்ற நினைப்பு உண்டு!''

''ஓர் ஈழத் தமிழனாக ஈழத்தின் இன்றைய நிலையை எப்படிப் பார்க்கிறீர்கள்?''

''வேண்டாம்... அதுபற்றி பேச நான் விரும்பவில்லை. (நீண்ட அமைதிக்குப் பின்) யாருக்காகவும் நான் என் வலியை அழுது காட்டி வெளிப்படுத்த விரும்பவில்லை!''

"ஆனால், உங்கள் படைப்புகளின் வாயிலாகக்கூட அந்த வலியை நீங்கள் வெளிப்படுத்தியது இல்லையே?"

"ஈழம் தொடர்பாக இங்கு உருவாக்கப்பட்ட படங்களோ, கதாபாத்திரங்களோ, ஈழ மக்கள் மீதான அக்கறையின்பால் உருவாக்கப்பட்டவை அல்ல; கரிசனத்தால் உருவாக்கப்பட்டவை அல்ல; அவர்களுடைய சோகம் ஏற்படுத்திய பாதிப்பால் உருவாக்கப்பட்டவை அல்ல; அது இங்குள்ள வியாபார உத்திகளில் ஒன்று. என்னால், அப்படி நீலிக் கண்ணீர் வடிக்க முடியாது. ஈழப் பிரச்னையைத் தொட்டுப் படம் எடுக்க வேண்டும் என்று எனக்கும் ரொம்ப ஆசை. ஆனால், அதைத் தொட்டிருந்தால், மிகத் தீவிரமாகத் தொட்டு இருப்பேன். உண்மையை அந்தப் படம் அப்பட்டமாகப் பேசி இருக்கும். உக்கிரமான உண்மையாக அது வெளிப்பட்டு இருக்கும். பலருக்குச் சங்கடம் கொடுக்கும் உண்மையாக அது இருந்திருக்கும். என்னை இந்த உலக உருண்டையில் இருந்து நிரந்தரமாக நீக்கி இருக்கக்கூட அது வழிவகுத்து இருக்கும். அச்சம் தரும் இந்தச் சூழல்தான் ஈழத்தைத் தொட்டு நான் படம் எடுக்காததற்குக் காரணம்!"

"இப்போது திரும்பிப் பார்க்கும்போது, உங்கள் படங்களிலேயே உங்களுக்குப் பிடித்த படம் எது? எடுத்திருக்க வேண்டாம் என்று நினைக்கும் படம் எது?"

"பிடித்தது 'சந்தியா ராகம்'. தவிர்த்து இருக்கலாம் என்று நினைக்கக்கூடிய படம் 'நீங்கள் கேட்டவை'. அது ஒரு வீம்புக்காக எடுத்த படம். பாலுமகேந்திராவால் 'மூன்றாம்பிறை'யைப் போல படம் எடுக்க முடியும். மசாலா படம் எடுக்க முடியுமா?" என்று சவால்விட்ட ஒரு நண்பருக்கு, அப்படி மசாலா படம் எடுப்பது எனக்கு ஜுஜுபி என்று காட்டுவதற்காக எடுத்த படம் அது. ஆனால்,

அழியாத கோலங்கள்

அதிலும் அடிப்படைத் திரைமொழி மோசம் இல்லை என்பதை சமீபத்தில் அந்தப் படத்தைப் பார்த்தபோது உணர்ந்தேன். கெட்டாலும் மேன்மக்கள் மேன்மக்களே... சங்கு சுட்டாலும் வெண்மை தரும்!"

"உங்கள் ஊட்டி மோகத்துக்கு என்ன காரணம்?"

"பொதுவாகவே ஏற்ற இறக்கங்கள், வளைவுகளைக் கொண்டவை எனக்குப் பிடித்தமானவை. ஊட்டி பிடித்ததும் அப்படித்தான்!" (சிரிக்கிறார்)

"உங்கள் முன்னோடிகளில் ஒருவரான பெர்க்மன் 'படைப்பாளிகளுக்கு எல்லாக் காலங்களிலும் பெண்களும் காதலும் வேண்டும்' என்கிறார். உங்களுக்கு எப்படி?"

"நான் மறுபடியும் படத்தை யாருக்குச் சமர்ப்பணம் செய்திருந்தேன் தெரியுமா? 'என்னை நானாக்கிய எல்லாப் பெண்களுக்கும்!' நான் முதன்முதலாகக் காதல் வயப்பட்டது என்னுடைய பதினாலாவது வயதில். அவளுடைய பெயர் அன்னலட்சுமி. என் அப்பாவிடம்தான் முதலில் சொன்னேன். ஜெயகாந்தன் முதல் சுய இன்பம் வரைக்கும் நான் சகலத்தையும் பற்றி விவாதிக்கக் கூடிய மனிதர் அவர். 'பார்க்கக் கருவண்டு போல நல்லா இருக்கா பொண்ணு' என்றார் அப்பா. ஆனால், அவள் காதலித்தாளா என்பது எனக்குத் தெரியாது. கதைகள் அங்கிருந்து தொடங்குகின்றன. போதும். பாலு மகேந்திரா பெண்களையும் காதலையும் பற்றிப் பேச ஆரம்பித்தால், புத்தகங்களின் பக்கங்கள் காணாது!"

அரிதாரமில்லாத கலைஞர்களாக...

# 'யாத்ரா' படத்தில் நடித்த அனுபவம் - மம்முட்டி

இயக்குநர் தொப்பியை தலையில் அணிவதற்கு முன் ஒளிப்பதிவில் ஹீரோவாக வெற்றிநடை போட்டவர் பாலுமகேந்திரா.

சாதாரண சினிமாவை ஒரு மாற்று சினிமாவாக மாற்றியமைத்ததிலும், அம் மாதிரியான படங்களை பார்க்க ஒரு ரசிகர் பட்டாளத்தை உருவாக்கி எடுத்ததிலும் முக்கிய பங்கு பாலுமகேந்திராவுக்கு உண்டு. அந்த காலகட்டத்தில் அவருடைய பெயருக்காகவே படம் பார்க்க வந்த ரசிகர்கள் ஏராளம்.

சிலோனில் இருந்து வந்த பாலுமகேந்திரா இந்தியாவின் அழகை தன் கேமராவிலும், இதயத்திலும் பதிவு செய்துகொண்டார். அவர் இந்த நாட்டை சார்ந்தவரல்ல என்ற போதிலும்கூட நம் நாட்டின் கலாச்சாரத்தையும், பாரம்பர்யத்தையும் மிக ஆழமாக புரிந்து கொள்ள அவரால் முடிந்தது.

அன்றைய கலர் சினிமாவில் மிகுதியாக அரிதாரம் பூசப்பட்டு வந்த காலத்தில் அதை தவிர்த்துவிட்டு மிக யதார்த்தமான காட்சிகளையும், முகங்களையும் திரையில் காட்டி நம்மை வியக்க வைத்தவர் பாலுமகேந்திரா. பழைய கலர் படங்களில் நடிகர் நடிகைகளின் முகம் பார்த்தால், மேக்கப் மூலம் முகமூடி போல் காட்சி அளிக்கும். ஆனால் பாலுமகேந்திராவின் படங்களில் மட்டுமே நடிகர் நடிகைகளின் முகங்கள் யதார்த்தமான தோற்றத்தையும், உணர்ச்சிகளையும் பார்க்க முடியும். அந்த யதார்த்தத்தை கண்டு ரசிக்க நான் உட்பட பல பேர் கூட்டம் கூட்டமாக தியேட்டருக்கு சென்றிருக்கிறோம். பாலுமகேந்திரா என்ற ஒளிப்பதிவு கலைஞன் தன்னுடைய தனித்துவமான ஒளிப்பதிவு திறமையால் இந்திய சினிமாவில் பெரிய ஒரு மாற்றத்தையே ஏற்படுத்தினார்.

மலையாளத்தில் 'ஓளங்கள்' என்ற படத்தை இயக்கினார். அதில் அமோல் பாலேக்கர் கதாநாயகனாக நடித்தார். அன்று அவர் மலையாள படத்துக்கு புதிது என்றாலும் கூட அந்த படம் கேரளாவில் மிக பெரிய வெற்றியை பெற்றது. அதன் பிறகு மூன்றாண்டுகள் கழித்து திரைக்கதை ஆசிரியர் ஜான் பால் அவர்கள் என்னிடம் வந்து ஒரு கதை சொன்னார். *'Daj a yellow Ribbon around the old walktree'* என்றொரு நாடோடி பாடல்தான் கதையின் கரு என்று சொன்னார். அந்த கதையில் வரும் சிறை கைதி கேரக்டரில் நான் நடிக்க வேண்டும் என்று சொல்லி என்னிடம் அன்போடு கேட்டு கொண்டார். அதற்கு பின்னர்தான் பாலுமகேந்திரா வந்து என்னிடம் விளக்கமாக கதை சொன்னார்.

'யாத்ரா' படம் ஆரம்பித்த காலகட்டத்தில் நான் வருடத்தில் முப்பது படம் வரை நடித்துக் கொண்டிருந்தேன். அப்போது பாலுமகேந்திரா என்னிடம் இருபத்தி ஐந்து நாட்கள் கால்ஷீட்

கேட்டார். அதுவும் இரண்டு கட்டமாக. அது மட்டுமல்லாமல் என்னிடம் தலை மொட்டை போட்டுக் கொள்ள வேண்டிவரும் என்றும் கூறினார். அதை கேட்டதும் நான் ஷாக்காகிவிட்டேன். என்ன செய்வது என்று அறியாமல் குழம்பி கொண்டிருந்தேன். அந்த படத்தை ஏற்றுகொள்வதா, தவிர்த்துவிடுவதா என்று தெரியாமல் குழப்பமான மனநிலையில் இருந்தேன். கடைசியில் வருவது வரட்டும் என்று சொல்லி அந்த படவாய்ப்பை ஏற்றுக்கொண்டேன். அதன் பேரில் என்னிடம் பலபேர் வந்து குறைபட்டுக் கொண்டார்கள். இவ்வளவு படம் கமிட் ஆகியிருக்கின்ற சமயத்துல போய் மொட்டையடித்து கொண்டுள்ள முயற்சியெல்லாம் உங்களுக்குத் தேவைதானா?'' என்பது மாதிரியான குமுறல்களும், விமர்சனங்களும் எழுந்த வண்ணம் இருந்தது.

'யாத்ரா' படத்தை பாலுமகேந்திரா ஊட்டியில் வைத்துதான் படமாக்கினார். அந்த நாட்களில் காலையில் சூரியன் உதயமாவதற்கு முன்னே செட்டிற்கு வந்துவிடுவார். காரணம் அதிகாலையில் உதயமாகும் சூரிய ஒளி கதிர்களை அழகாக பதிவு செய்யவேண்டும் என்பதற்காக. அந்த இயற்கை ஒளியைக் கச்சிதமாக பயன்படுத்தக்கூடிய ஒரு சிறந்த ஒளிப்பதிவு வித்தகன் பாலுமகேந்திரா...

என் சினிமா வாழ்க்கை பயணத்தில் நான் ஏற்று நடித்த கதாபாத்திரங்களின் சிறந்த கதாபாத்திரங்களின் பட்டியலில் 'யாத்ரா' படத்தில் வரும் உன்னிகிருஷ்ணன் என்ற கேரக்டரும் ஒன்று. அந்த படம் மிகப்பெரிய வெற்றியடைந்தது மட்டுமல்லாமல் 1986-ல் சிறந்த படத்திற்கான கேரள அரசு விருதும், சிறந்த நடிகருக்கான ஸ்பெஷல் ஜுரி விருதும் எனக்கு கிடைக்கப் பெற்றது.

ஒருமுறை ஒரு வார இதழுக்காக பாலுமகேந்திரா அளித்திருந்த பேட்டியில் என்னை பற்றி இப்படி குறிப்பிட்டிருந்தார். "மம்முட்டி என்னை வியப்பூட்டிய ஒரு நடிகர்" அதை நான் படித்தபோது மெய் சிலிர்த்து போனேன். காரணம் பல வருடங்களுக்கு முன் அவரோடு யாத்ரா படத்தில் பணியாற்றினேன். அதை இப்போதும் ஞாபகத்தில் வைத்துக்கொண்டு பெருந்தன்மையோடு என்னை பாராட்டுகிறாரே என்று.

இன்றைய காலகட்டத்தில் 'நல்லா இருக்கு' என்று பலபேர் சொல்லக் கூட தயங்குகிறவர்களுக்கிடையில் இப்படி ஒரு பெருந்தன்மையான ஆளுமையா என்று வியந்து போனேன். என்னைப் பற்றி அப்படி யாரும் சொல்ல மெனக்கெடாத ஒரு விஷயத்தை அவர் தைரியமாக சொல்லியிருந்தார். நாம் பொறாமைப்படும் அளவுக்கு அழகான காட்சிகளை சினிமாவுக்குள் புகுத்திய கலைஞன் பாலுமகேந்திரா. ஜனங்களுக்கு எந்த ஃப்ரேம் மிகவும் பிடிக்கும் என்று அன்றே அவர் தெளிவாக புரிந்து வைத்திருந்தார்.

இயற்கையின் நிறங்களை அதே படி திரையில் காட்டி கைத்தட்டல் வாங்கிய கலைஞன் பாலுமகேந்திரா மட்டுமே, அதே போல் காட்சியின் மூலமாக கதை சொல்ல முடியும் என்று நிரூபித்து காட்டியவரும் அவரே.

## சந்தியாராகத்தின் கதை நாயகன் - வீரசந்தானம்

என்னை சில முறை மேடைகளிலும், நேரிலும் பாலுமகேந்திரா பார்த்திருக்கிறார். ஒரு முறை என்னை நேரில் வரச் சொல்லி அழைத்திருந்தார். நான் அது சம்பிரதாயமான சந்திப்பாக இருக்கும் என்று தவிர்த்து வந்தேன். நான் சந்திக்கவில்லை என்பதை நண்பரிடம் சொல்லி பாலுமகேந்திரா வருத்தப்பட்டது தெரிந்து, நேரில் போய் பார்த்தேன். நிறைய விஷயங்கள் பேசினோம். பின்னர், சில நிழற்படங்களை எடுத்தார். அவருக்கு நிழற்படம் எடுப்பது பிடித்தமான விஷயம் என்பதை அறிவேன். அதனால் ஏன் எதற்கு என்று கேட்கவில்லை. பிறகொரு நாள், "நீங்க சந்தியாராகம் படத்தில் நடிக்கிறீங்க" என்று சொல்லிவிட்டார்.

ஒருமுறை படப்பிடிப்பில் அர்ச்சனா சொல்லித்தான் இன்னொரு விஷயம் தெரிந்தது. ஒரு விழா முடிந்து பிலிம்சேம்பர் வளாகத்திலிருந்து நான் திரும்பிச் செல்லும்போது (முப்பத்து சொச்ச வயது இளைஞன், தாடி, ஜோல்னா பை, காட்டன் ஜிப்பா)

வேகமாக நடந்து போவதை பாலுமகேந்திரா, தன் காரில் இருந்து பார்த்துக் கொண்டே இருந்தாராம். அப்போதே இந்த வேடத்திற்கு என்னைப் பொருத்திப் பார்த்திருக்கிறார். படத்திலும் நான் வேகமாக நடந்து செல்லும் காட்சி ஒன்று உண்டு.

அன்று சந்தியாராகம் படத்தில் எனக்கு சின்ன வேடம் என்று நினைத்துத்தான் நடித்தேன். ரொம்பநாள் படப்பிடிப்பு நடந்த பிறகுதான் முழுக்கதையையும் படித்தேன். அதிர்ந்து போய் பாலுமகேந்திராவிடம், "இவ்வளவு நல்ல கதையாக இருக்கிறதே, இதில் நான் நடிக்கத்தான் வேண்டுமா...?" என்று கேட்டேன். அதற்கு அரிடமிருந்து புன்னகை மட்டுமே பதிலாக வந்தது.

# பாலுமகேந்திராவின் தோளில் கை போட்ட மாணவன்- கமல்ஹாசன்

பாலுமகேந்திராவை போலுள்ளவர்களோடு பேசும்போது மட்டும்தான் எனக்கு உலக திரைப்படங்களை பற்றியும், நல்ல புத்தகங்கள் பற்றியுமெல்லாம் பேசமுடிகிறது. மத்தவங்களெல்லாம் இந்த கோடம்பாக்கம் தாண்டி சிந்திக்க மாட்டாங்க. என்னை கிண்டல் வேற செய்வாங்க. இந்தாள் எதுக்கெடுத்தாலும் தஸ்தாயெவ்ஸ்க்கி, பொலன்ஸ்க்கினு குடிக்கிற விஸ்கியதவிர மற்ற எல்லா விஸ்க்கிய பத்தியும் பேசுவாறு...

சந்தர்ப்பம் கிடைக்கிற போதெல்லாம் பாலுமகேந்திரா, நான் எங்கள் அலைவரிசைக்கு ஏற்ற நண்பர்கள் எல்லோரும் சேர்ந்து பேசும்போது, புதிய கதைகள், புதிய கருத்துக்கள், பழைய கதைகளை பற்றி நாங்கள் அலசி ஆராயும் விதம் இவையெல்லாம் என்னை ஒரு நடிகனாக செழுமைபடுத்தியிருக்கிறது.

சினிமா ஷூட்டிங்னா அதில் இத்தனை பேர் போதும்னு முதலில் குறைத்துக் காட்டியவர் பாலுமகேந்திரா அவர்கள்தான். கையளவு

திறமையானவர்களை வைத்துக்கொண்டு, அவர் செய்த சாதனைகள் இன்று வரை பேசப்படுகிறது.

பல யூனியன்கள்ல அவர் மேல கோபத்துல இருந்தாங்க. காரணம் மேக்கப் போடமாட்டார். வேண்டான்னு நினைப்பாரு. ஏன்னா அந்த மேக்கப் டெக்னிக்க உருவாக்கி நல்லதா கத்துகிட்ட பிறகு வாங்க. இப்போதைக்கு இது கலருக்கான மேக்கப் இல்லைன்னு சொல்வாரு. அவர் படத்துல நடிகர் நடிகைகள் பான்கேக் உபயோகப் படுத்துவதை அனுமதிக்கவே மாட்டார்.

சில நடிகைகள் பாலுமகேந்திரா படத்துல அழகா இருக்கணும்னு சொல்லி நல்லா மேக்கப் போட்டுட்டு வண்டில வந்து இறங்குவாங்க. அவங்ககிட்ட போய் டிபன் சாப்டிங்களானு கேட்டு, அவங்கள டிபன் எல்லாம் சாப்பிட வச்சிட்டு ஒரு தேங்காய் என்ணெய் பாட்டில் எடுத்து கொடுப்பாரு. விழுந்து அழுதவங்கெல்லாம் உண்டு. நான் பாத்திருக்கிறேன். அப்புறம் அவங்கள சமாதானப்படுத்தி தேங்காய் எண்ணெயை முகத்துல அப்ளே பண்ண சொல்வாரு.மேக்கப் இருக்கேன்னு சொல்வாங்க நடிகைகள். இன்னைக்கு ஷுட்டிங் கேன்சலானு கேட்பாங்க. இல்லல்ல இது இருந்தாதான் ஷுட்டிங்கேன்னு சொல்லி ஒரு சோப் கொடுப்பாரு. கூடவே இருந்து முகத்த அலம்ப சொல்லி, டவலும் அவரே கொடுத்து துடைக்கச் சொல்லி, இப்ப எவ்வளவு அழகா இருக்கு பாருங்கனு சொல்வார். பயமா இருக்கே சார்னு சொல்வாங்க. நல்லா இல்லைன்னா நான் ரீடேக் பன்றேன்னு சொல்வார். மேக்கப் இல்லாம அவங்கள ஒரு ஸ்டில் எடுத்து அடுத்த நாள் பிரிண்டு போட்டு கொண்டு வந்து காட்டுவாரு. அதுக்கப்புறம் ஹீரோயின்ஸ் எல்லாம் எதிர்த்து பேசமாட்டார்கள்.

அவரின் கேமரா திறமையைப்பற்றி சொல்லவேண்டுமென்றால்

‘வல்லவனுக்கு புல்லும் ஆயுதம்’ என்பது போல் எத்தகைய கேமராவை கொடுத்தாலும் அதே மாதிரியான ஒரு ஒளிப்பதிவை செய்துகாட்டக்கூடிய கேமரா கவிஞன் பாலுமகேந்திரா. கருவி முக்கியமல்ல கலைஞன்தான் பெரிது என்று நிரூபித்துக்காட்டியவர்.

அவருடைய இயக்கத்தைப் பற்றி சொல்லவேண்டுமென்றால் நடிப்பை சொல்லிக்கொடுக்க மாட்டார். இவ்வளவு வேண்டானு சொல்லுவாரே தவிர, இப்படித்தான் பண்ணனும்னு வற்புறுத்த மாட்டாரு. ஒவ்வொரு நடிகருக்கும் ஒருவிதமான பாடி லாங்குவேஜ் இருக்கும் என்பதை புரிந்து கொண்டு, எனக்கு இப்படி வேணும், ஆனா உங்கள மாதிரி பண்ணுங்கனு சொல்வார்.

அவர் செட்டுல நான் கற்றுக்கொண்ட முதல் விஷயம் அமைதி. என் செட்லயும் அப்படி ஒரு அமைதி இருக்கணும்கிறதுல நான் பிடிவாதமாகவே இருந்தேன். அவர் செட்ல அப்படி பண்றது ரொம்ப ஈஸி. காரணம் மொத்தம் 12 பேர்தான் இருப்பாங்க. என் செட்ல 60-70 பேர் இருப்பாங்க. அவங்க அத்தனை பேரையும் அமைதியா வச்சுக்கிறது என்பது கொஞ்சம் சிரமமான காரியம். காரணம் அதுல ஒரு பத்து பேர் சொறிஞ்சாலே அது பெரிய சத்தமாயிடும். அந்த அளவுக்கு கூட்டமா இருக்கும் என் செட்லயெல்லாம். பாலுமகேந்திராவிடம் எனக்கு வருத்தம் என்னவென்றால் 40 வருடம் சினிமாத் துறையில் இருந்தவர் அட்லீஸ்ட் ஒரு ஐம்பது படமாவது எடுத்திருக்க வேண்டும் என்பது என் ஆசை. அதன் பேரில் எங்கள் இருவருக்கும் வாக்குவாதமும், சண்டைகூட நடந்ததுண்டு. கிட்டத்தட்ட 23 படமோ என்னவோதான் பண்ணியிருக்காரு. அது வந்து அவர் செய்ய தவறிய ஒன்று. ஆனால் அந்த குறைகளை எல்லாம் மறந்து போகும் அளவுக்கு என்னை மாதிரி, என்னை விட சிறப்பான பலபேருக்கு பல சினிமா

நுட்பங்களை பட்டறை போட்டு சொல்லிக்கொடுத்து விட்டு போயிருக்கிறார். அதற்கு என்றென்றும் தமிழ் சினிமா அவரை நினைக்கும். அதனால் பாலுமகேந்திராவின் பணி முடிந்துவிட்டது என்று யாரும் நினைத்துவிட வேண்டாம். அவரின் மாணவர்கள் மூலமாக அந்த பணிகள் தொடரும்.

எனக்கு பிறகு வந்த மாணவர்களெல்லாம் அவரிடம் ஒழுங்காக உட்கார்ந்து பாடம் கற்றுக் கொண்டார்கள். நான் அப்படி ஒழுங்கா எல்லாம் கேட்டுக்கல. அவர் தோளில் கைபோட்டு பேசிக் கொண்டு பாடம் கத்துகிட்ட மாணவன் நான். அப்படி எல்லோருக்கும் வாய்ப்பு கிடைக்காது. ஆனால் எனக்கு கிடைச்சது. அதில் நான் பெருமைப்படுகிறேன்.

பாலுமகேந்திரா அவர்கள் தமிழ் சினிமாவுக்கு கொடுத்தது, அளித்தது மிகப் பெரிய கொடை என்று நான் நினைக்கிறேன். அவருடைய திறமை எல்லாருக்கும் கைவராது.

அவர் ஒரு அறிய மனிதர், அறிய தமிழர், அறிய இந்திய சினிமா வித்தகர், உலக சினிமா வித்தகர் என்று சொன்னால் அது மிகையாகாது. அவர் நமக்கு அளித்த படங்கள் மூலமாகவும், அவர் உருவாக்கிய சீடர்கள் மூலமாகவும் தமிழ் சினிமா உலகம் அவருக்கு என்றென்றும் நன்றியுடன் கடமைப்பட்டிருக்கும்.

## பேசும் படத்தை பார்க்கும் படமாக்கிய கலைஞன்- சிவக்குமார்

ஒரு நாற்பது வருஷம் தமிழ் சினிமா பேசும்படமாகவே இருந்தது. படம்பூராவும் பேசிக்கிட்டே இருப்பாங்க. அந்த பேசும் படத்தை பார்க்கும் படமாக்கி, பார்த்து ரசிக்கும் படமாக்கி Vishual Media-வாக கொண்டு வந்ததில் தலையாய பங்கு பாலுசாருக்கு உண்டு.

அழியாத கோலங்கள், மூடுபனி, மூன்றாம்பிறை போன்ற எண்ணற்ற படங்கள் தமிழ் ரசிக பெருமக்களுக்கு போதை கொடுத்த அற்புதமான படங்கள். வீடு, சந்தியாராகம் சமீபத்தில வெளிவந்த தலைமுறைகள் போன்ற படங்கள் எல்லாம் அவர் ஆத்மதிருப்திக்காக எடுத்த படங்கள்.

அவர் நாம் கொண்டாடக்கூடிய நாம் மதிக்கிற இலங்கை தமிழர். அவர் ஒரு கிறிஸ்த்துவ குடும்பத்தைச் சேர்ந்தவர். அவங்க அப்பா கல்லூரியில் பேராசிரியராக இருந்தவர். அவர் சின்ன வயசில் ஆசைப்பட்டார் என்பதற்காக ஒரு கேமரா வாங்கிக் கொடுக்கறாரு. அந்த சமயத்தில்தான் டேவிட் லீன் என்ற இயக்குனர் சிலோனில் Bridge on the riverkaai என்ற படத்தை எடுத்துக் கொண்டிருந்தார்.

அப்ப பாலுமகேந்திரா ஒரு எட்டு வயது சிறுவன். அவர் அந்த ஷூட்டிங்கைப் போய் பார்க்கிறார். அப்ப இருந்தே நானும் ஒரு டைரக்டர் ஆகணும் என்ற ஆசை அவருக்கு வந்திருக்கு. அதுக்கப்புறம் லண்டன் போயி லண்டன் யூனிவர்சிட்டியில *BA Honours* படிக்கிறாரு. அதன் பிறகு இந்தியாவுக்கு வந்தாரு. பிறகு புனே இன்ஸ்டிடியூட்டுல சேர்ந்து ஒளிப்பதிவை கற்றுக்கொண்டு கோல்டு மெடல் வாங்கின மாணவரா வெளியே வந்தாரு. 1974-ல நெல்லு என்ற படத்துக்கு முதல்முறையா ஒளிப்பதிவாளரா பணியாற்றுகிறார். அந்த முதல் படத்துக்கே கேரளா மாநிலத்தின் சிறந்த ஒளிப்பதிவுக்கான விருதை பெற்றார். அதுக்கப்புறம் கோகிலான்னு ஒரு கன்னட படம் எழுதி இயக்கினாரு. ப்ளாக்&ஒயிட் படம். அதற்கும் கர்னாடகா மாநிலத்தின் விருதையும், தேசிய விருதையும் பெறுகிறார். இப்படி ஆரம்பிச்சு தமிழ், தெலுங்கு, கன்னடம், மலையாளம், ஹிந்தி என ஐந்து மொழிகளிலும் மிக சிறந்த படங்களை உருவாக்கின மகத்தான ஒரு மனிதர் பாலுமகேந்திரா. ஒருமுறை இயக்குநர் சத்யஜித்ரேயின் கேமராமேன் சுப்ரதோ மித்ரா, பாலுமகேந்திராவின் படங்களைப் பார்த்து வியந்து அவரை கட்டிப்பிடித்து பாராட்டி முத்தம் கொடுத்து அவருடைய *view finder*-ஐ பரிசாகக் கொடுத்திருக்கிறார். சேது படத்தின் முதல்நாள் பூஜையில் பாலுமகேந்திரா தன்னுடைய சீடன் பாலாவுக்கு அந்த *view finder*-ஐ பரிசாக கொடுத்தார்.

அவர் கடைசியாக இயக்கிய தலைமுறைகள் படத்தை நான் குடும்பத்தோடு சென்று தியேட்டரில் போய் பார்த்தேன். பாத்துட்டு வந்து அவரைப் பாராட்டி ஒரு கடிதம் எழுதினேன். அதில் ஒரே ஒரு சேதி மட்டும் சொன்னேன். நாற்பது வருஷமா ஒரு கலைஞன் கருப்பு கண்ணாடிக்குள்ளேயும், காக்கி தொப்பிக்கு உள்ளேயும், ஜீன்ஸ் உடைக்குள்ளேயும் ஒளிஞ்சிக்கிட்டு இருந்தான். அந்த மகா கலைஞன் மனதாலும், உடலாலும் தன்னை வெளிப்படுத்தி,

கிட்டத்தட்ட நிர்வாணமாக்கி எடுத்த ஒரு சிறந்த படம் தலைமுறைகள். இது ஒரு படம் அல்ல. பாடம்.

அவர் இன்று நம்மோடு இல்லாவிட்டாலும் அவரின் படங்கள் வழியாகவும், அவரின் சீடர்களான பாலா, வெற்றிமாறன், சீனுராமசாமி, ராம் போன்றவர்களுடைய படங்கள் வழியாகவும், அந்த மகாகலைஞன் என்றென்றும் நம்மோடு வாழ்ந்து கொண்டேயிருப்பான்.

## என் குரு- மோகன்

என்னை திரையுலகத்துக்கு அறிமுகப்படுத்திய கடவுள் பாலுமகேந்திரா. பெங்களூருவில் ஒரு வங்கியில் பணியாற்றிக் கொண்டிருந்த என்னை 1977-ல் அவர் முதன்முறையாக இயக்கிய கோகிலா என்றொரு கன்னட படத்தின் மூலமாக அறிமுகப்படுத்தினார். அறிமுகம் கன்னடப் படத்தின் மூலமாக இருந்தாலும் எனக்கு பெயரும், புகழும் வாங்கி கொடுத்தது தமிழ் சினிமாதான். அதற்கான வாய்ப்பை எனக்கு ஏற்படுத்தி தந்த என் குருவும், சினிமா தந்தையுமான பாலுமகேந்திரா சாரை நான் நன்றியோடு நினைத்துப் பார்க்கிறேன்.

எனக்கு நடிப்புக்கான அடிப்படை கல்வியை கற்றுத்தந்தது அவர்தான். கோகிலா என்ற படத்திற்கு பிறகு தமிழில் மூடுபனி, ரெட்டைவால் குருவி போன்ற படங்களில் நடிக்க எனக்கு வாய்ப்பளித்தார்.

infact பாலு சாரோட கேமரா வர்க் பற்றி சொல்லணும்னா இதுவரைக்கும் நம்மள யாருமே இவ்வளவு அழகா

காமிச்சதில்லையே என்கிற அளவுக்கு நல்லா எடுப்பாரு. *Absulutly No makup.* அவருக்கிருக்கிற *confident level* அதுதான். லைட்டே இருக்காது. ஒரு தெர்மகோல்கூட இருக்காது. வாங்க, வாங்க, இப்படி உக்காருங்கன்னு சொல்லி *available* லைட்டுல ஸ்டில்ஸ் எடுப்பாரு. அத ப்ரிண்ட் போட்டு கொண்டுவந்து காட்டும்போது நாம வியந்துபோவோம். அந்தளவுக்கு பிரமாதப்படுத்தியிருப்பாரு. *Life*-ல நம்மள இந்த அளவுக்கு அழகா காட்ட முடியும்கிறத அவர்தான் எனக்கு புரிய வச்சாரு. எல்லாத்துக்கும் மேல *extra oridnary humenbe he always passion about films.*

ஒருமுறை பாலுமகேந்திரா சாரோடு பேசிக் கொண்டிருக்கையில், சார் இப்போ நிறைய டிஜிட்டல் கேமராவெல்லாம் வந்திருக்கே, அந்த மாடல் எப்படி இருக்கு, இந்த மாடல் எப்படி இருக்கு என்று கேட்டபோது சொன்னார், "நீ கேமரா பத்தி எங்கிட்ட சொல்லாதே. கேமரா பின்னாடி யார் இருக்காங்கன்னு சொல்லு. கேமரா பற்றி நான் சொல்றேன். கேமரா நல்லா இருந்தால் ஒளிப்பதிவு நல்லா இருக்கும் என்ற எண்ணம் தவறு. கேமராவின் பின்னால் நிற்கக்கூடிய ஒரு கேமரா மேனின் மனதில் இருந்து உருவாவதுதான் சிறந்த ஒளிப்பதிவு". *that is intelligent.* ஏன்னா கேமரா எப்படி இருக்குதுன்னுதான் நாமெல்லாம் பார்ப்போம். *But, Cameraman* நல்லா இருந்தாதான் அதை குவாலிட்டியா எடுக்க முடியும்கிறத அவர் சொல்லி நான் உணர்ந்து கொண்டேன்.

அவருடைய எல்லா படங்களுமே எனக்கு ரொம்ப பிடிக்கும். அந்த படங்கள் எல்லாம் இப்பப் பார்த்தாலும் போர் அடிக்காத அளவு *fresh* ஆக இருக்கும். அந்த காலகட்டத்தில் அப்படி ஒரு சிறப்பான ஒளிப்பதிவை, மற்ற படங்களில் நமக்கு பார்க்க முடியாது. ஒரு கேமராமேன் என்ற முறையிலும், இயக்குனர் என்ற முறையிலும் பல மொழிகளில் தன் திறமையை அடையாளப்படுத்தியவர் பாலுமகேந்திரா சார் மட்டும்தான்.

# வீடு படத்தில் நடிக்க கிடைத்த வாய்ப்பு - பானுசந்தர்

சின்ன வயசுல இருந்து எனக்கு இசைஞானி இளையராஜா மாதிரி ஒரு மியூசிக் கம்போசர் ஆவணும்னுதான் ஆசை. அதுக்குக் காரணம் எங்க அப்பா ஒரு மியூசிக் டைரக்டர் என்பதினால்.

எங்க அம்மாவுக்கு என்னை நடிகனாக்கி பார்க்கத்தான் ஆசை அதனால் நடிப்பு கத்துக்கவேண்டி என்னை சென்னை திரைப்படக் கல்லூரியில் சேர்த்துவிட்டார்கள்-அப்போ ரஜினிகாந்தும் அங்குதான் நடிப்பு பயிற்சியிலிருந்தார்.

திரைப்படக் கல்லூரியில் இருந்து வெளியே வந்த நான் சில படங்களில் நடித்துக் கொண்டிருந்தேன். அப்போது 'மனவூரி பாண்டவுலு'ன்னு ஒரு படத்துல நடிக்க வாய்ப்பு கிடைச்சது. அந்த படத்தினுடைய இயக்குநர் பாப்பு சார். கேமராமேன் பாலுமகேந்திரா சார். ராஜமுந்திரியில் வைத்துதான் ஷுட்டிங். அப்ப அங்கே நல்ல மழைக்காலம். அடிக்கடி மழை வந்து ஷுட்டிங் தடைபடும். அப்ப நாங்க எல்லோரும் பக்கத்திலிருந்த ஒரு பழைய பங்களாவில் போய் நின்று கொள்வோம். மழை விட்டதும் மீண்டும்

ஷுட்டிங் தொடரும். அப்படி ஓய்வு எடுத்து கொண்டிருந்த சமயத்தில் பாப்பு சார் என்னிடம், 'பானு, நீதான் கராத்தேயில் ப்ளாக் பெல்ட் எல்லாம் வாங்கியிருக்கியே. எங்களுக்காக ஏதாவது பெர்ஃபார்மன்ஸ் செஞ்சு காமினு சொன்னார். அப்ப நானும், சிரஞ்சீவியும் சேர்ந்து ஃபைட் எல்லாம் செஞ்சு காண்பிப்போம். அதை எல்லாம் பாலுமகேந்திரா சார் ரொம்ப கூர்மையா கவனிச்சுகிட்டிருந்தார். ஃபைட் பண்ணி முடிஞ்சதும் பாலு சார் மதிய உணவு இடைவேளையின் போது என்னை அழைத்து, தனியாக பார்க்க வேண்டுமென்று சொன்னார். எனக்கு ஒரே டென்ஷன். நான் சரியா நடிக்கலியோ, அல்லது வேற ஏதாவது பிரச்சினையா இருக்குமோ என்றெல்லாம் நினைச்சு குழம்பிக்கிட்டிருந்தேன்.

மதிய உணவு இடைவேளையில் பாலு சாரை பார்க்கப் போனேன். அப்ப *Are you interest in Tamil films* என்று கேட்டார். நான் *sure sir*-ன்னு சொன்னேன். நான் தமிழில் மூடுபனி-னு ஒரு படம் பண்ண போறேன். பிரதாப் போத்தன்தான் மெயின் ஹீரோ. ஷோபாதான் ஹீரோயின். நீங்க வந்து இதுல ஷோபாவோட பாய் ப்ரண்ட் கேரக்டர்ல நடிக்கிறீங்கன்னு சொல்லிட்டு கதையை சொல்ல ஆரம்பிச்சாரு. சார் நீங்க எதுக்கு எங்கிட்ட கதை சொல்றீங்க. உங்க ஒளிப்பதிவிலோ, இயக்கத்திலோ எனக்கு ஒரு ஷாட் நடிக்க வாய்ப்பு கிடைத்தாலே அதை நான் பெருமையா கருதுகிறவன்னு சொன்னேன். அங்கிருந்து தான் எங்க நட்பு ஆரம்பமாச்சு.

'மூடுபனி' படம் ஆரம்பிக்கிறதுக்கு முன்னாடி நானும் எங்கண்ணனும் சேர்ந்து பாலு சார் வீட்டுக்கு போயிருந்தோம். போனதும் என்னை ஃபோட்டோ டெஸ்ட் எடுக்கணும்னார். அது அவருடைய பழக்கம். பல கலர் டீ சர்ட் போடச் சொல்லி அவர்

வீட்டு மொட்ட மாடியில் வைத்து என்னை ஸ்டில்ஸ் எடுத்தார். எனக்கு எந்தவிதமான மேக்கப்பும் போடல. கண்ணாடி பார்த்து தலைசீவிவிட்டு, முகத்த நல்லா துடைச்சுட்டு வந்து நிக்க சொன்னார். அப்புறம் பல ஆங்கிளில் ஸ்டில்ஸ் எடுத்தார். *Lip tait* பண்ணாதிங்க, கொஞ்சம் லூசா விடுங்க... அப்படின்னு சில டைரக்ஷன் எல்லாம் தருவார். அதுக்கப்புறம் பிரிண்ட் போட்டு கொண்டுவந்து காட்டுவார். ஃபோட்டோ பார்த்து நாம ஆச்சரியப்பட்டுபோயிடுவோம். அவ்வளவு அழகா இருக்கும். காரணம் ஒரு லைட்டும் இருக்காது. ரிப்ளக்டரும் இருக்காது. சும்மா *explosur*-லயே விளையாடுவார். அதை சொல்லி புரியவைக்க முடியாது. அப்படி யாராலயும் ஃபோட்டோ எடுக்க முடியாது. ஃபோட்டோ ஷுட் எல்லாம் முடிந்து சகஜமா பேசிகிட்டு இருக்கும்போது என்னோட நீண்ட நாள் ஆசையை அவர்கிட்டே சொன்னேன். சார், என்னோட *favorite music director ilyaraja*-சாரை ஒருமுறை நேரில் சந்திக்க வேண்டும் என்று. *Don't worry* நாம சந்திக்கலாம். 'மூடுபனி' படத்துக்கு இளையராஜாதான் இசை அமைக்கிறார்னு சொன்னார்.

ஒரு நாள் எனக்கு போன் பண்ணி சோழா ஹோட்டலுக்கு பக்கத்தில் உள்ள ஒரு ஹோட்டல் பெயர் சொல்லி அங்கு வர சொன்னார்.

நாங்கள் தேடி பிடித்து ரூமுக்கு போய் சேர்ந்தோம். *come banu* என்றழைத்து, எங்களை அமரச் சொன்னார். ஒருத்தரை கூப்பிட்டு டீ ஆர்டர் பண்ணினார். அதுக்கப்புறம் பானு என்ன பார்க்க யாராவது வந்தாங்கன்னா கதவ தொறங்க. நான் பாத்ரூம் போயிட்டு வர்ரேனு சொல்லிட்டு போயிட்டார். அவர் போன இரண்டு நிமிடத்துல காலிங் பெல் அடிக்கிற சத்தம் கேட்டது. உடனே போய் நான் கதவைத் திறந்தேன். அப்ப குட்டையா ஒரு ஆளு, கருப்பா

வேஷ்ட்டி கட்டிட்டு, வெள்ளை நிற சர்ட் போட்டுட்டு, கையில ஒரு ஆர்மோனிய பெட்டி, அக்குள்ளல வச்சிட்டு பாலு சார்... எங்கேன்னு கேட்ட மாதிரி இருந்துச்சு. எனக்கு பேச்சே வரலை. திணறி போயிட்டேன். சரஸ்வதி புத்ரனான 'இளையராஜா' என் கண் முன்னே நிற்கிறார். என்னால நம்ப முடியலை. என்ன பேசறதுனே தெரியல. வாங்க சார், வாங்க சார்-னு உட்காருங்கன்னு சொல்லி வரவேற்பதற்குள் பாலு சார் பாத்ரூமில் இருந்து வெளியே வந்தார். ரூமுக்குள் வந்த இளையராஜா ஹார்மோனியத்தை கீழே வைக்க போகவும், பாலு சார், 'ராஜா பெட்டியை கீழே வைக்காதீங்க. கட்டிலிலோ இல்லாட்டி உங்களுக்கு எங்க சௌகர்யமோ அங்க வச்சுக்குங்க' என்று சென்னார். பரவாயில்லைன்னு சொல்லிட்டு திடீர்னு கீழ உட்கார்ந்துட்டாரு. நானும், அண்ணனும் அவங்க பக்கத்துல போயி உக்காந்துகிட்டோம். இளையராஜா சார் ஹார்மோனியத்துல ஏதோ ஒரு பீட் வாசிச்சுக்கிட்டே சிச்சுவேஷன் என்னன்னு சொல்லுங்கன்னு பாலு சாரிடம் கேட்டார். அவர் கதையின் சூழலை விளக்கினார். அதை கேட்ட இளையராஜா சார் சிறிது நேரம் யோசித்து, ஒரு ட்யூன் வாசிச்சு காட்டினார். அதை ஆர்வமாக பார்த்துக்கொண்டிருந்த எங்களிடம் இந்த ட்யூன் எப்படி இருக்குதுன்னு கேட்டார். எனக்கு சந்தோஷம் தாங்கல. நான் மெய் மறந்து போய் *superb* சார்னு சொல்லிட்டேன். அந்த ட்யூன் பாலு சாருக்கும் ரொம்ப பிடிச்சிருந்தது. அந்த ட்யூன்தான் 'மூடுபனி' படத்தில் வருகிற 'என் இனிய பொன் நிலாவே' என்ற பாடல். அதொரு *fentastic experience*-ஆக இருந்தது.

'மூடுபனி' படத்துக்கு பிறகு பாலு சார் சவாலோட ஒரு படம் எடுத்தார். அதுதான் 'நீங்கள் கேட்டவை'. அது நான் ரொம்ப எஞ்ஜாய் பண்ணி நடித்த படம். அதுக்கு பிறகு மலையாளத்துல சூப்பர் ஹிட்படமான 'யாத்ரா'வை தெலுங்கில் 'நிரிக்சனா' என்ற

பெயரில் எடுத்தார். மலையாளத்தில் மம்முட்டியும், ஷோபனாவும் செய்த கேரக்டரை தெலுங்குல நானும், அர்ச்சனாவும் சேர்ந்து பண்ணினோம். அந்த படம் தெலுங்குல மிகபெரிய ஹிட் ஆனது. ஒரு நாள் மாலை 3 மணிக்கு போனில் அழைத்து உங்கிட்ட ஒரு நியூ சப்ஜெக்ட் சொல்லணுனாரு. அப்பத்தான் நிரிக்சனா படம் ரிலீசாகி சூப்பர் ஹிட்டாக ஓடிக்கொண்டிருந்த சமயம். மறுபடியும் அது மாதிரியான சப்ஜெக்டாக இருக்குமோ என்ற ஆர்வத்தில் சார், நிரிக்சனா, நீங்கள் கேட்டவை மாதிரி இருக்குமா என்று கேட்டேன். அதைவிட அருமையான சப்ஜெக்ட். சீக்கிரமா கிளம்பி வாங்கன்னு சொல்லிட்டு ஃபோன வச்சிட்டார். நான் உடனே கிளம்பி அவரை பார்க்க காரில் புறப்பட்டேன்.

எக்மோர் பாலாஜி ஸ்டுடியோவில் ஏதோ ஒரு படத்தின் எடிட்டிங் வேலையில் மும்முரமாக இருந்தார். நான் சென்ற உடனே அவரை போய் பார்த்து, ''நான் ரெடி சார்'' என்று சொன்னேன். ''பானு ஜஸ்ட் ஒரு ரெண்டு நிமிஷம் வெயிட் பண்ணுங்க, நான் அதுக்குள்ள வந்திடறேன்னு சொல்லிட்டு எடிட்டிங் ரூமுக்குள்ள போயிட்டார்.

எடிட்டிங் வேலை முடிச்சுட்டு வெளியே வந்ததும் ஒரு டீ குடித்தபடியே விஷயத்துக்கு வந்தார்.

''பானு, *see* ... நீங்கதான் இந்த படத்தின் ஹீரோ. அர்ச்சனா ஹீரோயின். அர்ச்சனாவுக்கு வந்து ஒரு தாத்தாவும், ஒரு தங்கச்சியும் இருக்காங்க. அர்ச்சனாவினுடைய அப்பா, அம்மா எல்லாம் ஒரு விபத்தில் இறந்து போயிட்டாங்க. உனக்கு வந்து அம்மா, இரண்டு தங்கைகள். அப்பா வந்து படுத்த படுக்கையில இருக்காரு. இதுதான் உங்க *backdrap*. நீயும் அர்ச்சனாவும் லவ்வர்ஸ். இனி கதைக்கு வரேன். நான் மிகுந்த உற்சாகத்துடன் *Tell me Sir*-னு சொல்லி

ரொம்ப ஆவலோடு இருந்தேன்.

''பானு, மெட்ராஸ் சிட்டியில, வளசரவாக்கத்துல அர்ச்சனா வந்து ஒரு வீடு கட்டபோறாங்க''. ''அதுக்கப்புறம் சார்'', என்று நான் ஆர்வத்தோட கேட்டேன். ''அதுதான் பானு கதை'' அப்படின்னார். எனக்கு ஒன்றுமே புரியல. இவர் ஏதோ தமாஸ் பன்றாறா, இல்ல கிண்டல் பண்றாறான்னு எதுவுமே சரியா விளங்குல. எனக்கு ஒரே குழப்பம். சார், வீடு கட்டறதுதான் கதையா? *what is this story?* இதிலென்ன சார் கதையிருக்கு என்று சந்தேகத்தோடு அவரிடம் கேட்டேன்.

''பானு, வீடு கட்டறது வந்து அவ்வளவு சாதாரண விஷயமா? அதுவும் சிட்டியில ஒரு வீடு கட்டறது என்பது எவ்வளவு பெரிய கஷ்டம் தெரியுமா? முதலில் வீடு கட்ட பணம் வேண்டும், கையிலிருக்கிற பணம் முடிஞ்சதும் லோன் எடுக்கணும், நீங்க ரெண்டு பேருமே *below middle class.* ரெண்டு பேர் கிட்டேயும் பணம் இல்ல. அர்ச்சனா வந்து ஒரு பிரைவேட் கம்பெனில க்ளார்க்கா வேலை செய்யுறாங்க. ஆபிஸ்ல லோன் கிடைக்கணும்னா மேனேஜரை போய் பார்க்கணும். மேனஜரை போய் பார்த்து பேசும்போது அவர் பல சாக்கு போக்கு சொல்லி கடைசியா மேனேஜர் ஒரு நாள் கட்டிலில் பங்குபோட அழைக்கிறார். அதற்கு ரெடி என்றால் உடனே லோன் வாங்கித் தருவதாக சொல்கிறார். ஒப்புக்கலன்னா லோன் கிடைக்காது. அது கிடைக்கவில்லை என்றால் கிணறு தோண்ட முடியாது. அடுத்து, வீடு கட்ட ஆரம்பிச்ச பிறகு மேஸ்திரி, செங்கல், சிமெண்ட் இவை எல்லாம் எடுத்து திருட்டுத்தனமா மாத்தி விற்பான். என்ஜினியர். சிமெண்ட் மூட்டையில் ஊழல் நடத்துவார். சித்தாள்கள் வேலை முடிந்து போகும் போது டிபன் பாக்ஸில் மணல், சிமெண்ட் எல்லாம் நிரப்பி, திருடிட்டு போவாங்க. இப்படி ஏகப்பட்ட பிரச்சனைகளை

எல்லாம் அர்ச்சனா எப்படி எதிர்கொள்றாங்க, சமாளிக்கிறாங்க என்பதுதான் கதை. ஒரு *below middle class* வீடு என்ற கனவை நனவாக்க ஒரு பெண் சந்திக்க வேண்டிவரும் கஷ்டங்களும், பிரச்சனைகளும்தான் இந்த படத்தில் சொல்லப் போறோம் என்றார். ஒரு வீடு கட்டுவதற்கு பின்னால் இவ்வளவு பிரச்சனைகள் இருக்கிறதா என்று நான் அப்போதுதான் உணர்ந்தேன்.

'வீடு' படம் எனக்கு நல்ல பெயரையும், புகழையும் வாங்கி தந்தது. இன்றும் அந்த படம் பல திரைப்பட விழாக்களில் திரையிடப்படுகின்றன. 'வீடு' படத்தை பாத்துட்டு எங்கம்மா, மனைவி, தங்கச்சி, நண்பர்கள் என எல்லோரும் என்னை கட்டி பிடிச்சு அழுதாங்க. நிறைய பேர் என்னை பாராட்டினாங்க. அந்த படத்திற்கு தேசிய விருதும் கிடைத்தது. அந்த படத்தின் மேக்கிங் என்னை ரொம்ப ஆச்சர்யப்படுத்தியது. பாலு சாரோட அந்த மேக்கிங் ஸ்டைல் பார்த்து கத்துகிட்டு நான்கூட ரெண்டு படம் இயக்கினேன். அவ்வளவு திறமையான ஒரு இயக்குநர். தமிழில் சிறந்த பத்து படங்களின் பட்டியல் எடுத்து பார்த்தால் அதில் ஒரு படம் வீடாகத்தான் இருக்கும் என்பதில் சந்தேகமில்லை. *Balu sir is my friend, my philosopher, my guru. my guide, my everything.* சினிமா வாழ்க்கையில எனக்கு ஒரு பெரிய திருப்புமுனை ஏற்படுத்தித் தந்தவர். பாலுமகேந்திரா சார் தான். நாம இறந்த கொஞ்ச நாள்ல ஜனங்க மறந்து போயிடுவாங்க. ஆனா பாலு சாருக்கு என்றுமே மரணமில்லை.

# கதை நேரத்தில் நடித்த அனுபவம் - சஷிகுமார்

அப்ப பாலு சார் கதைநேரம் பண்ணிக்கிட்டிருந்தார். ஒருநாள் நான் அவரைப் பார்க்கப் போனேன். என்னை மேலும் கீழும் பார்த்தார். அவர்கிட்ட சகஜமா ஆங்கிலத்தில்தான் பேசினேன். இதுக்கு முன்னாடி ஏதாவது நடிச்சிருக்கியான்னு கேட்டார். நடிச்சிருக்கேன் சார்னு சொன்னேன. ம்... அதை கொண்டு வா... ன்னு சொல்லி அனுப்பிவிட்டார். அடுத்த நாள் சக்திசரவணன்கிட்ட சொல்லி சி.டி. வாங்கிகிட்டு போய் அவர்கிட்ட கொடுத்தேன்.

என்னை ஃபோட்டோ எடுக்கணும்னு சொன்னார். அவர் ஆபிஸ் பால்கனியில் வைத்து ஐந்து ஸ்டில்ஸ் எடுத்தார். அதில் ஒரு ஃபோட்டோ நான் கோபமாக பார்ப்பதுபோல், அடுத்த ஃபோட்டோ எடுக்கும்போது, ‘‘சஷி இப்ப வந்து உன்னோட நண்பனின் மனைவி இறந்து கிடக்கறாங்க. அப்ப உனக்கு ஏற்படக்கூடிய துக்கம் அதை வெளிப்படுத்தி காட்டுகிற முகபாவம் அதுதான் எனக்கு வேண்டும்’’ என்றார். ஃபோட்டோ ஷூட் எல்லாம் முடிந்த பிறகு எங்கிட்ட சொன்னார். ‘‘நான் எடுக்கப் போற

கதையில மூணு கேரக்டர் இருக்கு. அதுல ஒரு கேரக்டர் நான் உனக்கு தரேன். அதுக்கு முன்னாடி உங்கிட்ட ஒரு விஷயம் கேக்கணும். உனக்கு தமிழ் பேச தெரியுமா?'' என்று கேட்டார். ''தெரியும் சார். எனக்கு சொந்த ஊர் கோயமுத்தூர்''தானேன்னு சொன்னேன். ''இல்ல உன்னோட ஆங்கில பேச்சு கேட்கும்போது தமிழ் தெரியாதவன் போல இருக்கு. அதுதான் கேட்டேன்'' என்று சொன்னார். ''சார், நான் படிச்சது பிரிட்டிஷ் ஸ்கூல். அப்படிங்கறதினால உங்களுக்கு அப்படித் தோணியிருக்கலாம்''ன்னு சொன்னேன். ''சரி நாளைக்கு வந்து என்னை பாரு''ன்னு சொல்லி அனுப்பிவிட்டார்.

அடுத்தநாள் போனப்ப நான் உனக்கு அந்த கேரக்டர் தரமாட்டேன். காரணம் உன்னை ஒரு கூலிக்காரன் கேரக்டருக்குத்தான் ஃபிக்ஸ் பண்ணினேன். ஆனால் உன்னை பார்த்தால் ஒரு ரிச் லுக் தோணுது அப்படின்னார். அத கேட்டதும் நான் கொஞ்சம் அப்செட் ஆகிப்போனேன்.

வேணும்னா ஒன்னு பண்ணலாம் சார் என் ஹேர் ஸ்டைல கொஞ்சம் மாத்திக்கலாமான்னு கேட்டேன். நீ எப்படி மாத்துவேன்னு கேட்டார். நான் உடனே என் சட்டைய கழட்டி, தலைய கலச்சுவிட்டு, தாடி சொறிஞ்சுவிட்டு அவரை பார்த்து, ''தயவுசெய்து இந்த வாய்ப்ப நீங்க எனக்கு கொடுத்துத்தான் ஆகணும்னு சொல்லி ஒரு கூலிக்காரன் மாதிரி கை கூப்பி கெஞ்சினேன். அப்படியே என்னை பார்த்து, அவருடைய அசோசியேட் டைரக்டரான ஞானசம்பந்தத்தைக் கூப்பிட்டு இவன் அப்படியே அவன மாதிரி இல்ல அப்படின்னு கேட்டார். அவரும் பார்த்துட்டு ஆமா சார், அப்படியே இருக்கார்னு சொன்னார். சரி நாளைக்கு காலைல ஐந்தரை மணிக்கு வாங்க ஷுட் பண்ணலாம்னு சொன்னார்.

நான் காலைல ஐந்தே காலுக்கெல்லாம் அவர் ஆபீசுக்கு போயிட்டேன். பாலு சார் அவருடைய கார்லயே என்னையும் அழைத்து கொண்டு போனார். ஷுட்டிங் ஸ்பாட்டுக்கு போயாச்சு. ஆனால் என் கதாபாத்திரம் என்ன? கதை என்ன? எதுவுமே எனக்கு தெரியாது. சார்கிட்ட போய் கதை என்னன்னு கேட்கவும் முடியாது. காரணம் அவ்வளவு பெரிய ஜாம்பாவான்கிட்ட போயி நான் எப்படி கதை கேட்கிறது. அப்படின்னு குழம்பிப் போய் ஓரமா ஓரிடத்தில் உட்கார்ந்துகிட்டு இருந்தேன். அப்பத்தான் அந்த கதையில் நடிக்கின்ற மற்ற இரண்டு கதாபாத்திரங்கள் யாரென்று தெரிந்து கொள்ளமுடிந்தது. தலைவாசல் விஜயும், இந்துவும்தான் அந்த இரண்டு பேர். அவங்ககிட்ட பாலுசார் கதை சொல்லிட்டு இருந்தாரு. அத ஓரமா சைடுல நின்னு ஒட்டு கேட்டேன்.

என் கேரக்டர் வந்து பாத்தீங்கன்னா ஒரு கூலிக்காரன். அவன் செங்கல்பட்டிலிருந்து வேலை தேடி மெட்ராஸ்க்கு வரான். வந்த இடத்துல அவன் பொண்டாட்டி இறந்துடுச்சு. பொணத்து தூக்கிட்டு ஊருக்கு போகணும். அதை எடுத்துட்டு போறதுக்கு வண்டிக்காரன் ஆயிரம ரூபாய் கேட்கிறான். அவங்கிட்ட காசு இல்ல. அவன் வந்து வீடு வீடா பிச்சை எடுக்கிறான். கொஞ்சம் பணம் கிடைக்கிறது. அப்ப வந்து ஒரு வீட்டுல நடக்கிற சம்பவம்தான் கதை. எழுத்தாளர் சுஜாதா சார் எழுதின 'நிஜத்தைத் தேடி' என்ற சிறுகதைதான் அது. இப்ப வந்து கதையின் லைன் என்ன என்பதை புடிச்சுகிட்டேன்.

கதை சொல்லி முடிச்சதும் காலை உணவுக்காக எல்லோரும் டேபிளில் வந்து உட்கார்ந்தாங்க. என்னை காணவில்லை என்றதும், சசியா, சதீஷா அவர் எங்க இருக்காரு கொஞ்சம் கூப்பிடுங்க. அவரை சாப்பிடச் சொல்லுங்கன்னாரு. நான் கொஞ்சம் பம்மி நின்னுக்கிட்டிருந்தேன். மெதுவா அவர் பக்கத்துல போய் சார்,

சார்ன்னு கூப்பிட்டேன். என்னன்னு கேட்டார். நீங்க தப்பா எடுத்துக்கலேன்னா நான் சாப்பிடாம நடிக்கலாமா? என்று கேட்டேன். நான் அப்படி கேட்ட உடனேயே திரும்பி பார்த்துட்டு ஏன் சாப்பிடாம நடிக்கணும்னு கேட்டார். சார், நீங்க அவங்ககிட்ட கதை சொல்லும்போது கேட்டேன். கதைல வந்து என் கேரக்டர் ஒரு வாரம் சாப்பிடலைன்னு சொன்னீங்க, நான் வயிராற சாப்பிட்டா அந்த கேரக்டர் பண்ணும்போது கொஞ்சம் கஷ்ட்டமா இருக்கும். அதனால கொஞ்சம் *method acting try* பண்ணலாம்னு இருக்கேன்னு சொன்னேன். அதை கேட்டுட்டு என்னை அப்படியே ஒரு 45 செகண்ட் பார்த்தார். அதுக்கப்புறமா எங்கிட்ட சொன்னார், ‘‘நான் வந்து காலைல கொஞ்சம்தான் எடுப்பேன். அப்புறம் 3 மணிக்கு மேலதான்’’ அப்டின்னாரு. நான் சொன்னேன், ‘‘நோ ப்ராப்ளம் சார், நான் ஒரு நாள் சாப்பிடாட்டி சாகமாட்டேன். காத்திருக்கிறேன். ஒன்னும் ப்ராப்ளம் இல்லைன்னு சொன்னேன். அவரும் சரின்னு சொன்னார்.

காலைல ஷுட் பண்ண ஆரம்பிச்சாரு. ஃபஸ்ட் ஷாட்லயே சஷி... ன்னு கத்தினார் பாலுமகேந்திரா சார். செகன்ட் ஷாட்ல என் நடிப்பை பார்த்துட்டு, ‘‘டேய் சஷி, நீ ஒரு பிரில்லியன்ட் ஆர்ட்டிஸ்ட்டா, உன்னை மாதிரி ஒரு மூஞ்சுக்காக முப்பது வருஷமா வெயிட் பண்ணிட்டு இருக்கேன்டா, இவ்வளவு நாளா நீ எங்கடா இருந்தே?’’ன்னு வியந்து பாராட்டினார். அதற்கு நான் அளித்த பதிலைக் கேட்டு ஷாக்காகி போனார்.

‘‘ஒரு தடவ உங்க ஆபிசுக்கு வேலை கேட்டு வந்தேன் சார். நீங்க உங்க உதவியாளரை விட்டு என் கழுத்த புடிச்சு வெளியே தள்ளினீங்க’’. அதைக் கேட்டுட்டு இருந்த தலைவாசல் விஜய், இந்து எல்லாம் இன்னிக்கு இங்கே என்னமோ நடக்க போகுதுன்னு நினைச்சு உள்ள ஓடுறாங்க. பாலுசார் என்னை கொஞ்சம் நிதானமா

பார்த்துட்டு, என் பக்கத்தில் வந்து தோளில் கை போட்டபடியே, ‘‘எனக்கு ஞாபகமில்லை’’ அப்படின்னார். ‘‘இல்ல சார் அடி கொடுத்த உங்களுக்கு ஞாபகம் இருக்காது. அடி வாங்குன வலி எனக்கு எப்பவுமே ஞாபகத்தில் இருக்கும்’’னு சொன்னேன்.

அதை கேட்டுட்டு, ‘‘சஷி நீ சாயந்திரம் என் கூட காரில் வா, பேசிட்டே போவோம். அப்ப நீ சொல்லு, நான் உன்னை என்ன பண்ணினேன்னு அப்படின்னார். அதே மாதிரி மாலை ஷுட்டிங் முடிஞ்சதும் ஞாபகத்தோட என்னை காருல கூட்டிட்டு போனாரு.

அப்ப அந்த சம்பவத்தை பற்றி கேட்டார். ஒரு நாள் நானும் என் நண்பனும் சேர்ந்து உங்க ஆபிசுக்கு வந்திருந்தோம். நான் ஒரு நடிகன் என்கிறதனால நீங்க வரும்போது கொஞ்சம் ஸ்மார்ட்டா தெரியணும்கிறதுக்காக தலை சீவி முடி எல்லாம் சரி பண்ணிட்டிருந்தேன். அப்பதான் நீங்க உள்ள வந்தீங்க. நாங்க உங்கள பார்த்து குட்மார்னிங் சொன்னோம். ஆனா நீங்க அதை கண்டுக்காம மாடிப்படி ஏறி ரூமுக்குள் போய் உட்கார்ந்துட்டிங்க. நான் மெதுவா ஸ்டெப்கிட் இருந்து உள்ள எட்டி பார்த்தேன். என்னை பார்த்ததும் *Tell the boy getout*- அப்படின்னு கத்துனீங்க. அப்ப உங்ககிட்ட தர்மராஜ்ன்னு சொல்லிட்டு ஒரு உதவியாளர் இருந்தார். அவர் வந்து என் பொடனில கைய்ய வச்சு தள்ளிவிட்டார். அன்னைக்கு என் மனசுல ஒரு வெறி ஏற்பட்டது. நீங்க எப்பவாவது என்னை வேலைக்கு கூப்புடுவீங்க, காரணம் நான் உங்ககிட்ட காசு கேட்டு வரல, வேலை கேட்டுதான் வந்தேன்.

என் அனுபவத்தை கேட்ட அவர் என்னை அப்படியே ரெண்டு நிமிஷம் தீர்க்கமாக பார்த்தார். எங்கிட்ட எதுவுமே சொல்லல. சரி நாளைக்கு ஷுட்டிங்க்கு வந்திடுன்னு மட்டும் சொல்லிட்டு போயிட்டாரு. அதுக்கப்புறம் அவர் பெரிசா எங்கிட்ட பேசல.

நான் நடித்த அந்த குறும்படத்தின் டப்பிங்கிற்கு அவர் என்னை அழைக்கவில்லை. வேற யாரயோ வச்சு டப்பிங் பண்ணியிருக்கார். ஆனா அது அவருக்கு திருப்தியாகவில்லை. அவர் என்னை டப்பிங்கிற்கு திரும்ப கூப்பிடுவார் என்ற நம்பிக்கையில் *method acting* கொஞ்சம் முயற்சி பண்ணி கொண்டிருந்தேன். எப்படின்னா நிறைய *cold water* குடிச்சு குடிச்சு தொண்டை கட்டின மாதிரி குரலை உடச்சிட்டேன். அப்போ வந்து என் நண்பனோட பேஜர்லதான் எனக்கு மெஸேஜ் வரும். அப்படி ஒரு நாள் என்னை சென்னை ஆர்.கே.வி. ஸ்டுடியோவிற்கு வரச்சொல்லி பாலுமகேந்திரா சார் ஒரு மெசேஜ் அனுப்பியிருந்தார். அதை பார்த்ததும் உடனே ஸ்டுடியோவிற்கு போனேன். டப்பிங் பண்ண போறதுக்கு முன்னாடி என்னை பக்கத்தில் கூப்பிட்டு உட்கார சொன்னாரு. அவரும் வந்து உட்கார்ந்தார். நீ யாரு, உன்ன பத்தி கொஞ்சம் சொல்லுன்னாரு. நான் என்னைப்பற்றி விளக்கினேன்.

அன்னைக்கு சீக்கிரமே டப்பிங் முடிச்சிட்டு வெளியே வந்து அவர்கிட்ட கேட்டேன். சார் என் வாய்ஸ்ல ஏதாவது ப்ராப்ளம் இருக்கா? என்று. நோ... நோ... பர்ஃபெக்ட் வாய்ஸ். காரணம் ரொம்ப தேம்பி தேம்பி அழுதா தொண்டை ஒடயும். உனக்கு ஏதோ அப்படி வந்துச்சுன்னாரு. இல்ல சார் நான் அப்படி உடச்சுகிட்டேன்னு சொன்னேன். அப்படியே என்ன பாத்தாரு. என்னய்யா சொல்றே? ஆமா சார் கூல் வாட்டர் பாக்கெட் வாங்கி குடிச்சு குடிச்சு தொண்டை கட்ட வச்சு உடச்சேன் சார்ன்னு சொன்னேன். என்னை ஆச்சர்யமாக பார்த்தார்.

என் அடிப்படையான பொருளாதார விஷயங்கள் எல்லாம் கேட்டுத் தெரிந்து கொண்டு நீ என் கூட இருக்கியான்னு கேட்டாரு. இருக்கேன் சார்ன்னு சொன்னேன். உனக்கு *quantity* வேணுமா, *quality* வேணுமான்னு கேட்டார். எனக்கு *quality* வேண்டும் சார்.

காரணம் நான் கத்துக்க வந்தவன் என்றேன். அப்ப இருந்து அவர்கூட ஒரு வருடம் டிராவல் பண்ணினேன். *infact* என்னை அவருடைய குறும்படத்தில் நடிக்க மட்டும் 32 முறை அழைத்தார். அதற்கு பிறகு கதைநேரம் ஹிந்தியில் டப் பண்ண அழைத்தார். பிறகு ‘ஜுலி கணபதி, தலைமுறைகள்’ வரை எங்கள் உறவு தொடர்ந்தது. தலைமுறைகள் படத்திற்கு பிறகு அவர் இயக்கவிருந்த படம்.*main lead* என்ற ஒரு கதை. முப்பது வருடமாக செய்யாமல் வச்சிட்டிருந்த கதை. அதை ரீ வர்க் பண்ணி ஆரம்பிக்கலாம் என்று முடிவான தருணத்தில் தான் அவர் தவறிட்டாரு.

நான் அவர் கூட டிராவல் பண்ணின நாட்கள் மறக்கமுடியாதவை. அவர்கிட்ட வரம்பு மீறி பேசினது கிடையாது. சண்டை போட்டிருக்கேன். இருந்தாலும் அவர் என்னை ஒரு நண்பனாகத்தான் பார்த்தாரு.

எங்க நட்பு பத்தி சொல்லும்னா வயதாலும், அனுபவத்தாலும் என்னைவிட எவ்வளவோ சீனியரான அந்த கலைஞன் என்னிடம் சம வயது நண்பனை போலத்தான் பழகினார். எங்க வீட்டுக்கு எலலாம் வந்து, எங்கம்மா, அப்பா கூட எல்லாம் பழகினது அதையெல்லாம் நினைக்கும்போது ரொம்ப நெகிழ்வா இருக்கு.

அவர் இயக்கிய 52 குறும்படங்களில் 32 குறும்படங்களில் நான் நடித்திருக்கிறேன் என்பதை எண்ணி மிகவும் பெருமை அடைகிறேன்.

அவருடைய ஒளிப்பதிவு என்னை பலமுறை ஆச்சர்யப்படுத்தியிருக்கிறது. அதற்கு ஒரு உதாரணம் ‘தலைமுறைகள்’ படம் ஷுட்டிங்கிற்காக லொக்கேஷனுக்கு வரும்போது இரண்டு தெர்மோக்கோல், ஒரு ஷுட்கேஸ் மட்டுமே கொண்டுவருவார். ஒரு தெர்மக்கோலின் விலை வந்து வெறும் 60

ரூபாய். அந்த சூட்கேசுக்குள்ள ஒரு கேமராவும், ட்ரைப்பேடும் மட்டுமே இருக்கும். சாதாரணமாக ஒரு கேமராமேன் புது படம் ஒன்று கமிட் ஆகிவிட்டால் ப்ரொடெக்ஷன் மேனேஜர்கிட்ட ஒரு லிஸ்ட் கொடுப்பார். அதுல எவ்வளவு தெர்மாகோல் வேணும், கிளாத் வேணும், ஸ்டேண்ட் வேணும், லென்ஸ் வேணும்ன்னு ஒரு பெரிய பட்டியலே இருக்கும். ஆனா இது எதுவுமே இல்லாம அந்த ரெண்டு தெர்மாகோலை துடச்சு துடச்சு தொடர்ந்து உபயோகித்துக் கொண்டிருந்தார். அது மட்டுமல்ல அந்த படம் 5டி கேமராவில்தான் படமாக்கப்பட்டது. எந்த ஒரு லைட்டும் இல்லாம அந்த வீட்டில் கிடைக்கிற available light-ல ரெண்டு தெர்மாக்கோல், black cloth இவை மட்டும் வைத்துக்கொண்டு எடுத்த படம்தான் தலைமுறைகள். லைட் இல்லாம 5டி கேமராவில அப்படி ஒரு குவாலிட்டி கொண்டு வருவது மிக சிரமமான விஷயம். ஆனா பாலு சார் அதை சவாலாக செய்து காட்டியது பாராட்டத்தக்கது. மற்றொரு சிறப்பு என்னவென்றால் ஃபிலிம் யுகம் மாறிவிட்டதை புரிந்து கொண்டு டிஜிட்டல் கேமராவை பற்றி முறையாக கற்று கொண்டு பாலு சார் முதன் முதலாக டிஜிட்டல் கேமராவில் பதிவு செய்த ஒரு படம் 'தலைமுறைகள்'.

## சினிமாவின் சிறந்த சிந்தனையாளர்-சாருஹாசன்

இந்திய சினிமாவின் ஒரே ஒரு சிறந்த சிந்தனையாளர் என்று யாரையாவது சொல்லச் சொன்னால், மறைந்த என் நண்பர் பாலுமகேந்திரா அவர்களைத்தான் சொல்வேன். தம்பி கமலின் அருமையும் பெருமையும் தகுதியும் அறியாமல், நான் ஏதோ இன்னொரு பல்கிவாலா அல்லது ராம்ஜெத்மலானி என்ற நினைப்பில் கமல் சம்பாதிக்கும் பணத்தை என் கோட்டுப் பையில் அடைத்துக் கொண்டு, அதன் விஷம் மண்டைக்கேறி, 'சட்டம் என் கையில்' என்று ஆர்ப்பரித்த காலம் அது.

ஒரு யாஷிகா டபுள் எய்டு கேமராவில் கலர் படம் பிடித்து லண்டனுக்கு அனுப்பி, ரிவர்ஸ் ப்ராசஸிங் செய்து ஓட்டிப் பார்த்துவிட்டு, சினிமா பற்றி எனக்கு எல்லாம் தெரியும் என்று கமலிடம் கால்ஷீட் கேட்கும் தயாரிப்பாளர்கள், இயக்குநர்களின் வயிற்றெரிச்சலை நான் கொட்டிக்கொண்ட காலம். ஒரு கதாநாயகன் கைவசமிருப்பதால் தொடர்ந்து படம் எடுப்பதை தொழிலாகக் கொண்டு செயல்பட பரமகுடியிலிருந்து வந்தவன் நான். பின்னால்,

உதிரிப்பூக்களில் நடித்ததைப் பற்றிக்கூட, "அது ஒரு நல்ல படம்... அதில் நடித்து நல்ல சினிமாக்களில் தொடர்பு கொள்ளத் துடித்தேன்" என்று பொய் சொல்லத் தயாரில்லை. . பின்னால் பாலுவுடன் நண்பனாகி, சினிமா என்பது எப்படி இருக்க வேண்டும் என்பதைப் புரிந்து கொண்டேன். நாள் கணக்கில் அவருடன் உட்கார்ந்து பேசியே நல்ல சினிமா பற்றி கற்றுக்கொண்டேன்.

இயக்குநர் பாலாவைப் போல் எத்தனையோ அறிவுஜீவிகளை கேமராக்களை முடுக்கியது போல் முடுக்கிவிட்டிருக்கிறார். நான் அவரினும் பத்து வயது மூத்தவன். வாரிசாக எதையும் கேட்க முடியவில்லை. ஒரு ஏகலைவனாக, அவர் மறைவுக்குப் பின் துரோணர் ஏகலைவனுக்குக் கொடுத்த கட்டைவிரலாக எடுத்துக் கொண்டேன். மற்ற மாணவர்கள் போலல்லாமல் அவர் பக்கத்தில் அமர்ந்து நான் கற்றதெல்லாம்... அவர் அறியாமல் பெற்றதுதான்!

ஜெமினிகணேசன் போலத்தான் இவருக்கும் காதலிகளின் எண்ணிக்கை. அது அவர் படைப்புத் திறனை சில பொறாமைப் பேர்வழிகள் குறைத்து மதிப்பிடும் அளவுக்கு ஆகியிருந்தது. மறைந்த ஷோபாவுடனும் நான் நட்புடன் பழகியவன். அந்தச் சிறு வயதில் நடிப்பு, இயக்கம் பற்றியெல்லாம் பேசக்கூடியவர். பாலுமகேந்திராவின் சிந்தனைத் திறனில் மயங்கி, 'வாழ்ந்தால் அவருடன் வாழ்வேன்' என்று சொல்லியே அதைச் செய்தவர் ஷோபா. அதேபோலத்தான் பிறரும். இவர்களெல்லாம் அவருடைய திறனில் மயங்கி ஒன்றியவர்களே தவிர, 'பாலுமகேந்திராவோ ஜெமினியோ பெண்களைத் துரத்திப் பிடித்து காதல் செய்தார்கள், பின்பு கைவிட்டார்கள்' என்பதெல்லாம் பொய். இவர்களுடைய ஈர்ப்பு சக்தியில் ஒரு கால் பங்கு 35 ஆண்டுகளுக்கு முன் என்னிடம் இருந்திருந்தால், நானும் இவர்கள் செய்ததைத்தான் செய்திருப்பேன்.

கமல் வளரும் காலத்திலேயே பாலுவுடன் நட்பும் மரியாதையும் கலந்து பழகியவன் நான். பாலுவுக்கு எப்போதுமே சராசரிக்கு அப்பாற்பட்ட சிந்தனை. 'முள்ளும் மலரும்' தயாரிப்பாளர் செட்டியார், கமலுக்கு நெருங்கிய நண்பர். அந்தப் படத்தின் இயக்குநர் மகேந்திரன். ஒளிப்பதிவாளர் பாலுமகேந்திரா. கடைசி நாள் படப்பிடிப்பன்று தயாரிப்பாளர் படப்பிடிப்பை நிறுத்தச் சொல்லி கோபமாகப் போய்விட்டார். கமல் தலையிட்டு தன் படப்பிடிப்பு கேமராவையும் லைட்மேன்களையும் தளத்துக்கு அனுப்பிவைத்து,என்னை தயாரிப்பாளருக்கு பதிலாக உடனிருந்து படப்பிடிப்புக்கு உதவி செய்யச் சொன்னார். செட்டியாரை தன்னுடன் அழைத்துப் போய் வீட்டில் விட்டுவிட்டு, எல்லாப் பொறுப்புகளையும் கமல் தானே ஏற்றுக்கொண்டார். அதனால் 'முள்ளும் மலரும்' எடிட்டிங், டப்பிங் அறைகளுக்கெல்லாம் நானே சென்று செட்டியார் சார்பாக கவனித்தேன். அன்று ஏற்பட்டது எனக்கும் பாலுவுக்கும் நட்பு. அன்று பாலுவுக்கு அவர் பழைய பாஸ்போர்ட் சம்பந்தமாக ஒரு வழக்கு கூட நடந்தது. அது கூட அவர் மீது ஏற்பட்ட பொறாமையால் நடந்ததே தவிர,சட்டக் குற்றம்எதுவுமில்லை.

# அந்த பாலுமகேந்திரா க்ளிக்..
## - விஜய் சேதுபதி

''நான் சினிமா சான்ஸ் தேடி அலைஞ்சுட்டு இருந்த காலம். 'அனல் காற்று' னு ஒரு படம் எடுக்கப் போறதா பாலுமகேந்திரா சார் ஒரு பேட்டியில் சொன்னார். நானும் 'அட்டகத்தி' தினேஷும் அதில் நடிக்க வாய்ப்பு கேட்டு அவரைப் போய்ப் பார்த்தோம். ''உங்க கண்ணு நல்லா இருக்கு விஜய். உங்களை ஒரு போட்டோ எடுக்கிறேன்... நாளைக்கு வாங்க''ன்னு சொன்னார். மறுநாள் போனப்ப எங்க ரெண்டு பேரையும் போட்டோ எடுத்தார். அதில் ஒரு காப்பியை என்கிட்ட கொடுத்துட்டு, ''நான் இப்போ படம் எடுக்கலை. ஆரம்பிக்கும் போது உங்களைக் கூப்பிடுறேன்னு'' சொல்லி அனுப்பிவிட்டார்.

''என்னை பாலுமகேந்திரா சார் எடுத்த அந்த புகைப்படம்தான் என் லைஃப் டைம் பொக்கிஷம்!''

# ‘பாலுமகேந்திரான்னா’ இந்தச் சம்பவம்தான் ஞாபகம் வரும்-ஆடுகளம் நரேன்

இன்னைக்கு நான் ஒரு நல்ல நடிகனாக இருப்பதற்கு பாலுமகேந்திரா சார்தான் காரணம். ‘கதைநேரம்’ சீரியல் பண்ணிட்டு இருந்த சமயத்தில் ஒருநாள் இரவு முழுக்க ஷூட் போயிட்டு இருந்தது. விடிய ஆரம்பிச்சுடுச்சு. ஓரளவுக்கு எல்லாம் எடுத்து முடிச்சிட்டோம். மீதம் ரெண்டு காட்சிகள்தாம் இருந்துச்சு. எல்லாருக்கும் ஓய்வு கொடுத்துட்டு மதியம் 2 மணிக்கு வந்தா போதும்னு பாலு சார் சொன்னபோது, அவர் முன்னாடி போய் நான் நின்னேன். கண்ணெல்லாம் தூக்கம் சொக்குது. சார் என்கிட்ட, ‘வீட்டுக்குப் போயிட்டு 7 மணிக்கெல்லாம் திரும்பி வந்துடுங்க’னு சொன்னார்.

வீட்டுக்குப் போயிட்டு, குளிச்சிட்டு மீண்டும் லொகேஷனுக்கு பைக்கை ஓட்ட முடியாம ஓட்டிட்டு வந்தேன். லொகேஷனுக்குப் போய் பார்த்தா, அங்க யூனிட்டே இல்லை; சார் மட்டும் அங்கேயே இருக்கார். என்கிட்ட, ‘நான் டிரஸ் சொல்லியிருக்கேன். மாத்திட்டு வந்துடுங்க’னு சொன்னார். எனக்கு பயங்கர கோபம் வந்துடுச்சு. காஸ்டியூமர் ரெடியானு என்கிட்ட கேட்டார். ‘‘என்ன ரெடியாகுறது. என்னால முடியாதுன்னு போய் சொல்லு. நான் தூங்கப்

போறேன்''னு கோபத்துல சொல்லிட்டேன். அப்புறம் டைம் வந்துடுச்சு. மேனேஜர் வந்து கூப்பிட்டார். நான் வரலைன்னு சொல்லிட்டேன். ''நான் வரட்டுமா, இல்லை நீ கூப்பிட்டுட்டு வர்றீயா''னு மேனேஜர்கிட்ட பாலு சார் சொன்னதுமம், "என்னடா, இது வம்பு"னு நான் போயிட்டேன்.

என்னைச் சாப்பிடச் சொன்னார். ''என்னால சாப்பிட முடியாது சார். சாப்பிட்டா இன்னும் தூக்கம் அதிகமா வரும்''னு சொன்னேன். ''ராத்திரியெல்லாம் வேலை செஞ்சிட்டு சாப்பிடாமல் இருக்கக்கூடாது சாப்பிடுங்க'' அவர் சொன்னதும் எனக்கு ஒரு யோசனை வந்தது. ''நல்லா சாப்பிடுவோம். தூக்கம் வருதுன்னு சொன்னா அவரால் என்ன பண்ணமுடியும்''ங்கிற நினைப்புல நல்லா சாப்பிட்டேன். பாஸ்கர்னு ஒருத்தரைக் கூப்பிட்டு அவர்கூட என்னைப் போகச் சொன்னார். ஒரு ரூமுக்குக் கூட்டிப் போனாங்க. அங்க ஃபேன், கட்டில்னு எல்லாம் ரெடியாக இருந்துச்சு. பாஸ்கர் தூங்கச் சொன்னார். நானும் எதுவும் யோசிக்கலை. உடனே தூங்கிட்டேன். ஒரு மணிக்கு எழுப்பினாங்க. திரும்பவும் நல்லா சாப்பிட வச்சி தூங்கச் சொல்லிட்டாங்க. மீண்டும் 3 மணிக்குதான் எழுந்தேன். எனக்கு ஒரே குழப்பமாக இருந்துச்சு. அவர்கிட்ட போனபோது, ''உங்க பையன் ராத்திரியெல்லாம் தூங்கமாட்டான். அவன் நிறையத் தொந்தரவு கொடுப்பான். நீங்க சரியாத் தூங்கமாட்டீங்க. சரியாகத் தூங்காம ஷூட்டிங்குக்கு வந்தால் உங்களை வச்சு குளோஸ்-அப் ஷாட்ஸ் எடுக்க முடியாது. அதனாலதான் உங்களை வச்சு இரவில் ஷூட்டிங்கிலும் பகலில் உங்களைத் தூங்கவும் வச்சேன்''னு சொன்னார். நான் ரொம்ப நெகிழ்ந்து போயிட்டேன். பாலு மகேந்திரானு சொன்னதும் எனக்கு இந்த சம்பவம்னதான் ஞாபகம் வரும். அவர் எனக்கு ஒரு தகப்பன் மாதிரி இருந்தார். உரிமையா நிறைய சண்டைகள் போடுவோம். ஓர் அப்பா, மகனாகத்தான் நாங்க இறுதிவரைப் பழகினோம். இப்போ பாலு சாரை ரொம்ப மிஸ் பண்றேன்.

# என் நண்பர் பாலு - நாசர்

நான் Film Institute-ல் படித்து கொண்டிருந்த போது ஒருமுறை ஹாலிவுட்டில் இருந்து வந்திருந்த ‘வில்லியம் க்ரீவஸ்’ என்பவர் என்னையும், அர்ச்சனாவையும் அழைத்துக்கொண்டு பாலுமகேந்திராவை சந்திக்க சென்றார்.

அப்போது பாலுமகேந்திராவின் அலுவலகம் சாலி கிராமத்தில் இருந்தது, சாலிகிராமம் அன்று இவ்வளவு ஜனசந்தடியின்றி அமைதியாய் இருந்தது. குருவிகளின் கீச்சுகீச்சுகள் கேட்டது இன்றளவும் பசுமையாய் நினைவில் இருக்கிறது. அந்த அலுவலகம், மற்ற சினிமா அலுவலகங்கள் போலல்லாது இருந்தது. கேடயங்கள் இல்லை. சுவரொட்டிகள் இல்லை. நினைவுப் பரிசுகள் இல்லை. பகட்டற்று, நிர்வாணமாய் நான்கு மர நாற்காலிகளும் ஒருமேஜையும். அம்மேஜையின் மீது நேர்த்தியாய் அடுக்கப்பட்ட புத்தகங்கள் இருந்தன.

சில கணங்கள் கழித்து பாலுமகேந்திரா வந்தார். மூவரும் எழுந்து நின்றோம். வணக்கம் சொன்னோம் பதிலுக்கு அவரும் கை

அசைத்தார்- சிலநிமிடங்கள் வில்லியம் க்ரீவ்சும் பாலுமகேந்திராவும் எதோ ஒரு ஆங்கில படத்தினைப் பற்றி பேசிக்கொண்டிருந்தனர்.

நானும், அச்சானாவும் சங்கடமாய் உணர்ந்தோம் என் கவனம் பாலுமகேந்திராவின் தொப்பியின் மீதே குவிந்தது. கொஞ்ச நேரம் அவரையே கவனித்தேன். அவர் கால்மேல் கால் போட்டு உட்கார்ந்திருந்ததில் கர்வமில்லை. சுயமரியாதை தெரிந்தது. அவர் பேசுவதற்கு இணைந்து கைகள் அசைந்தன. அப்போதுதான் கவனித்தேன், தொப்பியின் நிழலுக்குள் மறைந்திருந்த குறுகுறுக்கும் கண்களை. அவை அவ்வப்போது என் மீதும் அர்ச்சனா மீதும் பாய்ந்து அகன்றன. நானும் அர்ச்சனாவும் அங்கு தேவைப்படாதவர்களாய் இருப்பதை உணர்ந்து, அதைக் கண்களால் பகிர்ந்து கொண்டோம். அச்சமயத்தில் வில்லியம் க்ரீவ்ஸ் உரத்தகுரலில் எங்களை அறிமுகப்படுத்தினார். அப்போதுதான் பாலுமகேந்திராவின் முழு கவனமும் எங்கள் மீது திரும்பியது. அவர் நேரிடையே எங்களிடம் பேசிய பொழுது என்னுள் ஒரு மென்பதற்றம் பரவியதை உணர்ந்தேன். அவர் மீண்டும் எங்களிடம் தொடர்பு கொள்வதாய் வாக்களித்தார். சிறிது நேரங்கழித்து வந்த தேநீரை அருந்திவிட்டு நாங்கள் விடை பெற்றோம்.

படி இறங்கிய நேரத்தில் பாலுமகேந்திரா என்னை அழைத்து அடுத்த வாரம் திங்கள் அதிகாலை வரமுடியுமா? என்று கேட்டார்

திங்கள் காலையில் நான் அவர் அலவலவகத்திற்குச் சென்ற பொழுது ஏழு மணி இருக்கும். அவர் கையில் ஸ்டில் கேமராவுடன் காத்திருந்தார். நாங்கள் இருவரும் மொட்டைமாடிக்குச் சென்றோம். என்னை அவர் பல கோணங்களில் படம் பிடித்தார். தேநீர் வந்தது.

கட்டிடத்தை ஒட்டி வளர்ந்து நின்ற மாமரத்தின் நிழலில் கைப்பிடிச்சுவர் மீதமர்ந்து தேநீர் பருகினோம். அவர் தமிழ் இலக்கியங்களைப் பற்றி பேச ஆரம்பித்தார் உண்மையில் நான் அப்போது இலக்கியம் படிக்க ஆரம்பித்திருக்கவில்லை. ஆனால் அவர் சொல்வதையெல்லாம் எனக்கு ஏற்கெனவெ தெரிந்தது போல் முகபாவத்தை வைத்துக் கொண்டேன். அவர் சொன்ன எழுத்தாளர்களின் பெயர்களை பிரயத்தனப்பட்டு ஞாபகம் வைத்துக் கொண்டேன் பேச்சு இலக்கியத்தினின்று தாவி சினிமாவிற்கு வந்ததும் கொஞ்சம் ஆசுவாசமாய் இருந்தது. நான் அப்போது பார்த்த திரைப்படங்களைப் பற்றி கலந்துரையாடினேன். அப்போது அவருக்கு ஒரு தொலைபேசி அழைப்பு வர அடுத்த வாரம் இதே நேரத்திற்கு வருமாறு சொன்னார்.

வழக்கமாக சினிமாக்காரர்களை சந்திக்கும் போது ஒரு சின்ன பதற்றம் இருக்கும். அது என்னவோ தெரியவில்லை பாலுமகேந்திராவை சந்தித்த பொழுது அந்த பதற்றம் என்னிடம் இல்லை. அவர் மிக சகஜமாய் பேசினார். அவர் பேச்சில் ஒரு துளியும் அக்கறையும் தெரிநதது. அவரை சந்தித்ததினால் படவாய்ப்புகள் வருமென்றோ என் வாழ்க்கை மாறிவிடும் என்றோ நான் கனவு காணவில்லை. நடக்கும் போது நடக்கட்டுமென்று நான் பாட்டுக்கு நடந்தேன். அடுத்த வாரம் சொன்ன நேரத்திற்கு சென்ற போது ஒரு பெரிய காகித உறையைக் கொடுத்தார். நான் உறையிலிருந்த புகைப்படங்களை எடுத்துப் பார்த்தேன். வேறொரு நாசரை பார்ப்பது போலிருந்தது. நான் சிறு குழந்தையைப் போல புகைப்படங்களைத் திரும்பத் திரும்ப பார்த்தேன். அவர் என்னைக் கூர்ந்து கவனித்துக் கொண்டிருந்தார். அதையுணர்ந்து நான் அவரைபார்த்து ரொம்ப நல்லாருக்கு சார் என்றேன். அவர் சிரித்தார்.

என்னுடையமுகம் சற்று வித்தியாசமாக இருப்பதாய் கூறினார். என் தோற்றம் மீது எனக்கிருந்த தாழ்வு மனப்பான்மை சற்றே தளர்ந்தது.

நான் திரு. பாலசந்தரின் கல்யாண அகதிகளில் ஆரம்பித்து மெதுவாய் வளர்ந்து நாயகனுக்கு பிறகு அதிவேகமாய் ஓடிக்கொண்டிருந்தேன். கல்யாணமும் ஆயிற்று. சென்னைக்கு குடியேறினேன. கே.கே.நகரிலிருந்து சாலி கிராமத்திற்குக் குடிபெயர்ந்தேன். பாலுமகேந்திராவின் நேர்பின் வீடு. நாங்கள் இருவரும் எங்கள் தொழில் அடையாளமின்றி, நான் தடுப்புச் சுவருக்கு இந்தப் பக்கமாகவும் அவர் அந்த பக்கமாகவும் கையை ஊன்றிக் கொண்டு மணிக்கணக்கில் பேசுவோம். சில வேளைகளில் அதே நிலையில் தேநீரையும் பகிர்ந்து கொண்டதுண்டு. நான் ஒரு நாள் அவரிடம் பேசிக் கொண்டிருந்த பொழுது திடீரென்று சங்கடமுற்றேன். நான் அவரை மிக சகஜமாய் 'பாலு' என்றே விளித்து பேசிக்கொண்டிருந்தேன். அப்படி நான் உணர்ந்ததும் நா சுருங்கியது. பேச்சு முடியும் தருவாயில் மன்னிக்கணும்□நான் உங்களை பாலுனனே.என்று நான் முடிப்பதற்குள் அவர், இட்ஸ் ஓகே ஐ ஆம் கம்பர்டபிள் என்று என் சங்கடத்தை சுக்கு நூறாக்கி புன் முறுவலித்து சென்றுவிட்டார். நான் அந்த இடத்தை விட்டகல சில நிமிடங்கள் பிடித்தது. அன்று அவர் எனக்கு இன்னும் நெருக்கமானவரானதாக உணர்ந்தேன்.

நம் தமிழ் சினிமாவின் பரிணாம வளர்ச்சியில் பாலுமகேந்திராவின் பங்கு முக்கியமானதொன்றாக இருக்கிறது தமிழ் சினிமா முதலில் பாடிப்பாடியே கதையைச் சொன்னது. பிறகு பேசிப்பேசியே கதையைச் சொன்னது. சினிமாவில் கதையை, பார்த்துத் தான் புரிந்து கொள்ள வேண்டும் என்கிற அடிப்படை கோட்பாட்டை தமிழ் சினிமா பரீட்சித்துப் பார்க்க ஆரம்பித்திருந்த கால கட்டத்தில் தான் பாலு மகேந்திரா தமிழ் திரைவானில்

தோன்றினார். யதார்த்த பிம்பங்களையும், கதாபாத்திங்களையும் வாய்மொழியன்றி சினிமா மொழி மூலம் திரையில் விளக்கினார். இந்த காலகட்டத்திய தொழில் நுட்பக் கலைஞர்களைப் போலல்லாமல் எளிமையை அடையாளமாகக் கொண்டிருந்தார் பாலுமகேந்திரா. நடிப்பதற்க்காக அவர் என்னை அழைத்ததுண்டு. அதில் முக்கியமான ஒரு படம் வீடு. அது என்னவோ தெரியவில்லை நிறை வேறாமலேயே போனது.

பாலுமகேந்திராவின் படப்பிடிப்பில் ஆட்கள் குறைவு. பேச்சும் குறைவு. ஒரு கலாபூர்வமான அணுகுமுறைக்கு தேவையான ஆழ்ந்த அமைதி அவருடைய படப்பிடிப்பு தளத்தில் ஆளுமை கொண்டிருக்கும். ஆனால் எனக்குத்தான் அந்த வாய்ப்பு அமைந்ததில்லை. அதற்காக நான் என்றைக்குமே வருத்தப்பட்டது கிடையாது. ஒரு வேளை அவர் இயக்கத்தில் நான் நடித்திருந்தால் எங்கள் உறவு நடிகர்-இயக்குநருக்கான உறவால் திரிந்து போயிருக்கும். ஆனால் பாலு இன்னைக்கும் என் மரியாதைக்குறிய நண்பராக மனதில் வாழ்ந்து கொண்டுதான் இருக்கிறார்.

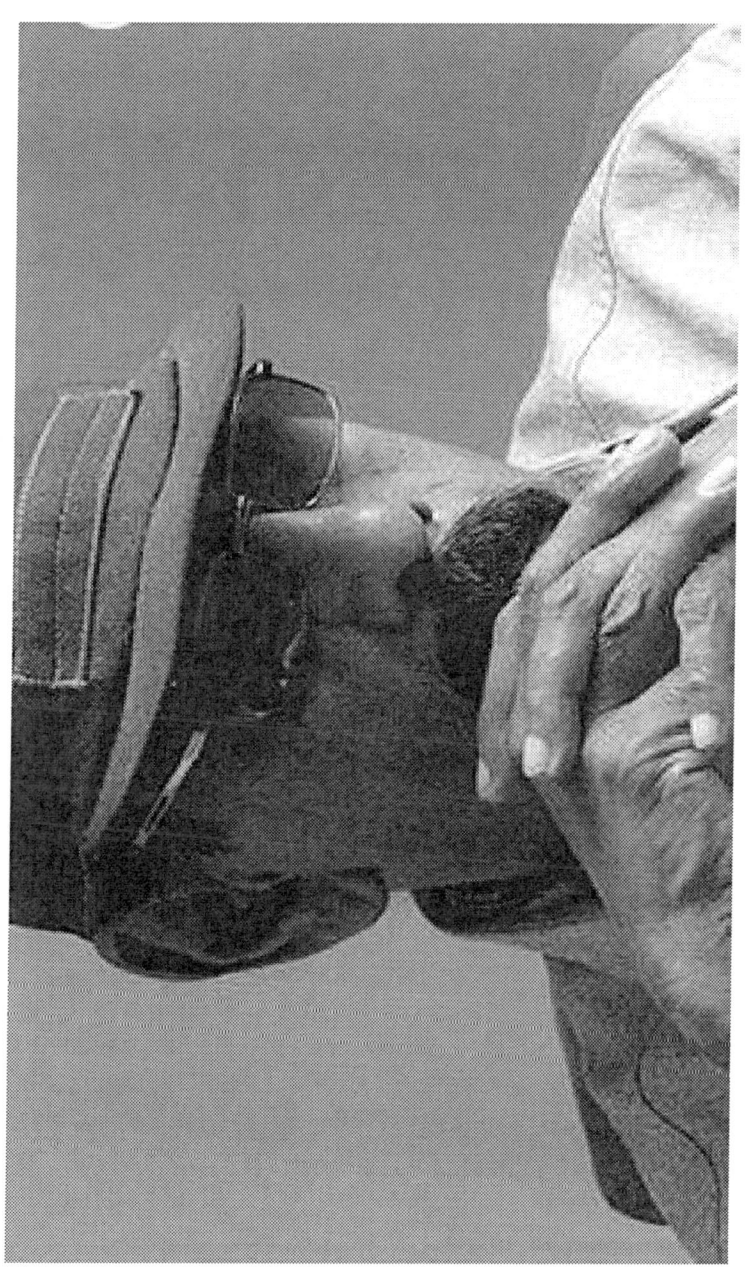

படைப்பாளிகளாக...

# பாலுமகேந்திரா ஒரு இலக்கியவாதி - வைரமுத்து

இந்த உலகத்தை அழகாக பார்ப்பது எப்படி என்று மனிதர்களுக்கு சொல்லிக்கொடுத்த ஒரு மகா கலைஞன்தான் பார்ப்பதை நிறுத்திக்கொண்டுவிட்டான். மரணம் தூரத்தில் இருக்கும்போது தத்துவமாக இருக்கிறது. பக்கத்தில் வந்தால் அது துக்கமாக இருக்கிறது. பாலு மகேந்திராவின் பலம் என்பது அவருடைய ஒளிப்பதிவு கருவிமாத்திரமல்ல. பாலு மகேந்திரா அடிப்படையில் ஒரு இலக்கியவாதி. இலக்கிய பயிற்சி பெற்ற ஒருவன் கலைப்படைப்பை எவ்வளவு அழகாக கையாளமுடியும் என்பதற்கு பாலு மகேந்திராதான் ஒரு எடுத்துக் காட்டு. அவரோடு நான் மூன்றாம்பிறை, நீங்கள் கேட்டவை, உன் கண்ணில் நீர் வளிந்தால் போன்ற பல படங்கலில் பணியாற்றி இயிக்கிறேன். இந்த நேரத்தில் பாலுமகேந்திராவுக்கும் எனக்கும் பிடித்த ஒரு பாடல்தான் நினைவுக்கு வருகிறது. அவர் கேட்டு நான் எழுதிக் கொடுத்த பாடல், ‘கனவு காணும் வாழ்க்கையாவும் கலைந்து போகும் கோலங்கள், துடுப்புகூட பாரம் என்று கரையைத் தேடும் ஓடங்கள்’ என்று ஒரு பாட்டு. அந்த பாடலை

கேட்கிறபொழுதெல்லாம் பாலுமகேந்திராவின் கலை திறமை என் கண்ணுக்கு வரும். இனிமேல் அந்த பாடலை பார்க்கிற போதெல்லாம் அவருடைய நினைவுகள் மட்டுமே எனக்கு மேலோங்கி நிற்கும். பாலு மகேந்திரா விட்டுச் சென்ற எச்சங்கள் மிக முக்கியமானவை. எல்லோருக்கும் மரணம் ஒருநாள் வரும். மரணம் என்பது ஏற்றுக்கொள்ளப்பட வேண்டிய ஒரு விளைவு. ஆனால் வாழ்ந்த பிறகும் ஒரு மனிதன் எதை விட்டுச் சென்றான் என்பதுதான் அவன் வாழ்க்கையின் அடையாளம். தற்கால் தகவிலர் என்பது அவரவர் எச்சத்தால் காணப்படும். எச்சங்கள் என்பவை அவர்கள் படைப்புகள் மட்டுமல்ல. நல்ல இளைய இயக்குனர்களை தமிழ்நாட்டுக்கு விட்டு சென்றிருக்கிறார் பாலு மகேந்திரா. பாலா, வெற்றிமாறன், சீனுராமசாமி, சுசீந்திரன், ராம் இன்னும் பல இயக்குனர்கள் பாலு மகேந்திராவின் பட்டறையில் கூறு செய்யப்பட்ட வாள்கள். அவர்கள் பாலுமகேந்திராவின் பெருமையை போற்றி பாதுகாப்பார்கள். அந்த வரிசையில் நானும் அவர்களோடு நிற்பேன். வாழ்க பாலுமகேந்திராவின் புகழ், வெல்க அவர்தம் எச்சம்.

# இவன் நானாகும் அத்தியாயம்
### - நா.முத்துக்குமார்

'நான் இல்லாமல் போகிறேன்

ஆனால் வசந்த காலம்

என்னுடைய நினைவுகளுடன் இருந்து

கொண்டேதானிருக்கும்!'

இறக்கப் போகிற கடைசி நிமிடத்தில் கவிஞர் பாஷோ.

அன்புள்ள பாலுமகேந்திரா சாருக்கு...

தூரத்தில் இருந்து நீங்கள் வேடிக்கை பார்த்துக்கொண்டு இருக்கிறீர்கள் என்ற நம்பிக்கையில்தான் இத்தனை நாட்களாக நான் ஓடிக்கொண்டிருந்தேன். சட்டென்று நேற்று திரும்பிப் பார்க்கையில் காலம் அகாலமாகி நிற்கிறது. மரணம், ஒரு மோசமான சதுரங்கம். எத்தனை பேர் சுற்றி நின்று பாதுகாத்தபோதிலும், அது எங்கள் பிரியத்திற்குரிய அரசனை அழைத்துச் சென்றுவிட்டது. இப்போது கூட நீங்கள் வானத்தில் இருந்து வேடிக்கை பார்த்துக்கொண்டு

இருக்கிறீர்கள் என்ற நம்பிக்கையில்தான் இதை எழுதிக் கொண்டிருக்கிறேன்.

ஐந்தாறு வாரங்கள் கழித்து உங்களுடன் உதவி இயக்குநராகப் பணியாற்றிய அனுபவங்களை எழுதலாம் என இருந்தேன். இப்படிகாலத்தை முன்னோக்கி இழுத்து, காணாமல் போனது நியாயமா? இனி ஒவ்வொரு வாரமும் வியாழன் அன்று தொலைபேசியில் என்னை அழைத்து, 'விகடன் படிச்சிட்டேன்' என்று வேடிக்கை பார்ப்பவனை விமர்சிக்கும், கம்பீரமான குரலை எந்தக் காற்றின் அலைவரிசை என்னிடம் கொண்டு வரும்?

காலம், உங்களை ஒரு கண்ணாடிப் பெட்டிக்குள் அடைத்து விட்டதாகக் கர்வப்பட்டாலும், காலத்தை வென்று நிற்கப் போகும் உங்கள் படைப்புகளைஅதனால் என்ன செய்துவிட முடியும்? மரணத்தின் எந்தச் சுவடுகளும் தெரியாமல் உங்கள் இறுதி உறக்கம் கம்பீரமாக இருந்தது. 'வாடா முத்துக்குமார், பாண்டி பஜார் வரைக்கும் போயிட்டு வருவோம்' என்று எந்தக் கணத்திலும் நீங்கள் கூப்பிடலாம் என்ற நம்பிக்கையில் உங்கள் தலைமாட்டிலேயே நின்று கொண்டிருந்தேன்.

பாண்டி பஜாரின் மரங்கள் அடர்ந்த சாலையும், நடைபாதைக் கடைகளும் உங்களுக்கு அப்படிப் பிடிக்கும். காரிலும், எந்தத் தயாரிப்பாளரும் கிடைக்காமல் நான்கு மாதங்கள் எங்களுக்குத் தரவேண்டிய சம்பளப் பாக்கிக்காக அந்தக் காரை விற்றுவிட்டு பின்பு ஆட்டோவிலுமாக பனகல் பார்க்கின் முனையில் இறங்கி, பாண்டி பஜாரின் வீதியில், என் கை பிடித்து நடந்தபடி எத்தனை கடைகளுக்கு அழைத்துச் சென்றிருக்கிறீர்கள்? திரும்பி வருகையில் வடக்கு உஸ்மான் ரோட்டில் உள்ள நியூ புக் லேண்ட்ஸ் புத்தகக் கடைக்கு அழைத்துச் சென்று, அன்று புதிதாக வந்த அத்தனை

கவிதைத் தொகுப்புகளையும் வாங்கி, 'அன்புடன்' என்று கையெழுத்திட்டு எனக்குக் கொடுப்பீர்கள்.

என் ஞானத் தகப்பனே நீங்கள் இருக்கிறீர்கள் என்ற நம்பிக்கையில்தானே, என் தகப்பன் ஏழு வருடங்களுக்கு முன்பு என்னை விட்டுவிட்டு இறந்துபோனான். நீங்களும் பாதியிலேயே விட்டுவிட்டுப்போனால், இனி நான் எங்கு செல்வது? ஒரு கூட்டுப்புழுவாக உங்கள்அலுவலகத்துக்குள் வந்த என்னை மாற்றி பட்டாம்பூச்சியாக்கிய பாலுமகேந்திரா என்கிற மகா கலைஞன் என் மனதில் விதையாக விழுந்து, மரமாக எழுந்தது எப்போது?

'அழியாத கோலங்கள்' சிறுவர்களில் நானும் ஒருவனாக இருந்தபோதா? 'மூன்றாம் பிறை' பார்த்துவிட்டு, பால்ய காலத்தில் நான் வளர்த்த 'டைகர்' எனும் நாய்க்குட்டிக்கு 'சுப்பிரமணி' என்று நாமகரணம் சூட்டியபோதா? 'நீங்கள் கேட்டவை'யின் 'பிள்ளை நிலா' என் வானத்தில் உதித்தபோதா? குடிசை வீட்டில் இருந்தபடியே, ஞாயிறு மதியம் தூர்தர்ஷனில் 'வீடு' படத்தை ரசித்தபோதா? நான் பிறக்கும் முன்பே இறந்தவிட்ட பாட்டனோடு 'சந்தியாராக'த்தில் கைகோர்த்து நடந்தபோதா? 'வண்ண வண்ண பூக்க'ளில் வண்டாக நுழைந்தபோதா?மறுபடியும்,ரேவதியின் கண்ணீரில்நனைந்தபோதா 'சதிலீலாவதி' கமலுடன் சிரித்தபடி திரிந்தபோதா? 'ராமன் அப்துல்லா'வில் நெகிழ்ந்த போதா? 'அது ஒரு கனாகால'த்தில் அலைந்தபோதா? 'தலைமுறை'களில் தொலைந்துபோதா?

காஞ்சிபுரத்தில் நான் கல்லூரியில் படித்துக்கொண்டிருந்த காலத்தில் எம்.ஜி.வல்லபன் நடத்திய 'ஃபிலிமாலயா' பத்திரிகையில் உங்கள் பேட்டி ஒன்று வந்திருந்தது. அப்போதைய 'சுபமங்களா' பத்திரிகையைப் போல மிக நீண்ட பேட்டி அது.

நாளைய சினிமா குறித்து, நீங்கள் அளித்திருந்த பதில் இன்னமும் பசுமையாக என் நினைவில் உள்ளது. அந்த வரிகள், 'நாளைய தமிழ் சினிமாவின் முகங்களை மாற்றியமைக்கப் போகிற இளைஞர்கள், தற்சமயம் தனி முகவரி அற்றவர்களாகத் தங்களைத் தயார்படுத்திக் கொண்டிருக்கிறார்கள். அவர்கள் வருவார்கள். இந்திய வெயிலின் சுட்டெரிக்கும் அனலோடும், தமிழ் யதார்த்தத்தின் புழுதிக்காற்றோடும்! அந்த வரிகள் என்னைப் புரட்டிப்போட்டன. எங்கேயோ இருந்த என் துரோணாச்சாரியரின் விரல்களை இந்த ஏகலைவன் இப்படித்தான் பற்றிக்கொண்டான்.

நதி. மேகத்தில் உருவாகி மலையில் அருவியாகி காடுகளில் வெள்ளமாகி எங்கெங்கோ பயணித்து கடைசியில் கடலை வந்தடைவது இல்லையா? அப்படித்தான் உங்களிடம் நான் வந்து சேர எட்டு ஆண்டுகள் பிடித்தன.

சூரியனைத் தள்ளி நின்று காதலிக்கும், சூரியகாந்தியைப் போல, என் ஆசானே... இந்தக் காலங்களில் எல்லாம் உங்களை நான் தொடர்ந்து கொண்டே இருந்தேன் 'எண்பதுகளில் கலை இலக்கியம்' என்று முன்றில் பத்திரிகை நடத்திய விழாவில், கோமல் சுவாமிநாதனின் சுபமங்களா நடத்திய நாடக விழாவில், ஃபிலிம் சேம்பரில், ரஷ்ய கலாசார மையத்தில், மேக்ஸ் முல்லர் பவனில், அலையன் ஃபிரான்சிஸில்... என எங்கெங்கோ நடந்த உலகப் படவிழாக்களில் உங்களை நான் தள்ளி நின்றே ரசித்துக் கொண்டிருந்தேன்.

என் கவிதைகளைத் தொகுத்து, 'பட்டாம்பூச்சி விற்பவன்' என்ற தலைப்பில், அறிவுமதி அண்ணன் அவரது 'சாரல்' பதிப்பகத்தில் கொண்டுவர நினைத்தபோது, யாரிடம் முன்னுரை வாங்கலாம் என்ற கேள்வி எழுந்தது. நண்பர்கள் சொன்ன எல்லாப்

பெயர்களையும் நிராகரித்து, "எங்க டைரக்டர் பாலுமகேந்திரா சார்தான் இதுக்கு முன்னுரை எழுதணும்" என்று அறிவுமதி அண்ணன் சொன்னபோது, "சார் எழுதிக் குடுப்பாரா?" என்று தயங்கியபடி கேட்டேன். "நான் ஒரு அறிமுகக் கடிதம் எழுதிக் கொடுக்கிறேன். நீ நேர்ல போயிப் பாரு" என்றார் அண்ணன்.

இன்னும் நினைவில் உள்ள அந்தக் கடிதம் இப்படித் தொடங்கும்;

'அன்பின் அப்பாவுக்கு,

தங்கள் பிள்ளை மதி எழுதும் கடிதம்.

இவன் என் தம்பி. இவன் கவிதைத் தொகுப்புக்கு முதல் குழந்தையின் பூஞ்சை மேனியில், மருத்துவச்சியின் கைரேகைப் பதிவாக உங்கள் முன்னுரை வேண்டும். உங்கள் உரைநடைக் காதலனாக, இது என் அன்புக் கட்டளை.

இப்படிக்கு உங்கள் அன்புப் பிள்ளை.

மதி.

அந்தக் கடிதத்தை, அவர் கைகள் நடுங்க நின்றுகொண்டே எழுதினார். கிட்டத்தட்ட 12 ஆண்டுகள், ஏழு படங்கள் என உதவி இயக்குநராக வேலை செய்த, மூத்தப் பிள்ளையின் முழு பக்தி அது.

அடுத்த நாள் காலை உங்கள் அலுவலகம் வந்தேன். "கணையாழி விழாவில் உங்களின் 'தூர்' கவிதையை எழுத்தாளர் சுஜாதா படிச்ச அந்த நிகழ்வில், நான் பார்வையாளனாக இருந்தேன். நிச்சயம் முன்னுரை தர்றேன்" என்றீர்கள்.

கையெழுத்துப் பிரதியை உங்களிடம் தந்துவிட்டு வீட்டுக்கு வந்துவிட்டேன். பேஜர், செல்போன் என்று அறிவியல்

முன்னேறியிராத காலம் அது. இப்போது யோசிக்கையில் அது மிகவும் நல்ல காலம். அன்று இரவே அறிவுமதி அண்ணன் அலுவலகத்துக்கு நீங்கள் தொலைபேசியில் தொடர்பு கொண்டு, 'நாளை காலை ஏழு மணிக்கு முத்துக்குமாரை என் அலுவலகத்துக்கு வரச் சொல்லுங்கள்' என்று சொல்லியிருக்கிறீர்கள். அடுத்த நாள் மதியம், சாவகாசமாக அண்ணனின் அலுவலகம் சென்றபோது இந்தத் தகவலை என்னிடம் சொன்னார்கள். இடைப்பட்ட நேரத்தில், என் வாழ்வின் மஞ்சள் வெளிச்சம் நான் இல்லாமல் என் மேல் விழுந்து இருந்தது.

'ராமன் அப்துல்லா' படப்பிடிப்பில் பிரச்னையாகி திரையுலகம் துண்டுபட்டு, இயக்குநர் இமயம் பாரதிராஜா தலைமையில் படைப்பாளிகள் இயக்கம் என்று தனியாகச் சங்கமித்த நாள் அது. சென்னை காமராஜர் அரங்கத்தில் இயக்குநர்கள், தயாரிப்பாளர்கள், இசையமைப்பாளர்கள், நடிகர்கள், தொழில்நுட்ப வல்லுநர்கள்.. எனப் பெரும் கலைஞர்கள் சங்கமித்த அந்த விழாவின் தொடக்க உரையில் கவிதையுடன் என் உரையைத் தொடங்குகிறேன்'' என்று வாசித்து, 'இது என் உதவி இயக்குநர் நா.முத்துக்குமார் எழுதிய கவிதை' என்று அறிவித்ததாகப் பின்னர் கேள்விப்பட்டேன்.

அன்று மாலை உங்களை அலுவலகத்தில் சந்தித்தபோது, ''ஏன் காலையிலேயே வரவில்லை? உன்னை மேடைக்கு அழைத்து எல்லோருக்கும் அறிமுகப்படுத்தலாம் என்று திட்டமிட்டிருந்தேன்'' என்று கடிந்து கொண்டீர்கள். இப்படித்தான் இந்த நதி, தான் விரும்பிய கடலை வந்தடைந்தது.

ஆஹா அந்தக் காலம்... அது ஒரு கனாக் காலம்! உலக சினிமாவின் கதவுகளைத் திறந்து என் சிறுவிரல்கள் பிடித்து, என்னை நீங்கள் அழைத்துச் சென்ற நாட்கள் அவை. காலை அகிரா

குரோசோவா, மதியம் கிஸ்லோவ்ஸ்க்கி, இரவு மக்ஸன் மக்பல்பஃப் எனத் தேடித் தேடி உலக இயக்குநர்களின் படங்களை, எனக்கு நீங்கள் பயிற்றுவித்த பருவம் அது. சினிமா மட்டுமா? கதை நேரம் தொடருக்காக நீங்கள் படித்த கதைகளை நானும், நான் படித்த கதைகளை நீங்களும் விவாதித்த தருணங்கள் என் கண் முன் நிற்கின்றனவே!

நீங்கள் எங்களை உதவி இயக்குநர்களாகப் பார்க்கவில்லை. உங்கள் பிள்ளைகளாகவே நினைத்து வளர்த்தீர்கள். உங்களைப் போலவே உங்கள் மனைவி அகிலா அம்மாவும், துணைவி மௌனிகாவும் எங்களைத் தத்தெடுத்துக் கொண்டார்கள். என் அன்புத் தகப்பனே... பசி நிரம்பிய மதிய வேளைகளில் டைனிங் டேபிளில் அமரவைத்து, உங்கள் கையாலேயே வறுத்துக் கொடுக்கும் மீன்களின் ருசியை இனி யார் எங்களுக்குத் தரப்போகிறார்கள்? ஈழத்தின் அமிர்தகழியில் பிறந்த உங்களை, தங்கள் பிள்ளையாக நினைத்து தமிழகம் உங்கள் இறுதி ஊர்வலத்தைச் சிறப்பாக நடத்தியதை நினைத்து என் நெஞ்சம் நெகிழ்கிறது.

முதல் முறையாக ஓர் இயக்குநருக்காக தமிழ் சினிமாவின் படப்பிடிப்புகள் நிறுத்தப்பட்டது உங்கள் மரணத்துக்காகத்தான். இதற்காக தயாரிப்பாளர்கள் சங்கம், நடிகர் சங்கம், இயக்குநர்கள் சங்கம், பெப்சி... என அனைத்து சங்கங்களுக்கும் என் நன்றியைத் தெரிவித்துக் கொள்கிறேன்.

போய் வா என் தலைவா... நீ நிரந்தரமானவன். அழிவதில்லை. எந்த நிலையிலும் உனக்கு மரணமில்லை.

இப்படிக்கு...

இந்திய வெயிலின் சுட்டெரிக்கும் அனலையும், தமிழ் யதார்த்தத்தின் புழுதிக் காற்றையும், வெள்ளித் திரையில் விதைக்கும் உங்கள் பிள்ளைகள் ஒளிப்பதிவாளர்கள் ஷங்கி மகேந்திராவுக்காக, ராஜராஜனுக்காக, நித்யாவுக்காக, கவிஞர் அறிவுமதிக்காக, இயக்குநர்கள் பாலாவுக்காக, வெற்றிமாறனுக்காக, சுகாவுக்காக, ராமுக்காக, சீனுராமசாமிக்காக, வக்கீல் சுரேஷுக்காக, துரை செந்தில்குமாருக்காக, விக்ரம் சுகுமாரனுக்காக, அடுத்தடுத்து இயக்க இருக்கும் ஞானசம்பந்தனுக்காக, ராஜாவுக்காக, கௌரிக்காக மற்றும் இந்திய சினிமாவை மாற்றியமைக்கப் போகும் உங்கள் சினிமாப் பட்டறை மாணவர்களுக்காக, தூரத்தில் இருந்து உங்கள் வித்தையைக் கற்ற ஏகலைவர்களுக்காக...

மற்றும் ஒரு பிள்ளை

நா. முத்துக்குமார்.

# சிறந்ததை தேர்வு செய்யும் இயக்குநர் - ஓ.என்.வி. குருப்பு, மலையாள பாடலாசிரியர்.

சினிமாவுக்கு தேவையானது எதுவாயினும் அதை ஏற்றுக்கொண்டு சரியாக முறையாக பயன்படுத்தக்கூடிய ஒரு கலைஞன் பாலுமகேந்திரா.

அவர் மலையாளத்தில் இயக்கிய 'ஓளங்கள்', 'யாத்ரா', 'ஊமைக்குயில்' போன்ற படங்களில் இடம் பெற்றுள்ள அனைத்து பாடல்களையும் நான்தான் எழுதினேன்.

அவருடைய முதல் படமான ஓளங்களில் இடம் பெற்ற பாடல்கள் இன்றளவும் மலையாளிகள் முணுமுணுக்கும் பாடல்களாகவே இருக்கின்றன. அதே போல் 'யாத்ரா' படத்தில் வரும். 'தன்னன்னம் தானன்னம் தாளத்தில் ஆடி' என்ற பாடல் எழுதும் போது இந்த ட்யூன் ஒரு ஆங்கில பாடலின் ட்யூன் போல உள்ளதே என்று நான் பாலுமகேந்திராவோடு குறிப்பிட்டேன். ஆமாம் அது ஒரு ஆங்கில பாடலின் ட்யூன்தான் என்று ஒத்துக்கொண்டார்.

காரணம் அந்த பாடலின் சூழலுக்கு அந்த ட்யூன் மிகவும் பொருத்தமாக இருக்கும் என்றும், அதனால் அந்த ட்யூனை உபயோகித்துக்கொள்ள முறையாக அவர்களிடம் அனுமதி பெற்றிருக்கிறேன் என்றும் பதில் சொன்னார்.

'யாத்ரா' படம் வெளிவந்த பிறகு அதில் இடம்பெற்றிருந்த இரண்டு பாடல்களும் அந்தந்த சிச்சுவேஷனுக்கு மிக மிக பொருத்தமாக இருந்தது. உண்மையிலேயே அது எனக்கும் மிகுந்த மனநிறைவை தந்தது.

மலையாள சினிமா உலகிற்கு இயக்குநர் ராமு காரியத் என்பவரால் தேடி கண்டுபிடித்து அறிமுகம் செய்து வைக்கப்பட்ட கலைஞன்தான் பாலுமகேந்திரா. அவர் மலையாள சினிமா துறைக்கு வந்த பிறகு மலையாள மொழி படங்களோடு அவருக்கு மிகவும் நெருக்கம் ஏற்பட்டது. அதற்கு காரணம் அன்றைய மலையாள படத்தின் தரம் அப்படி இருந்தது. அப்படித்தான் இலங்கைக்காரரான பாலுமகேந்திரா கேரளாவிற்கு வந்து ஒளிப்பதிவாளராக பணியாற்றிய பிறகு தரமான மூன்று மலையாள படங்களை இயக்கினார். அந்த மூன்று படங்களில் சிறந்த படம் எதுவென்று என்னிடம் கேட்டால் பதில்சொல்ல நான் கொஞ்சம் சிரமப்படுவேன்.

'ஓளங்கள்' படத்திற்காக நான் எழுதிக்கொடுத்த, 'தும்பீவா ... தும்பக்குடத்தில்.. என்ற பாடலும், வேளாம்பல் கேழும் வேனல்குடீரம்... என்ற பாடலும் பாலுமகேந்திராவுக்கு மிகவும் பிடித்தமான பாடல்களாக இருந்தது. அதனால்தானோ என்னவோ அதற்கு பிறகு அவர் எடுத்த இரண்டு படங்களுக்குமே பாடல் எழுத என்னை அழைத்தார் என்று நினைக்கிறேன்.

# பாலுமகேந்திரா தொலைக்காட்சி நேர்காணல்

*உங்கள் சினிமா வாழ்க்கை பற்றி?*

ஏறக்குறைய முப்பது வருஷ அனுபவம். பூனே திரைப்படக்கல்லூரியில் நான் சேர்ந்து படிக்க ஆரம்பிச்சது 1966-ல் சின்ன வயசிலேயே 'சினிமா' என்ற ஊடகத்தின் மேல் ஏற்பட்ட வெறி காரணமா, ஒரு தணியாத தாகம் காரணமா நான் இந்த ஊடகத்திலதான வேலை செய்யணும், இந்த ஊடகம்தான் என்னுடைய ஊடகமா இருக்கணும் என்று தீர்மானம் பண்ணினேன். அதற்கு முதல்படியா பூனே திரைப்படக்கல்லூரியில சினிமோட்டோகிராபி கோர்ஸ் எடுத்து என்னை நானே பயிற்றுவித்துக்கிட்டேன். அதுக்கப்புறம் 71 முதல் 76 வரை ஒரு ஒளிப்பதிவாளராக மட்டும் வேற இயக்குநர்களுக்கு நான் வேலை செஞ்சுக்கிட்டிருந்தேன். 76-ல என்னுடைய முதல் படம் 'கோகிலா'வை இயக்க ஆரம்பிச்சிட்டேன். கதை, திரைக்கதை, வசனம், ஒளிப்பதிவு, படத்தொகுப்பு, இயக்கம் என எல்லாமே நானே பொறுப்பேற்றுக்கொண்டேன்.

76-ல் ஆரம்பித்து இந்த 2004 வரைக்கும் 28 வருடங்கள் ஓடிவிட்டது. இதுக்கிடையில் என்னுடைய இயக்கத்தில் வந்த பல படங்கள் என்னைக்குமே மக்கள் மனசுல பதிஞ்சு போயிருக்கின்ற, 'மூன்றாம்பிறை' போன்ற சில படங்கள், எனக்கு அவ்வளவாக திருப்தி இல்லாத 'நீங்கள் கேட்டவை' போன்ற சில படங்கள். நீங்கள் கேட்டவைனு பேர் வச்சதே உங்களுக்கு இதுதானே வேணும் அப்படின்னு ஒரு கடுப்போட வச்ச பேர்தான் 'நீங்கள் கேட்டவை'. ஆனால் எனக்கு ரொம்ப ரொம்ப திருப்தியா அமைஞ்சுபோன, எந்தவித வியாபார சமரசமும் செய்யாத இரண்டே இரண்டு படங்கள் 'வீடு', 'சந்தியா ராகம்'. இந்த மாதிரி ஒரு படைப்பாளியினுடைய வாழ்க்கை அனுபவத்துல அவனுடைய ஒவ்வொரு படைப்பும் வந்து அவனுக்கு முழு திருப்தி அளிக்கக் கூடிய படைப்பாக இருக்கமுடியாது. என்னுடைய இந்த 35 வருட கால அனுபவத்துல சில படங்கள் எனக்கு திருப்தியா அமைஞ்சிருக்கு. 'வீடு', 'சந்தியா ராகம்', 'மூன்றாம் பிறை', 'மறுபடியும்' போன்ற படங்கள் ஓரளவுக்கு திருப்தி அளித்த படங்கள்னு சொல்லலாம். மூன்றாம்பிறைல கூட வியாபார சமரசங்கள் இருக்கு. 'பொன்மேனி உருகுதே' என்ற பாட்டு மூன்றாம்பிறைக்குத் தேவையில்லாத விஷயம். அது வந்து முழுக்க முழுக்க வியாபார சமரசம் தான். அந்த 'பொன்மேனி உருகுதே' என்கிற பாடல் இல்லாமலேயே மூன்றாம்பிறை, மூன்றாம்பிறையாகத்தான் இருக்கும். எந்த குறையுமே அதில் இருந்திருக்காது. இந்த மாதிரியான சில வியாபார சமரசங்கள் வந்து தவிர்க்கமுடியாதவையா இருக்கு. ஒரு ஹார்ட் அட்டாக், ஒரு ஸ்ட்ரோக் வந்து ரெண்டையும் தாண்டியாச்சு. இனிமே சில வருஷங்கள் இருக்கு. இந்த சில வருஷங்கள்ல ஒரு மூணு நாலு நல்ல படங்கள் பண்ணனும் என்கிறதுதான் என்னோட ஆசை.

என்னுடைய ஊடகத்துல ரொம்ப குறைன்னு எனக்குள்ள நான் வருத்தப்படுற ரெண்டே ரெண்டு விஷயம் முதலாவது வந்து என்னுடைய சொந்த ஊர்ல என்னோட மக்களை வைத்து, என் மக்களுடைய பிரச்னைகளை வைத்து நான் ஒரு படம் பண்ணமுடியாத ஒரு சூழல் அமைஞ்சு போனது அது ரொம்ப துரதிர்ஷ்டம். அது எனக்கு மிக மிக ரொம்ப பெரிய மனக்குறை. அடுத்தது, சிவாஜி என்கிற அந்த மகா கலைஞனோடு ஒரு படம் கூட பண்ண முடியல. இந்த ரெண்டு விஷயத்தையும் தவிர, என்னுடைய ஊடகத்துல வந்து எனக்கு பெரிய குறைகள்னு எல்லாம் ஒண்ணும் கிடையாது.

எனக்கு பிடிச்ச படங்களை நான் பண்ணியிருக்கேன். இப்படித்தான் நான் பண்ணுவேன் என்கிற ஒரு கண்ணோட்டத்துலதான் இதுவரைக்கும் நான் படம் பண்ணிட்டிருக்கேன். நீ 4 ஃபைட் வைக்கணும், 5 சாங் வைக்கணும்னு சொல்றதுக்கெல்லாம் என்னைக்குமே நான் தலைவணங்கினது கிடையாது. அதை வைக்கணும்னா அதை நான் தீர்மானிக்கனும். வேற யாரும் எனக்கு சொல்லக்கூடாது. அப்படி நான் தீர்மானிச்சு எடுத்த படம்தான் 'நீங்கள் கேட்டவை' என்ற படம்.

*நீங்க சினிமா துறைக்கு வராமல் இருந்திருந்தால்?*

சினிமாவுக்கு வரலேன்னா நான் ஒரு டீச்சராகத்தான் இருந்திருப்பேன். காரணம் எங்கப்பா டீச்சர். எங்கம்மாவும் டீச்சர். எனக்கும் கத்து கொடுக்குறதுல ரொம்ப ஆர்வம் இருக்கு. நான் சினிமாவுக்கு வரலேன்னா நிச்சயமா ஏதாவது ஒரு பள்ளிகூடத்துல ஒரு டீச்சராகத்தான் இருந்திருப்பேன். எனக்கு ரொம்ப ரொம்ப பிடிச்ச விஷயம், என்னுடைய கனவு வந்து என்னைக்கோ ஒரு நாள்

என்னுடைய மூச்சு நிக்குறதுக்குள்ளே என்னுடைய சொந்த ஊர்ல இருக்கிறவங்களை மட்டக்களப்புல அந்த மக்களுடைய வாழ்க்கையை என்னுடைய ஏதோ ஒரு படத்திலயாவது பதிவு பண்ணனும். அந்த வாழ்க்கையை இன்னைக்கு எரிஞ்சுக்கிட்டிருக்கக்கூடிய அவர்களுடைய பிரச்னைகளை, வாழ்க்கை குமுறல்களை, சொந்த மண்ணை பிரிஞ்சு அகதிகளாக, நாடற்றவர்களாக, எங்கெங்கேயோ சிதறி போய் கிடக்கிற என்னுடைய மக்கள் இவங்களுக்கு நான் எதுவுமே செய்யல. என்னுடைய ஊடகம் மூலமா அதை செய்யறதுக்கான ஒரு சந்தர்ப்பத்தை இறைவன் எனக்கு ஏற்படுத்தி தருவார்னு நான் நினைக்கிறேன்.

*இளையராஜாவைப் பற்றி?*

இளையராஜா அவர்களும், நானும் வேலை செய்ய ஆரம்பிச்சு 25 வருஷங்கள் ஆச்சு. 25 வருஷமா என்னுடைய எல்லா படங்களுக்கும் அவர்தான் இசையமைப்பாளர். இந்த படத்துக்கும் அவர்தான் இசையமைக்கிறார். என்னுடைய படங்களுக்கான அவருடைய பங்களிப்பு வந்து எனக்கு மிகமிக திருப்தியா இருக்கு. ஒரு தடவை ரெண்டு தடவை அல்ல ஒவ்வொரு தடவையும் இளையராஜாவின் இசை குறிப்பா பின்னணி இசை என்னுடைய படங்களுக்கு இன்னும் ஒரு பரிமாணத்தை ஏற்படுத்தி வச்சிருக்கு. அப்புறம் எனக்கும் அவருக்குமான 'personal vibrations' ரொம்ப அற்புதமான 'vibration'. ரொம்ப அழகான ஒருநட்பு ஒரு மகா திறமைசாலியோட நான் வேலை செஞ்சுக்கிட்டிருக்கிறப்போ அவர் என்னுடைய நெருங்கிய நண்பராகவும் இருக்கிறப்போ, அவருடைய பங்களிப்பு மிகவும் திருப்தியா இருக்கறப்போ அவரை விட்டு பிரிய வேண்டிய அவசியம் எனக்கில்லை. எப்போதுமே எனக்கேற்பட்டதில்லை. இனியும் ஏற்படாதுன்னு நினைக்கிறேன்.

சில தயாரிப்பாளர்கள் என்னிடம் வந்து அப்பேர்பட்ட ஒரு மகா கலைஞனை தவிர்த்துவிட்டு வேற ஒரு இசையமைப்பாளரை வைத்து படம் பண்ணலாம் என்று சொன்னப்ப, அந்த படத்தையே நான் நிராகரிச்சிருக்கிறேன். வேண்டாம் நான் இந்த படம் பண்றதா இல்லை அப்படின்னு சொல்லியிருக்கேன்.

அற்புதமான ஒரு திறமைசாலி. மகா திறமைசாலி அந்த மனுஷன்.

விருதுகள் பற்றி?

விருது என்கிறது என்னைப் பொருத்தளவில், நான் விருது வாங்கணும் என்று நினைச்சிட்டு ஒரு படத்துக்கு பிள்ளையார் சுழி போடறதில்லை. என்னுடைய படங்களுக்கு ஒரு தேசிய விருதோ, அல்லது மாநில விருதோ ஏதோ ஒன்று கொடுக்கப்படுதுன்னா அது ரொம்ப ரொம்ப சந்தோஷமான விஷயம். அது ஒரு அங்கீகாரம். அவார்டு என்கிறது ஒரு அங்கீகாரம்.

ஒவ்வொரு படைப்பாளிக்கும் அந்த அங்கீகாரம் என்பது மிக முக்கியமான விஷயம். எந்த கோணத்திலிருந்துன்னா, ஒரு அங்கீகாரம் வர்றப்ப அது ஒரு உந்துதல் சக்தியா இருக்கு. அது ஒரு *force*. மேலும் மேலும் தன்னைத்தானே திருத்திக்கணும் முன்னைவிட திறமையான படைப்புகளை கொடுக்கவேண்டும் என்கிற ஒரு உந்துதல் உண்டாகும் ஒரு படைப்பாளிக்கு. அந்த வகையில் விருதுகள் என்பது நல்ல விஷயம்தான். ரொம்ப நல்ல விஷயம்.

விருது வழங்கும் குழுவில் நடுவராக பணிபுரிந்த அனுபவம் பற்றி?

நேஷனல் அவார்டு ஜுரியில் சேர்மேனாக இருந்திருக்கிறேன். *International Festival* ஒண்ணு. அதுல 13 நாட்டை சேர்ந்த ஜுரி மெம்பர்ஸ் இருந்தாங்க. அதிலும் ஜுரி சேர்மேனாக இருந்திருக்கிறேன். அது ஒரு சுவையான அனுபவம். ஓரிடத்துல உட்கார்ந்து அந்த வருஷத்தினுடைய மிக சிறந்த எல்லா மொழி படங்களையும் பார்த்து, அதை மதிப்பிடறதுங்கிறது ரொம்ப சுவாரஸ்யமான அனுபவம். அதுவும் என்னை போல் ஒரு சினிமா மாணவனுக்கு அதுவந்து மிக பெரிய விஷயம். அந்த ரெண்டு தடவையும் எனக்கு மிகவும் சந்தோஷமான அனுபவமாகத்தான் இருந்தது.

பல அவார்டு கமிட்டியிலும் நான் இருந்திருக்கிறேன். கேரள மாநில விருது கமிட்டி ஜுரி சேர்மேனாக இருந்திருக்கிறேன். அபபுறம் பல்வேறு பத்திரிகைகளினுடைய விருதுக்கான ஜு ரி சேர்மேனாக இருந்திருக்கிறேன். ஒவ்வொரு தடவையும் அது எனக்கு ஒவ்வொரு சந்தோஷமான அனுபவமாகத்தான் இருந்திருக்கிறது. ஏன்னா, ஓரிடத்தில உக்காந்து அந்த வருஷத்திலேயே மிகசிறந்த படங்கள்னு கருதப்படுகின்ற அத்தனை படங்களையும் பார்த்து, அதை மதிப்பிடக்கூடிய ஒரு வாய்ப்பு வேற சந்தர்ப்பங்களில் கிடைக்காது. அதனாலேயே எனக்கு அப்படி ஒரு வாய்ப்பு வர்றப்ப நான் என்னைக்குமே நழுவ விடுறதில்லை.

*இப்போதைய தொழில்நுட்பத்தைப் பற்றி?*

இப்ப தொழில்நுட்பம் வந்து ரொம்ப அட்வான்ஸா இருக்கு. படைப்பு என்பது *creativity*. அந்த தொழில்நுட்பத்தை வந்து படைப்பு ரீதியாக பயன்படுத்தணும். ஒரு புது டெக்னிக் வந்திருக்கிறது என்பதற்காக ஒரு புது உபகரணம் வந்திருக்கிறது

என்பதற்காக ஒரு சீன் பண்ணி, அதுக்காக ஒரு காட்சி அமைச்சு அப்படி பயன்படுத்துறது என்பது ஒரு தவறான விஷயம்னுதான் எனக்கு படுது. அந்த உபகரணத்தை படைப்பு ரீதியாக புத்திசாலித்தனமா உபயோகப்படுத்தறப்போ அது வரவேற்கத்தக்க விஷயம்.

நான், 'அது ஒரு கனாகாலம்' படத்துக்குத்தான் 'ஜிம்மி ஜிப்' என்ற ஒரு கருவியை உபயோகப்படுத்தினேன். அதற்கு முன்னாடி நான் அதை கண்ணுல பார்த்தது கூட இல்லை. 35 வருஷமா நான் வேலை செஞ்சுக்கிட்டிருக்கேன். இந்த படத்துலதான் 'ஜிம்மி ஜிப்' யூஸ் பண்றேன். அதை யூஸ் பண்றப்பதான் எனக்கு புரியுது இதை எவ்வளவு அற்புதமா படைப்பு ரீதியா, கிரியேட்டிவா யூஸ் பண்ணலாம் அப்படின்னு.

இனிமே நான் எந்த ஒரு படம் பண்ணினாலும் 'ஜிம்மி ஜிப்' இல்லாம போககூடாதுன்னு ஒரு தீர்மானம் எனக்குள்ள வருகிற அளவுக்கு படைப்பு ரீதியா எனக்கு உபயோகப்படுத்தக்கூடிய ஒரு கருவியா எனக்கு படுது.

இப்ப இருக்கக்கூடிய இளைஞர்களுக்கு நான் சொல்ல கூடிய விஷயம், வரக்கூடிய புதிய உபகரணங்களை, உத்திகளை படைப்பு ரீதியாக உபயோகப்படுத்தறப்பதான் அதுக்கு அழகு. இல்ல அது இருக்கு அப்படிங்கறதுக்காக சும்மா அதுல ஏறி உக்காந்திட்டு, சும்மா சுழட்டிட்டு இருந்தா அது முட்டாள்தனம். வேஸ்ட். குழந்தைப்பிள்ளைத்தனம்னு கூட சொல்லலாம்.

உதாரணமா சின்ன வயசுல நாம ஒரு புதிய ஆங்கில வார்த்தையை கற்றுகொண்டால் அதையே திரும்பத் திரும்ப வருபவர் போகிறவர்களிடமெல்லாம் அந்த வார்த்தையை பிரயோகப்படுத்தி சொல்லிக் கொண்டிருப்போம். அது மாதிரி

புதுசா ஒரு உபகரணம் நமக்கு கிடைக்குதுன்னா அதுஎல்லோருக்கும் பிரகடனப்படுத்தி, காண்பித்து கொண்டிருப்போம். அது மாதிரியான *exibitionism* இருக்கக்கூடாது படைப்பில். படைப்புக்குத் தேவையான அளவுதான் உபகரணம். அது எந்த உபகரணமானாலும் சரி, நம்முடைய கதைக்கு நம்முடைய காட்சிக்கு அது தேவைப்படுதா? அந்த காட்சியினுடைய தன்மைகளை, உணர்வுகளை அது மேன்மைப்படுத்தும் என்கிற அளவுல அத யூஸ் பண்ணனும். அப்படித்தான் நான் யூஸ் பண்ணிக்கிட்டிருக்கேன். இளைஞர்களுக்கு நான் சொல்லவிருப்பது அதுதான். ஒரு விஷயம் இருக்கிறதுங்கிறதுக்காக அத இழுத்து வச்சு, நான் அதை யூஸ் பண்ணியிருக்கேன், இதை யூஸ் பண்ணியிருக்கேன், எட்டு ஜனரேட்டர் யூஸ் பண்ணிருக்கேன் என்கிறதெல்லாம் இங்கு யாருக்கு வேணும்? நீ எவ்வளவு ஜனரேட்டர் யூஸ் பண்ணினா யாருக்கு என்ன? உன்னுடைய *final result* என்ன? அதுதான் முக்கியமான விஷயம்.

ஒரு மிக சிறந்த ஒளிப்பதிவு அப்படின்னு நான் கருதறுது என்னன்னா, அங்க தியேட்டர்ல உக்காந்து பார்க்கிறவனுக்கு ஒரு சந்தேகம் வரணும். என்ன சந்தேகம்னா இது வந்து எந்த ஒரு லைட்டும் யூஸ் பண்ணாம, குறிப்பிட்ட அந்த இடத்துல இயற்கையாக என்ன வெளிச்சம் இருந்ததோ அந்த ஒரு வெளிச்சத்தை மட்டும் பிரயோகப்படுத்தி இந்த கேமராமேன் இந்த காட்சியை எடுத்திருக்கிறார். நான் அதுக்கு நூறு லைட் யூஸ் பண்ணலாம் அது வேற விஷயம். ஆனால் அந்த சந்தேகம் அவனுக்கிருக்கு. இதுக்கு எந்த லைட்டுமே யூஸ் பண்ணல. அந்த இடத்துல இயற்கையா என்ன வெளிச்சம் இருந்ததோ அந்த வெளிச்சத்தை மட்டும் பயன்படுத்தி எடுக்கப்பட்டிருக்கு.

அப்படின்னு ஒரு சந்தேகம் வந்ததுன்னா அது மிக சிறந்த ஒளிப்பதிவு. மிக சிறந்த நடிப்பு என்றாலும் அதேமாதிரிதான். இது எழுதபட்டு, ரிகர்சல் பார்க்கப்பட்டு, ஒத்திகை பார்க்கப்பட்டு, எடுக்கப்பட்ட ஒரு காட்சியல்ல. இது ஏதோ ஒரு விஷயம் வாழ்க்கைல நடந்திட்டிருக்கிறப்போ அந்த சம்பந்தப் பட்டவங்களுக்கு தெரியாம ரகசியமா யாரோ அதை பதிவு பண்ணியிருக்காங்க என்கிற அளவுக்கு ஒரு சந்தேகம் வரணும். அந்த அளவுக்கு தத்ரூபமா இருக்கணும் நடிப்பு.

மனைவியும். சினேகிதியுமாக...

## பொறுமைதான் - அகிலா

பாலுமகேந்திரா மறைவுக்குப் பிறகு ப்ளே ஸ்கூலாகிவிட்டது அவரது வீடு. அவரது மனைவி அகிலா, அபார்ட்மெண்டுக்கு குடிபெயர்ந்துவிட்டார். "உங்களுக்குத் தெரியும்; அவர் மறைஞ்சபொழுதும் கூட நான் பேட்டியொன்றும் கொடுக்கயில்ல. நிறைய பேசச் சொல்லி கேட்டாங்க. நானொரு சாதாரணமான குடும்பப் பெண்ணா வீட்டுக்குள்ளேயே இருந்தவள். எனக்கு ஊர் உலகம் ஒண்டும் தெரியல்ல. நான் பேசுற முதல் பேட்டி இது. நீங்க கவனமா எழுதணும், சரியோ?" ஈரம் காயாத ஈழத்தமிழின் வாடை அப்படியே நம் அடி மனசில் வந்து அண்டுகிறது அகிலாவின் வார்த்தையில்.

"நான் பொறந்து வளர்ந்தது முழுக்க மட்டக்களப்பு. அவருக்கு யாழ்ப்பாணம். அங்கேதான் காலேஜ் படிச்சுட்டு ஆர்க்கிடெக்ட் வேலை பார்த்துக் கொண்டிருந்தார். அவருக்கு போட்டோகிராஃபியில கொள்ளை ப்ரியம். அந்த உத்யோகத்தை ரிசைன் பண்ணிட்டு புனே இன்ஸ்டியூட்டுக்கு டைரக்‌ஷன் கேமரா

படிக்க வேண்டி எழுதிப் போட்டாங்க. யாருக்கும் ஒண்டும் கிடைக்கல. என் கணவருக்கு மட்டும்தான் கிடைச்சது. சின்ன பிள்ளையா இருக்கயிலே அவர் பர்த் டேவுக்கு கேமரா ஒண்டுபரிசாக வாங்கிக் கொடுத்திருக்கிறார் என்னட மாமனார். அந்த கேமராவை வச்சு படமெடுத்து பழகிக் கொண்டார். எண்டு பொறவு அவர் விளிச்சது ஞாபகம்.

சாருக்கு செடிகொடி, மிருகங்கள் எண்டா ரொம்பப் பிடிக்கும். முதல்ல வளர்த்த நாயொண்டு ம்ம்... பெயர் சுப்ரமணி. அதான் 'மூன்றாம்பிறை'யில் நடிச்சிருந்தது. பொறவு சில்கி எண்டு ஒரு நாய் வளர்த்தார். 'வீடு' படத்தப்ப இருந்தது...? ம்ம்ம்... மூன்றாவது இருந்தது பீட்டர். அப்புறம் வள்ளி. இப்ப திரும்ப சுப்ரமணி. மொத்தம் அஞ்சு நாய்கள் வளர்த்தார். அவர் போன பொறவு இவந்தான் எண்ட கூடவே கணப்பொழுதும் தங்கிக்கிடக்கான். மகனும் மருமகளும் பேரனும் அடையாறில் இருக்காங்க. ம்ம்ம்... நெதமும் அவர் நினைப்பாவே இருக்கு. அவர் நிண்ட இடம், உட்கார்ந்த இடம், அவர் ஓயாமல் வளர்த்த செடிகொடிகள்... எண்டு நிறைய ஞாபகங்கள் மனசை சங்கடப்படுத்துது.

இரவு உறங்கப் போவதற்கு முன்னே பூனைக்கு பால் வச்சுட்டுப்போய் படுத்தார். அவர் திரும்ப எழவே இல்ல. அந்தப் பூனை அவர் செத்தது தெரியாமல் இப்பவும் வந்து வந்து போகுது. இதெல்லாம் நம்ம மனசை அழுத்தும்தானே?அதான் வீட்டை காலி செய்துகொண்டு புறப்பட்டுட்டேன்?'' என வார்த்தைக்குகூட வலிக்காமல் யோசித்து யோசித்துப் பேசுகிறார் அகிலா.

சமீபத்தில் 'தலைமுறை'க்கு ஃபிலிம்பேர் அவார்ட் கமல் கையால் அகிலாவிடம் கொடுக்கப்பட்டிருக்கிறது. ''கமலுக்கு சின்ன வயசுல நடிச்சப்ப நேஷனல் அவார்ட் கிடைச்சது. பொறவு

'மூன்றாம்பிறை'க்கு கிடைச்சது. அந்த கமல் கையால இன்னைக்கு நான் விருது வாங்கினதில் மகிழ்ச்சி எண்டு செய்தி போடுங்க... செய்வீங்க தானே? ம்... இன்னொண்டு பாரதிராஜாவும் 'தலைமுறை'க்கு விஜய் அவார்ட் கொடுத்திருக்கிறார். அதுவும் சந்தோஷம் எண்டு போடுங்கள்'' என நம்மிடம் ஒரு குழந்தையைப்போல கோரிக்கை வைக்கிறார் அகிலா.

அகிலா பதினொன்றாம் வகுப்பு வரை படித்திருக்கிறார். கவிஞர் காசி ஆனந்தன் மூலமாகத்தான் இரு குடும்பத்தாரும் சேர்ந்து இவர்களின் திருமணத்தை முடிவு செய்திருக்கிறார்கள். கல்யாணம் முடியும் வரை பாலுமகேந்திரா திரை உலகில் பெரிய புள்ளி என்பது அகிலாவுக்குத் தெரியாதாம். 'செம்மீன்' டைரக்டர் ராமு காரியாட் எடுத்த 'நெல்லு' படத்தின் கேமரா மூலம் திரைத்துறைக்கு சினிமோட்டோகிராபராக காலடி எடுத்து வைத்திருக்கிறார் பாலுமகேந்திரா. அந்த நெல்லு படத்தின் ப்ரிவியூ ஷோதான் அகிலாவும் பாலுமகேந்திராவும் திருமணத்திற்குப் பின் சேர்ந்து பார்த்த முதல் படமாம்.

"எனக்கு கிடைச்ச மருமகள் போல வராது. பேரன் ஸ்ரேயாஸுக்கு என் மேல் அவ்வளவு ப்ரியம். சார் மறைவதற்கு முன்னாடியே, இங்கே இருந்தா என் ஞாபகமாக இருக்கும் எண்டு இந்த ப்ளாட்ட வாங்கிக் கொடுத்தார். அவர் விருப்பப்படியே நான் இங்கே வந்துட்டேன்'' என்றபடி சுப்ரமணியை எழுப்பி சாப்பாடு கொடுக்கிறார் அகிலா. இறுதியாக "பாலு சாருக்கு தொப்பி அடையாளம் போல அகிலா அம்மாவுக்கு என்ன அடையாளம்?'' என்றோம்.

"பொறுமைதான்'' எண்டு போடுங்கள் என்று ஒரே வார்த்தையில் முடிக்கிறார் அகிலா பாலுமகேந்திரா.

# ஒவ்வொரு நாளையும் அனுபவிச்சு வாழ்ந்தோம் - மௌனிகா

கேமரா கவிஞன் போட்டோவில் புன்னகைத்தபடி இருக்க, எதிரே அழுது வீங்கிய முகத்துடன் மௌனிகா. பாலுமகேந்திராவின் மரணம் அவரை ரொம்பவே பாதித்திருக்கிறது.

சரியாக இருபது வருடங்களுக்கு முன் அறிமுகமாகி, கொஞ்ச நாளிலேயே அவர்மேல் காதல்வயப்பட்டு, பதினாறு வருடங்களுக்குப் பிறகு திருமணமாகி, பத்து வருடங்களுக்கு முன் அதை பாலுமகேந்திராவே பகிரங்கமாக ஒப்புக்கொண்ட சூழலில், கடைசியாக பத்து நிமிடம் அவரது முகத்தைப் பார்க்கப் போராடியதை நினைத்து நினைத்துக் குலுங்கி அழுகிறார்.

"பதினெட்டு வயசுல முதன்முதலா அவரைப் பார்த்தேன். 'உன் கண்ணில் நீர் வழிந்தால்' படத்துக்கான ஆர்ட்டிஸ்ட் செலக்ஷன் அது. பாவாடை தாவணியில் போயிருந்த எங்கிட்ட 'மாடர்ன் டி ரெஸ் இருக்கா'ன்னார். இல்லைன்னதும், அவரோட பையன் ஷங்கி டிரெஸ்ஸை எடுத்துட்டு வந்து போட்டுக்கச் சொல்லி

என்னைப் படம் பிடிச்சார். அவரோட பார்வை, பேச்சு, ஆளுமை, அந்த தொப்பி எல்லாமே அப்பவே என்னை ஏதோ செஞ்சது. ஆனாலும் ஏற்கெனவே கல்யாணமான ஒருவர் மேல என்னோட அந்த அபிப்பிராயம் தப்புதான். அந்த வயசுக்கே உரிய ஆர்வத்துல புத்திக்கு சரியாதப்பான்னு தெரியாமப் போயிடுச்சு. அந்தப் படத்துல ரஜினிக்கு தங்கச்சியா சின்ன ரோல் தந்தார். அத்தோட எங்க உறவு முடிஞ்சிருந்திருக்கலாம். விதி யாரை விடும்? அடுத்ததா 'யாத்ரா'ங்கிற மலையாளப் படத்துல வாய்ப்பு தந்தார். அதே படத்தை தெலுங்குலயும் பண்ணினார். தொடர்ந்து அவரோடவே இருந்த நாட்கள் வயசு வித்தியாசத்தை எல்லாம் தாண்டி அவரை எந்நேரமும் நினைக்க வச்சது. என் நினைப்பு அவருக்கும் அரசல் புரசலா தெரிஞ்சிருக்கணும். திடீர்னு ஒருநாள் 'எப்ப கல்யாணம் பண்ணப் போற'ன்னு கேட்டார். 'ஐடியா இல்லை'ன்னு சொன்னேன். 'ஏன் யாரையாச்சம் லவ் பண்றியா?'ன்னார். 'பட்'னு பதில் சொன்னேன். 'உங்களைத்தான்'.

'பைத்தியமா?'ன்னு கேட்டுட்டு அந்த இடத்துல இருந்து போயிட்டார். அந்த நிமிஷத்துல இருந்து சூழ்நிலைகளை எனக்குச் சாதகமாக்கிட்டேன். 'தொடர்ந்து வாய்ப்பு தந்தா அவருக்கும் நம்ம மேல பிரியம் இருக்கு'ன்னு நினைச்சேன். அதேபோல நடந்தது. என்னை விலக்கவும் என்னை விட்டு அவர் விலகவும் முயற்சி பண்ணலை. இது போதாதா? தொடர்ந்து நச்சரிக்க ஆரம்பிச்சேன். விடாம துரத்தினேன். 'எங்கூட வாழணும்னா சில தியாகங்களைப் பண்ணணும்'னார். 'அப்பா வயசுல இருக்கற ஒருத்தர் மேல அன்பு வருதுன்னா அது வெறும் உடல் சார்ந்த ஈர்ப்பு இல்லை'ங்கிறதை நான் புரிஞ்சிக்கிட்டதால, எந்த கண்டிஷனுக்கும் ஓ.கே.ன்னு சொல்லிவிட்டேன். எனக்கு அவர் கூடவே இருக்கணும், அவ்வளவுதான்!

அவரோட வாழ ஆரம்பிச்சிருந்த பிறகும் அகிலாம்மா (பாலுமகேந்திராவின் முதல் மனைவி) அவங்க வீட்டுல ஒருத்தியாகத்தான் என்னை நினைச்சாங்க. நல்லது பொல்லதுக்கு அவங்க வீட்டுல நான் இல்லாம இருக்க மாட்டேன். என்னோட சொந்தக்காரங்க வீட்டு விசேஷங்களுக்கும் அவங்க வந்து போவாங்க. இப்படி இருக்கயிலதான் என்னோட தாய்மாமன் ஒருத்தர் இறந்துவிட்டார். அவருக்கு இரண்டு மனைவிகள். அவரோட உடலைப் பார்க்க இரண்டாவது மனைவி வந்தப்ப, அங்க சிலர் அவங்களை வரக்கூடாதுன்னு விரட்டினாங்க. எங்கூட அங்க வந்திருந்த இவருக்கு இந்த சம்பவத்தைப் பார்த்ததுல இருந்து மனசு கிடந்து தவிச்சிருக்கு.

எங்கிட்ட கேக்காமலேயே எங்க அம்மாவைக் கூப்பிட்டு, 'தாலி எங்க வாங்கணும்'னு கேட்டு வாங்கிட்டு வந்துட்டார். இப்ப யாரும் நம்புறாங்களோ இல்லையோ, இதுதான் உண்மை. நானா அவரை தாலிகட்டச் சொல்லி வற்புறுத்தவே இல்லை. 'உன் நல்லதுக்குதான்'னு சொல்லி என்னைப் பேசவிடலை. அவர் கிறிஸ்டியனா இருந்தாலும், எங்க வழக்கப்படி சிவன் கோயிலுக்கு வந்து என் கழுத்துல தாலி கட்டினார்.

எனக்கும் அவருக்கும் அது முறையான முதல் மண வாழ்க்கை இல்லாட்டியும், ஒவ்வொரு நாளையும் அனுபவிச்சு வாழ்ந்தோம்.என்கூட கடைக்கு வருவார். எனக்குச் சமைச்சுத் தருவார். என்னை விதவிதமா போட்டோ பிடிச்சு, 'ஷோபா சாயல் உங்கிட்ட இருக்கு'ம்பார். பரஸ்பரம் ஒருத்தருக்கொருத்தர் குழந்தை மாதிரி பாசத்தைப் பரிமாறி வாழ்ந்தோம்.

எல்லாத்தையும் காலி பண்ணுனதும் அந்த மனுஷந்தான். 'இப்படியே இருந்துட்டுப் போயிடுறேன்'னு எவ்வளவோ

சொன்னேன். கேக்கலை. திடீர்னு ஒருநாள் பத்திரிகையாளர்களைக் கூப்பிட்டு, 'மௌனிகாவும் என்னோட மனைவிதான்'னு சொல்லிவிட்டார். அன்னிக்கில இருந்து இன்னிக்கு வரைக்கும் அவரோட வீட்டு வாசலை என்னால மிதிக்க முடியலை. ஆனா இப்பவும், அகிலாம்மாவும் அவங்க குடும்பமும் நல்லா இருக்கணும்கிறதுதான் என்னோட ஆசை''.

சமீப காலமாக பாலுமகேந்திராவுக்கும் உங்களுக்கும் கருத்து வேறுபாடு இருந்ததாகச் சொல்கிறார்களே?

''சினிமாப் பட்டறை'' ஆரம்பிச்ச பிறகு என்னை விட்டு விலக ஆரம்பிச்சது போல தெரிஞ்சது. வீட்டுக்கு வர்றது குறைஞ்சது. நான் கேட்டதுக்கு, 'அப்படியெல்லாம் இல்லையே'ன்னார். ஆனா, 'எனக்கு பிறகு அவ ஆதரவில்லாம இருக்கக்கூடாது; நான் வெறுத்து ஒதுக்கினா நல்ல முடிவெடுத்து கல்யாணம் பண்ணினாலும் பண்ணுவான்'னு நெருக்கமான ஒருத்தர்கிட்ட சொல்லியிருக்கார். 'இன்னொரு பெண்ணோட கணவரா இருந்தாலும் இவர்தான் வேணும்னு வந்தவ, இனிமேல்தான் கல்யாணம் பண்ணிக்கப் போறேனாக்கும்?' ஏதேதோ அவருக்கு என் மேலான அக்கறை. இதுக்கிடையில் இன்ஸ்ட்யூட்ல இருபது வயசு பொண்ணை தத்தெடுத்ததா சொன்னப்ப, அவர்கிட்ட சண்டை போட்டேன். அந்தக் கோபத்துல ஆறு மாசமா பேசலை. அதுகூட தப்புன்னு இப்ப தோணுது. கடைசி நாட்கள்ல பேசாமலேயே போயிட்டாரே!''

கணவர் முகத்தைக் கடைசியாக ஒருமுறை பார்க்கக் கெஞ்சிய சூழலில் தங்களது கடந்தகால முடிவுகள் குறித்து வேதனைப்பட்டீர்களா?

"நான் தேர்ந்தெடுத்த வாழ்க்கைதானே? அதனால வருத்தமெல்லாம் இல்லை. கணவனைப் பங்கு போட யார்தான் விரும்புவாங்க? முறையா வந்த மனைவிக்கு கோபம் நியாயமானதுதான்! ஆனா அவரோட குடும்பத்தைத் தாண்டி வேறு சிலரும் என்னைத் தடுக்க நினைச்சதுதான் தாங்க முடியலை. அவரிடம் எனக்கில்லாத உரிமையா அவர்களுக்கு? நாங்க வாழ்ந்த வாழ்க்கை அவர்களுக்குத் தெரியாதா? தெரிஞ்சும் என்னை தடுக்க நினைச்சது அக்கிரமம். அந்த நேரத்துல பாரதிராஜாவும் இளையராஜாவும் எனக்காகப் பேசியிருக்காங்க. அதேபோல ஷங்கிக்கு அவங்க அப்பாவோட இரக்க மனசு அப்படியே இருக்கு. கண்ணீரோட ஒரேயொரு ஃபோன் கால் பண்ணினேன். 'வந்து பார்த்துட்டு போங்கம்மா'ன்னு பதில் வந்திச்சு. காலத்துக்கும் அந்த உதவியை மறக்க மாட்டேன்!"

## பாலு சாரின் மாணவி - அர்ச்சனா

என்னை பொறுத்தவரைக்கும் எனக்கோ, என் மகன் பாலாவுக்கோ, என் சகோதரன் ராமுக்கோ, சகோதரன் வெற்றி மாறனுக்கோ எந்த ஒரு அடையாளமும் தேவையில்லை. எந்த ஒரு விருதுகளும் தேவையில்லை. அதைவிட நாங்கள் பாலுமகேந்திராவின் சீடர்கள் என்ற ஒரு தகுதி எங்களுக்கு போதும். I am extremely Happy. பாலுமகேந்திராவின் சிஷ்யர்கள் என்பது மட்டும் தான் எங்களுக்கு பெருமையை கொடுக்குது.

நான் நடித்த படங்களும் அதன் வாயிலாக எனக்குக் கிடைத்த புகழும், விருதும் அனைத்தும் என் குருவான பாலுமகேந்திரா அவர்களுக்கு சமர்ப்பிக்கிறேன். அதற்கு ஒரு முக்கிய காரணம் உண்டு.

நான் சினிமாவில் நடிக்க வந்த ஆரம்பகாலத்தில் சினிமாவுக்குத் தகுதியே இல்லாதவள் என்று சொல்லி என்னை ஒரு சில படங்களில் இருந்து நீக்கிவிட்டார்கள். அப்போதுதான் பாலுமகேந்திரா அவர்களை சந்தித்தேன். அவரை யார் சந்தித்தாலும்

புகைப்படம் எடுப்பார். அப்படித்தான் என்னையும் புகைப்படம் எடுத்தார். அதனைத்தொடர்ந்து ஒரு சில நாட்கள் கழிந்து எனது படத்தில் நீ நடிக்கிற என்றார். இனி நடிக்கலாமா வேண்டாமா என்று வெறுத்துப்போய் இருந்த சமயத்தில்தான் அவருடைய படத்தில் நடிக்க வாய்ப்பு கிடைத்தது. "அன்பு, பாசம், காதல், உண்மை, உணர்வுகள், சினிமா இவை எல்லாமே எளிமையானது. எனது எளிமையான சினிமாவுக்கு உன்னை மாதிரி ஓர் எளிமையான பெண் இருந்தால் போதும்" என்று சொல்லி என்னை அவரது படத்தில் நாயகியாக அறிமுகப்படுத்தினார்.

மூன்றாம் நாள் படிப்பிடிப்பில் ஒரு பெரிய பத்திரிகையாளர் வந்து பாலுமகேந்திரா அவர்களை தனியாக அழைத்து சென்று, "இவரை வேண்டாம் என மூன்று படத்தில் நீக்கி இருக்கிறார்கள். இவரை நீங்கள் நாயகியாக போட்டு படம் எடுக்கிறீர்களே. ஒரு நாளைக்கு ஒரு படத்தில் இருக்காங்க. அதை பற்றி நீங்க என்ன நினைக்கிறீங்க" என்று கேட்டார். அவர் எப்போதுமே பதிலை கைப்பட எழுதித்தான் கொடுப்பார். பத்திரிகையாளரிடம் இருந்து ஒரு பேப்பர் வாங்கி, பாலுமகேந்திரா தன் பதிலை கைப்பட எழுதிக் கொடுத்தார்.

அந்த பதிலைப் பார்த்ததும் பத்திரிகையாளர் உடனே எழுந்து போய்விட்டார். அப்போது நான் பாலுமகேந்திராவிடம் சென்று, "பத்திரிகையாளரிடம் நீங்க என்ன எழுதிக் கொடுத்தீங்க" என்று கேட்டேன். "This Artist will become an important actor in Indian cinema. She will get a national Award" என்று எழுதிக் கொடுத்திருக்கிறார். அவர் எழுதிக்கொடுத்த சில வருடங்களிலேயே ஒரு தடவை அல்ல, இரண்டு தடவை நான் தேசிய விருது வாங்கினேன். அவருடைய நம்பிக்கைக்கு அளவே கிடையாது.

பிரம்மாண்டமான சினிமா பிரம்மாண்டமாக இருக்கும். ஆனால் யதார்த்தமான சினிமாவையும், எளிமையான சினிமாவையும்தான ரசிக்க முடியும் என்று பாலுமகேந்திரா அவர்கள் எப்போதுமே சொல்வார்.

அவருடைய மறைவுக்கு முன்பு நானும், எனது நண்பர் எம்.ஆர். பாரதியும் அவரை அடிக்கடி சந்திப்போம். அவர் எங்களிடம் நிறைய தடவை சொன்னது, ''ஏம்ப்பா... ஆள் ஆளுக்கு கொஞ்சம் பணம் போட்டா ஒரு நல்ல சினிமாவை எடுக்கலாமே. நீங்க எல்லாரும் சேர்ந்து பண்ணுமே'' என்று கேட்பார். எப்படி இருக்கீங்க என்று கேட்கமாட்டார். வாப்பா வாப்பா உட்காரு. எப்போ சினிமா பண்ணப்போறீங்க? என்றுதான் கேட்பார். அவர் கேட்பதின் தீவிரத்தை நான் அறிவேன். எப்படி பண்ண முடியும் என்று யோசிப்பேன்.

இப்போது அவருடைய வார்த்தைகளைப் பற்றி அதிகமாக யோசிக்க ஆரம்பித்து, 'அழியாத கோலங்கள் 2' என்று ஒரு படம் பண்ணியிருக்கிறோம். பாலுமகேந்திரா சினிமாவைத் தாண்டி வரும் படங்கள் எனக்கு வேண்டாம். அவர் விட்டு போன விஷயங்களை நாங்கள் பிடிக்க நினைக்கவில்லை. அவருடைய பாதையில் நடந்தால் போதும் என்று நம்புகிறேன்.

அவருக்கு மிகவும் ஆத்மதிருப்தி அளித்த படங்கள் எதுவென்றால், 'வீடு', 'சந்தியா ராகம்' என்ற இரண்டு படங்கள் மட்டும்தான். தன் நாற்பது வருட சினிமா வாழ்க்கையில் எந்தவொரு வியாபார சமரசமுமின்றி வெறும் இரண்டு படங்கள் மட்டுமே எடுக்க முடிந்தது என்று அடிக்கடி கூறுவார். அந்த இரண்டு படங்களிலும் எனக்கு நடிக்க முடிந்தது என்பதில் நான் மிகவும் பெருமையடைகிறேன். மற்றொரு பெருமை என்னவென்றால் 'வீடு' படத்தில் கதாநாயகியாக நடித்ததற்காக

எனக்கு முதன் முறையாக தேசிய விருது கிடைத்தது.

பாலுமகேந்திரா அவர்களின் படத்தில் நடிப்பதற்கு ஒரு *film workshop* தேவையில்லை. ஷூட்டிங் ஸ்பாட்டில் சென்று அவரை கூர்ந்து கவனித்துக் கொண்டிருந்தாலே போதும். நமக்கே தெரியாமல் நாம் நடித்து விடுவோம். காரணம் அந்தளவிற்கு அழகாக நடித்துக் காட்டுவார். அவர் சொல்லித்தரும் விஷயங்களை கவனமாக புரிந்து கொண்டு அதை அதேபடி வெளிக்காட்டி நடித்தாலே ஒரு ஐம்பது சதவீதம் நடிப்பில் தேர்ச்சி அடைந்துவிடலாம். மற்றொரு சிறப்பு என்னவென்றால் அவர் ஒரு கேரக்டரை தேர்வு செய்வதற்கு முன்பு அந்த நடிகரை பல பாவங்களில் ஃபோட்டோ எடுப்பார். அதை பிரிண்ட் போட்டு பார்த்து தனக்கு பிடித்திருந்தால் மட்டுமே அந்த நடிகரை அல்லது நடிகையை தன் படத்தில் நடிக்க அனுமதிப்பார். ஒருவேளை பிடிக்கவில்லை என்றால் நேரடியாக சொல்லிவிடுவார். அதன் பேரில் யாராவது சிபாரிசு செய்தால்கூட ஏற்றுக்கொள்ள மாட்டார். தன் படத்தில் தேவையில்லாமல் ஒரு சிறு கதாபாத்திரத்தை கூட உள்ளே நுழைக்க அனுமதிக்கமாட்டார்.

'வீடு' படத்திற்காக கட்டப்பட்ட வீட்டில் வைத்துதான் பாலுமகேந்திரா அவர்கள் தன் மாணவர்களுக்கு சினிமா கற்றுக்கொடுத்தார். அது ஒரு குருகுல பள்ளி என்று சொல்லலாம். மற்ற மாணவர்கள் படித்து வளர்ந்த அந்த பள்ளியில்தான் நானும் சினிமா படித்து வளர்ந்தேன். and in my expecting balu left so muh of pain. Balu was my Guru, Balu was my mother, Balu was my friend, and Balu was my so much inthis world. அவருடைய இடத்தை யாருமே நிரப்பமுடியாது. அதுமட்டுமல்லாமல் ஒரு விஷயத்தை என்னால் உறுதியாக சொல்லமுடியும். இனிவரும் காலங்களில் தமிழ்சினிமாவை, இந்திய சினிமாவை அடுத்த

கட்டத்திற்கு கொண்டு செல்வது பாலுமகேந்திராவின் சீடர்கள் மட்டுமாகத்தான் இருப்பார்கள் என்பதில் எனக்கு எந்தவித சந்தேகமும் இல்லை.

எங்கள் பாசத்திற்குரிய குருநாதர் பாலுமகேந்திரா அவர்களின் ஆசி என்னையும், என்னை போன்ற மற்ற சீடர்களனைவரையும் நல்வழியில் நடத்தி செல்லும் என்று நான் நம்புகிறேன். அவருடைய மாணவர்களனைவரையும் ஒருநாள் உலகம் திரும்பி பார்க்கின்ற பெரிய கலைஞர்களாவார்கள் என்பதில் சந்தேகமில்லை. காரணம் அத்தனை விஷயங்கள் எனக்கும், எனக்கு பிறகு வந்த மற்ற சீடர்கள் அனைவருக்கும் பட்டறை போட்டு சினிமா விஷயத்தைக் கற்றுதந்திருக்கிறார்.

அவர் உடலுக்கு மட்டும்தான் மரணம் சம்பவித்திருக்கிறது. அவர் படைப்புகளுக்கு மரணமில்லை. அது காலத்தை கடந்து நிற்கும். தமிழ் சினிமா இருக்கும் வரை அவரை கொண்டாடி கொண்டேயிருக்கும்.

# தமிழில் மாற்று சினிமா முயற்சிகள் பெரும்பான்மையும் அரை வேக்காட்டுத் தனமானவைதான். பாலுமகேந்திரா நேர்காணல். (சந்திப்பு : அஜயன் பாலா, தளவாய் சுந்தரம்)

*சினிமா, தன் நூற்றாண்டு விழாவைக் கொண்டாடிவிட்ட பிறகும், இன்றுவரை காமிராவால் பதிவு செய்யப்பட்ட நாடகங்கள் என்னும் அளவிலேயே இருக்கும் தமிழ்த் திரைப்படங்களுக்கு மத்தியில், ஒரு கலைஞனாக பாலுமகேந்திராவின் இடம் மிக முக்கியமானது. 1970-களின் இறுதியில் தமிழ் சினிமாவில் நிகழ்ந்த மாற்றங்களுக்குக் காரணமானவர்களில் பாலுமகேந்திராவும் ஒருவர். கதாநாயர்களின் பராக்கிரமங்களுக்கு மட்டுமே கைதட்டி வந்த ரசிகனுக்கு தன் நுட்பமான 'போட்டோகிராபி' திறனால் சினிமா மொழியை அறிமுகப்படுத்தியவர். மழைக்காலத்தில் இலைகளின் நுனியில் உறங்கிக் கிடக்கும் பனியின் சுவனமும் உபதேசத்திற்கான ஞானியின் தீர்க்கமும் கொண்டது பாலுமகேந்திராவின் காட்சி மொழி. நிழலுக்கும் மௌனங்களுக்கும் அர்த்தம் தந்து தமிழ் சினிமாவில் கவித்துவத்தை சாத்தியப்படுத்தினார் அவர். புதியதாக பாலுமகேந்திரா இயக்கும், 'அது ஒரு கனாக்காலம்' பட*

வேலைகளுக்கு மத்தியில் அவரைச் சந்தித்தோம். கிட்டத்தட்ட மூன்று மணி நேரம் பேசினார் பாலுமகேந்திரா.

தீராநதி : உங்களது படைப்பு மனோநிலையின் ஆரம்ப காலத்திலிருந்து நாம் தொடங்கலாம்.

பாலு மகேந்திரா : படைப்பாற்றலின் ஆரம்பம் எனக்கு ஒரு விபத்தாகத்தான் ஏற்பட்டது. தங்கள் என்ற பாலிய நண்பன் ஒருநாள் ஒரு 'அம்புலிமாமா' புத்தகம் கொண்டு வந்து கொடுத்தான். அந்தப் புத்தகம் எனக்குப் பிடித்திருந்தது. அதற்குப் பிறகு 'அம்புலிமாமா' புத்தகங்களைத் தேடி படிக்கத் தொடங்கினேன். தொடர்ந்து 'குமுதம்', 'ஆனந்த விகடன்', 'கல்கி', 'எழுத்து', 'தீபம்', 'கணையாழி' என்று என் வாசிப்பு படிப்படியாகச் சென்றது. நூலகத்திலிருந்து, எங்கள் அப்பா இந்த புத்தகங்களை எடுத்து வந்து தருவார். கல்லூரி செல்லத் தொடங்கியபோது எழுத ஆரம்பித்துவிட்டேன். ஸ்ரீலங்காவில் வெளியாகி வந்த 'தினகரன்', 'வீரகேசரி', 'சுதந்திரன்' ஆகிய பத்திரிகைகளில் ஒவ்வொரு ஞாயிற்றுக்கிழமை அன்றும் ஒரு சிறுகதை பிரசுரிப்பார்கள். நான் இப்பத்திரிகைகளுக்கு கதை, கவிதை, சினிமா விமர்சனங்கள் எழுதினேன்.

தீராநதி : அப்போது அங்கிருந்த சிறுபத்திரிகை இயக்கத்தவர்களுடன் உங்களுக்குப் பரிச்சயம் இருந்ததா?

பாலுமகேந்திரா : கொழும்பில் நான் வேலை பார்த்து வந்த காலகட்டத்தில் 'தேனருவி' என்றொரு இலக்கியப் பத்திரிகையை நானும் சில நண்பர்களும் இணைந்து நடத்தினோம். அருண்மொழி என்ற வங்கியில் பணிபுரிந்த நண்பர் ஒருவர் பணம் போட்டார். நாங்கள் மற்ற வேலைகளைப் பகிர்ந்து கொண்டோம். தேனருவியில்தான் கைலாசபதி, சிவத்தம்பி ஆகியோருடைய மிக

முக்கியமான இலக்கியக் கட்டுரைகள் வெளியாகின. செ. யோகநாதன், பெண்டிக்ற் பாலன் ஆகியோர் அவர்களது தொடக்கக்கால எழுத்துக்களை அதில்தான் எழுதினார்கள்.

தீராநதி : சினிமா மீதான ஆர்வம் எப்போது ஏற்பட்டது?

பாலுமகேந்திரா : நான் படித்த பள்ளிக்கூடம், அமெரிக்கன் ஜெஸ்விட்ஸ் நடத்திய ஒரு கத்தோலிக்கப் பள்ளிக்கூடம் அங்கு பாதர் கேபிரியல் என்பவர் ஒவ்வொரு வெள்ளிக்கிழமையும் 16 எம்.எம்.இல் திரைப்படம் காண்பிப்பார். இதனால் 'பை சைக்கிள் தீவ்ஸ்' உட்பட உலகின் தலைசிறந்த பல திரைப்படங்களைப் பார்ப்பதுக்கான வாய்ப்பு எனக்கு அப்போதே கிடைத்துவிட்டது. இந்தக் காலகட்டத்தில் நான் ஒரு சிவாஜி கணேசன் ரசிகனாகவும் இருந்தேன். முதல்நாள் முதல் காட்சி பார்க்கிற வெறிகொண்ட ஒரு ரசிகன். பள்ளிக் கூடத்தில் உலக சினிமா, வெளியே தமிழ் சினிமா என்று இரண்டும் இணையாகச் சென்று கொண்டிருந்தன. ஒரு கட்டத்தில் இரண்டுக்கும் இடையே எனக்குள் முரண்பாடுகள் தோன்ற ஆரம்பித்தன. பிறகு வெளியேயும் உலக சினிமாவை நோக்கிச் செல்லத் தொடங்கினேன். நண்பர்களுடன் இணைந்து 'பிலிம் ஃபிரேம்ஸ்' என்ற ஒரு திரைப்படச் சங்கத்தைத் தொடங்கி படங்களை திரையிட்டோம்.

கல்லூரிப் படிப்பு முடிந்ததும் கொழும்பு சென்று சர்வே டிபார்ட்மெண்டில் ஏரியல் புகைப்படக்காரராக இரண்டு வருடங்கள் வேலை செய்தேன். கொழும்பிலும் திரைப்படச் சங்கம் தொடங்கினோம். தமிழ் சினிமா பார்க்கிற மோகம் இந்த காலகட்டத்தில் சுத்தமாக குறைந்துவிட்டது. நம்முடைய சினிமாவும் நமக்கு தேவைப்படும் சினிமாவும் இவை அல்ல என்ற எண்ணம் உருவாகிவிட்டது. இந்தியாவில், எழுத்தாளர்

ஜெயகாந்தன் 'உன்னைப் போல ஒருவன்' என்ற ஒரு தமிழ்ப்படம் எடுத்திருக்கிறார் என்ற தகவல் அப்போது தெரிய வந்தது. அப்படம் கொழும்பில் திரையிடப்படவில்லை. 'இல்லஸ்ட்ரேட்டட் வீக்லி'யில் அதற்கு இரண்டு தலையங்கங்கள் எழுதியிருந்தார்கள். அதனைப் படிக்க சந்தோஷமாக இருந்தது. தமிழில் மாற்று சினிமாவுக்கான ஒரு தளம் ஏற்படுகிறது என்று தோன்றியது. ஆனால், அதனைத் தொடர்ந்து அதுபோன்ற முயற்சிகள் நடக்கவே இல்லை. 'தாகம்', 'திக்கற்ற பார்வதி' போன்றப் படங்கள் மிகப் பின்னாடி வந்தன.

தீராநதி : புகைப்படங்கள் மீதான ஆர்வம் இதே காலகட்டத்தில் இருந்ததா?

பாலுமகேந்திரா : என்னுடைய பதிமூன்றாவது பிறந்த தினத்தன்று என் அப்பா எனக்கொரு 'கொடாக் கேவி க்ரெவுனிக்' காமிரா அன்பளிப்பாக கொடுத்தார். அதில் புகைப்படங்கள் எடுக்கத் தொடங்கினேன். நன்றாக இருக்கிறது என்று சொன்னார்கள். அப்புறம் இந்த பாராட்டுகளைக் கேட்க வேண்டும் எனபதற்காகவே தொடர்ந்து புகைப்படங்கள் எடுத்தேன். காமிரா அன்பளிப்பாக கொடுக்கவேண்டும் என்று அப்பாவுக்குள் ஏன் தோன்றியது என்பது பற்றி இன்றைக்கு வரைக்கும் என்னால் புரிந்துகொள்ள முடிந்ததில்லை. அவருக்கு புகைப்படக் கலையில் ஆர்வம் இருந்ததில்லை. பல வகைகளிலும் அப்பா என்னைப் பாதித்திருக்கிறார். அவர் ஒரு 'அஸ்ட்ரோபிஸிக்ஸ்' பேராசிரியர். சமஸ்கிருதத்திலும், தமிழிலும் அவருக்கு நல்ல பாண்டித்தியம் இருந்தது. என்னுடைய தமிழ் அறிவு, ஆர்வம் எல்லாம் அவர் எனக்கு சொல்லிக்கொடுத்து வந்ததுதான்.

தீராநதி : பூனா திரைப்படக் கல்லூரியின் அறிமுகம் எப்போது ஏற்பட்டது?

பாலுமகேந்திரா : கொழும்பில் இருந்தபோது எனக்கு சினிமாவில் சேரவேண்டும் என்ற எண்ணம் ஏற்பட்டது. திரைப்படக் கல்லூரியில் சேர்ந்து அதனை முறையாகக் கற்க விரும்பினேன். அப்போது இந்தியாவில் ஒரு திரைப்படக் கல்லூரி இருக்கிறது என்ற தகவல் எனக்குத் தெரியாது. நான் ஹார்வர்டு, கலிபோர்னியா, பாஸ்டன் உட்பட பல அமெரிக்கப் பல்கலைக்கழகங்களுக்கும் விண்ணபித்தேன். இரண்டு பல்கலைக் கழகங்களில் எனக்கு இடம் கிடைத்தது. ஆனால் அங்கே சென்று படிப்பதற்கு ஆகும் செலவுகள், நானோ என்னுடைய அப்பாவோ கற்பனை செய்துகூட பார்க்கமுடியாததாக இருந்தன. எனவே அட்மிஷன் அதிகாரி மிஸ். ஸ்டெல்லாவுக்கு என்னுடைய பிரச்னையைக் குறிப்பிட்டு 'ஸ்காலர்ஷிப்' ஏதாவது கிடைக்குமா என்று கேட்டு, ஒரு கடிதம் எழுதினேன். உடனே அவர்கள், எனக்கு ஒரு பதில் கடிதம் எழுதினார்கள். உங்கள் ஆர்வம் எனக்குப் புரிகிறது. நீங்கள் இங்கே வந்து சேர்வதாக இருந்தால், சேர்ந்த பிறகுதான் 'ஸ்காலர்ஷிப்புக்கு' முயற்சிக்க முடியும். உறுதியாக அது கிடைக்கும் என்று சொல்லுவதற்கில்லை. ஆனால் உங்களுக்கு மிகப் பக்கத்திலேயே இந்தியாவில் பூனா என்ற இடத்தில் இருக்கும் திரைப்படக் கல்லூரிக்கு நீங்கள் ஏன் விண்ணபிக்கக் கூடாது. அது உலகின் தலைசிறந்த திரைப்படக் கல்லூரிகளில் ஒன்று. அதன் உள்ளே பெரிய படப்பிடிப்பு தளம் இருக்கிறது. 35 மில்லிமீட்டரில்தான் பயிற்சி செய்கிறார்கள். இந்த இரண்டு வசதிகளும் எந்த அமெரிக்க பல்கலைக்கழகத்திலும் உங்களுக்குக் கிடைக்காது. இங்கே 16 எம்.எம்.இல் தான் கற்றுத் தருகிறோம்' என்று எழுதியிருந்தார். நான் பூனா திரைப்படக் கல்லூரிக்கு இயக்குநர் பயிற்சிக்கு விண்ணபித்தேன். ஆனால் எனக்கு ஃபோட்டோகிராபிதான் கிடைத்தது. ஒருவகையில் அதுவும் நல்லதாக ஆகிவிட்டது. அங்கே

ஃபோட்டோகிராபி, டைரக்ஷன், எடிட்டிங் என்று எல்லா வகுப்புகளிலும் நான் கலந்து கொண்டேன்.

அது ஒரு அற்புதமான மூன்று வருடங்கள். ஒத்த எண்ணமும் நோக்கமும் கொண்ட நிறைய இளைஞர்கள் அங்கே இருந்தோம். ஜான் ஆபிரகாமும், மணிகௌலும் அப்போது அங்கே படித்தார்கள். சினிமா பார்ப்பது, சினிமா பற்றி பேசுவது, எழுதுவது, சினிமா எடுப்பது, மிகப் பெரிய சினிமாக்களை உருவாக்குவது பற்றி கனவு காண்பது இவைகள்தான் திரைப்பட கல்லூரி வாழ்க்கை. இந்திய சினிமாவில் அக்கல்லூரி ஏற்படுத்தியுள்ள மாற்றம் மிகப்பெரியது. அதன் தாக்கம் பல வருடங்களாக நீடித்து வந்தது. ஏ.கே. பீர், பருன் முகர்ஜி, சாஜி கரூன், மது அம்பாட், சந்தோஷ் சிவன், வேணு மற்றும் நான் உட்பட இந்தியாவின் மிகச் சிறந்த ஒளிப்பதிவாளர்களில் பெரும்பாலானோர் பூனா திரைப்படக் கல்லூரியிலிருந்து வந்தவர்கள்தான். மாற்று சினிமாவை உருவாக்க வேண்டும் என்கிற உந்துதலுடன் அங்கிருந்து வெளியே வந்த மாணவர்களில் அடூர் கோபாலகிருஷ்ணன் போன்றவர்களிடம் சத்யஜித்ரேயின் பாதிப்பு இருந்தது. மணிகௌல், குமார்சஹானி போன்றவர்கள் பிரெஞ்சு புதிய அலை இயக்கத்தவர்களைப் பின்பற்றத் தொடங்கினார்கள். ஆனால் இப்படங்களில் செலவு செய்த பணம் திரும்பி வருவதற்கான வாய்ப்பு குறைவாக இருந்ததால் பின்னாடி கொஞ்சம் கொஞ்சமாக அம்முயற்சிகள் குறையத் தொடங்கின. அப்புறம் சுபாஷ்காய் போன்ற மிகப்பெரிய வர்த்தக திரைப்பட இயக்குநர்கள் கல்லூரியில் இருந்து வெளியே வரத்தொடங்கினார்கள்.

தீராநதி : திரைப்படக் கல்லூரி வாழ்க்கை, ஏற்கெனவே உங்களுக்குள் இருந்த சினிமா பற்றிய புரிதலில் எந்தவிதமான மாற்றங்களை ஏற்படுத்தியது?

பாலுமகேந்திரா : முதலில் இருந்தது ஒழுங்குபடுத்தப்படாத, நானே தேடித் தேடித் தெரிந்து கொண்டவைகள். திரைப்படக் கல்லூரியுடையது ஒழுங்குப்படுத்தப்பட்ட பல தலைமுறைகளின் பல வருட அனுபவத்தின் அடிப்படையில் திட்டமிடப்பட்ட விஞ்ஞானபூர்வமான பயிற்சி மாற்று சினிமாவுக்கான ஒரு சிந்தனை, ஆர்வம் முதலிலேயே ஏற்பட்டுவிட்டதுதான் என்றாலும் கல்லூரியில் அது இன்னும் உறுதிப்பட்டது. அதற்குத் தேவையான பயிற்சி அங்கு கிடைத்தது. ஒரு படம் பார்த்துவிட்டு இரவு இரண்டு, மூன்று மணி வரை உட்கார்ந்து பேசிக்கொண்டிருக்கிற ஒரு சூழல் அங்கே இருந்தது.

தீராநதி : கல்லூரியில் உங்களை வசீகரித்த ஆசிரியர்கள் யார், யார்?

பாலுமகேந்திரா : ரித்விக் கட்டக். நான் சேர்வதற்கு முன்பே ஓய்வு பெற்றுவிட்டார். பி.கே. நாயரும் சத்தீஷ் பகதூரும் அங்கே இருந்தார்கள். சத்தீஷ் பகதூர் பிலிம் அப்ரிசியேஷன் துறைத்தலைவர் டி.கே. நாயர், தேசிய திரைப்பட ஆவணக் காப்பகத்தின் கியூரேட்டர். இரண்டு பேருமே மிகத் திறமையான ஆசிரியர்கள். கோபால் என்ற பாலக்காடு பிராமணர் எங்கள் துறைத் தலைவராக இருந்தார். அவர் கூட மிகச் சிறந்த ஆசிரியர். ஜெர்ரி மன்ஸில், மிலோஸ் போர்மன் ஆகியோர் கல்லூரிக்கு வந்திருக்கின்றனர். மிருளான் சென்,ரெகுலர் கெஸ்ட் லெக்சரர். ரே இரண்டு முறை வந்திருக்கிறார். மிருளான் சென் மார்க்சிய கொள்கைகள் உடையவர். என்னுடைய பார்வையில் அவருடைய படங்களில் சிறிய அளவில் ஒரு பிரச்சார தன்மை இருந்தது என்று கருதுகிறேன். அவற்றில் சமூக விமர்சனங்கள் அழுத்தமாக இருக்கும். ரேயின் அக்கறை முழுக்க முழுக்க மனித

வாழ்க்கையைப் பற்றியதாகத்தான் இருந்தது. மிகப் பின்னாடி அவரும் ஒன்றிரண்டு அரசியல் படங்கள் பண்ணினார்.

தீராநதி : அக்காலகட்டத்தில் உங்களை வசீகரித்த இயக்குநர்கள் யார், யார்?

பாலுமகேந்திரா : என்மீது நல்லவிதமான பாதிப்பு ஏற்படுத்திய இயக்குநர்கள் என்று சத்யஜித்ரேயையும் அகிரா குரோசவாவையும் சொல்லலாம். குரோசாவின் 'ரஷோமான்', 'ரெட் பியர்ட்' என்ற இரண்டு படங்களை நான் கொழும்பிலேயே பார்த்திருந்தேன். ஆனாலும் பூனா வந்த பிறகுதான் அவரது முழு ஆளுமையும் எனக்குத் தெரியவந்தது. அவருடைய சினிமா மொழி, ஆளுமை அட்டகாசமான ஒன்று. அடர்த்தியானது இன்றும் அவருடைய பழையப் படங்களைத் திரும்பிப் பார்க்கும்போது எனக்கு பிரமிப்புதான் ஏற்படுகிறது. ரேவுடைய ஆளுமை இதற்கு மாறாக மிகவும் நிதானமானது. எந்த ஆர்ப்பாட்டமும, அலட்டலும், ஆரவாரமும், பிரயத்தனமும் இல்லாதது; இயல்பானது.

தீராநதி : ரித்விக் கட்டக் உங்களைப் பாதிக்கவில்லையா?

பாலுமகேந்திரா : அவருடைய படங்களில் என்னை மிகவும் கவர்ந்தது 'சுபர்ணரேகா'. கட்டக்கின் எல்லாப் படங்களையுமே நான் பாத்திருக்கிறேன். அவரது படங்களுடன் எனக்கு சிறு முரண்பாடு உண்டு. அவர் படங்களில் சில பகுதிகள் பிரமாதமாக இருக்கிறது. மற்ற பகுதிகள் அந்த வீச்சு இருக்காது. இரண்டுமே பக்கத்தில் பக்கத்தில் இருப்பதால் உடனே தெரிந்துவிடுகிறது. அதற்கு அவருடைய தனிப்பட்ட பழக்க வழக்கங்கள் காரணமாக இருக்கலாம். ஒருவேளை கட்டக்கை எனக்குப் பிடிக்காமல் போனதுக்கு அவரது 'இன்கான்ஸ்ஸிஸ்டன்சி' ஒரு காரணமாக இருந்திருக்கலாம்.

தீராநதி : உங்களைப் பாதித்த ஒளிப்பதிவாளர்கள்?

பாலுமகேந்திரா : இந்திய அளவில் எடுத்துக்கொண்டால் சத்யஜித்ரே காமிராமேன் சுப்ரதோமித்ரா என்னை மிகவும் வசீகரித்தவர். ஹாலிவுட்டில் ஜேம்ஸ் வொங். பிற்காலத்தில் நெஸ்டர் அல்மென்ரோஸ், மைக்கல் சாப்மென்.

தீராநதி : நீங்கள் விரும்பிப் பார்த்த தமிழ்ப்படங்கள்?

பாலுமகேந்திரா : ‘பாசமலர்’, ‘தேவதாஸ்’, ‘அந்த நாள்’, ‘தண்ணீர் தண்ணீர்’ சமீபத்தில் ‘ஆட்டோகிராப்’ உணர்வு ரீதியாக என்னைப் பாதித்தது. என்னை அதிகம் பாதித்த தமிழ்ப்படம் ‘தேவதாஸ்’தான். 49 முறைகள் அந்தப் படத்தை நான் பார்த்திருக்கிறேன். 49ஆவது முறை, சில வருடங்களுக்கு முன்பு கமலா தியேட்டரில் பார்த்தேன். இப்போது நான் ஒரு படைப்பாளி என்கிற கோணத்தில் இருந்து பார்க்கும்போதும் பிரமிப்பு இன்னும் அதிகரிக்கத்தான் செய்தது. அதனுடைய நேர்த்தியான ஒளிப்பதிவு, சவுண்ட் ரிக்கார்டிங், ஒலி உபயோகிக்கப்பட்டிருந்த விதம் என்னைக் கவர்ந்தது. நான் தேவதாஸின் காமிராமேன் பி.எஸ். ரங்காவைக் கண்டுபிடித்து தேடிப்போய் பார்த்தேன். அவர் என்னைக் கட்டிபிடித்து அழ ஆரம்பித்துவிட்டார். அவர் என்னுடைய ரசிகராக இருந்தார். ‘‘பாலு, நீ வந்தது உண்மையிலேயே என்னை சந்தோஷப்படுத்துகிறது’’ என்று சொன்னார்.

தீராநதி : ஜான் ஆபிரகாம் உங்களது மிக நெருங்கிய நண்பர். அவரது திரைப்படங்கள் பற்றிய உங்கள் அபிப்ராயங்கள் என்னவாக இருக்கின்றன?

பாலுமகேந்திரா : தேவைக்கு அதிகமாக மதிப்பிடுகிற ஒரு இயக்குநர் என்ற கருத்துதான் இன்று அவர் குறித்து எனக்கு

இருக்கிறது. இந்திய சினிமாவில் அவருடைய பங்களிப்பு என்ன? மற்ற இயக்குநர்களுடன் அவரை ஒப்பிட்டுப் பார்க்கும்போது நிச்சயம் அவருடைய இடம் கேள்விக்குறியாகும். அவரது படங்களில் சில பகுதிகளைப் பார்க்கும்போது படப்பிடிப்பின் போது நல்ல மப்பில் இருந்திருக்கிறார் என்பதுதான் தெரிகிறது. படைப்புக்கு கொடுக்கவேண்டிய மரியாதையை அவர் என்றுமே கொடுத்ததில்லை. தண்ணீர் அடித்தால்தான் தன்னால் செயல்பட முடியும் என்று அவர் நம்பினார். கட்டக் போலவே இவர் படங்களிலும் சில இடங்கள் நன்றாக வந்திருக்கின்றன.

*தீராநதி : சினிமாவின் வர்த்தக கட்டமைப்பை உடைத்து, அதற்கான முதலீட்டை மக்களிடம் இருந்து பெறலாம் என்கிற பிரக்ஞையை அவர் உருவாக்கியுள்ளதை ஒரு சாதனை என்று ஏற்றுக்கொள்ளலாம் அல்லவா?*

பாலுமகேந்திரா : நிச்சயம். இந்திய சினிமாவின் பொருளாதாரம் தொடர்பாக அவருக்கு ஒரு பங்கு இருக்கிறது. சினிமாவுக்கான முதலீடு பணக்காரர்களிடம் இருந்து வரக்கூடாது, மக்களிடம் இருந்து வரவேண்டும் என்கிற விழிப்புணர்வு அவரது பங்களிப்பு. அனேகமாக இதற்காகத்தான் அவர் அதிகம் கொண்டாடப்படுகிறார் என்று நினைக்கிறேன். ஆனால் படைப்பு ரீதியாக இதனை ஒரு பங்களிப்பு என்று நான் ஏற்றுக்கொள்ளமாட்டேன். அவரால் ஒரு திரைக்கதையை மிகவும் அற்புதமாக சிருஷ்டிக்க முடியும். அந்த வகையில் மற்றவர்களிடம் இல்லாத ஒரு தனித்திறமை அவரிடம் இருந்தது. 'அம்மா அறியான்' படத்தின் திரைக்கதை எனக்குத் தெரியும். அதை அவர் என்னிடம் சொன்னபோது நான் மிகவும் ஆச்சர்யப்பட்டேன். ஆனால், படம் முடிந்தபோது திரைக்கதையில் இருந்ததில் பாதிகூட அதில் இல்லை. படப்பிடிப்பு தொடங்கி எடிட்டிங் வரைக்கும் பெரும்பாலும் அவர் போதையில்தான்

இருந்திருப்பார். போதை காரணமாக நடிகர்கள், காமிராமேன், எடிட்டர் எல்லோருடனும் தகராறு. இதுதான் அவருடைய பிரச்னையே. இது தொடர்பாக அவருக்கு மிக நெருக்கமாக இருந்த நான், பாஸ்கர் உண்ணி என்ற எடிட்டிங் படித்தவர், சமீபத்தில் பிலிம் டிவிஷன் இயக்குநராக இருந்து ஓய்வு பெற்ற கௌதமன், கே.ஜி. ஜார்ஜ் உட்பட எல்லோருமே பலமுறை அவருடன், ''ஜான், நல்ல திரைக்கதை எல்லாவற்றையும் நீ விரையம் பண்ணிக் கொண்டிருக்கிறாய். அவற்றுக்கு கொடுக்க வேண்டிய மரியாதையைக் கொடுக்க மறுக்கிறாய்'' என பேசியிருக்கிறோம்.

தீராநதி : பூனா திரைப்படக் கல்லூரியுடன் ஒப்பிடும்போது இந்திய சினிமாவைப் பொறுத்தவரைக்கும் சென்னை அடையாறு திரைப்படக் கல்லூரியின் பங்களிப்பு சொல்லிக்கொள்வது போல் இல்லை. இதற்குக் காரணம் என்ன என்று உங்களால் புரிந்து கொள்ள முடிகிறதா?

பாலுமகேந்திரா : உண்மையிலேயே எனக்குத் தெரியவில்லை. அந்தக் கல்லூரிக்கு ஒருமுறைதான் நான் சென்றிருக்கிறேன். 'வீடு' அங்கே திரையிடப்பட்டது. அங்கிருந்த மாணவர்களின் அப்படம் பற்றிய விமர்சனங்கள் விடலைத்தனமான, பாமரத்தனமானதாக இருந்தன. மிகவும் கசப்பான ஒரு அனுபவமாக எனக்கு அது இருந்தது. அப்போது அதற்குப் பிறகு எப்போதும் இந்த வளாகத்துக்குள் வரக்கூடாது என்கிற எண்ணம் எனக்கு ஏற்பட்டுவிட்டது. ஒரு கல்லூரியைப் பொறுத்த வரைக்கும் ஆசிரியர்கள் மாணவர்களுக்கு ஒரு உந்து சக்தியாக இருக்க வேண்டும். அது இந்தக் கல்லூரியில் சாத்தியமில்லை. அங்கிருந்து வெளியே வந்த ஆபாவாணன் தொடங்கி ஆர்.கே.செல்வமணி வரைக்கும் அனைவரும் இங்கு ஏற்கனவே இருந்து கொண்டிருந்த வர்த்தக சினிமாவுக்கானவர்கள்தான். பாபு நந்தன் கோட்டின்

‘தாகம்’ படம் ஒன்றைத் தவிர ஒரு மாற்று முயற்சி கூட அடையாறு திரைப்படக் கல்லூரி மாணவர்களிடம் இருந்து வரவில்லை. ஆனால் தொழில்நுட்பத்தைப் பொறுத்தவரைக்கும் மிகச் சிறந்த ‘டெக்னிஷஸ்’ வந்திருக்கிறார்கள். ஒளிப்பதிவாளர்கள் அசோக்குமார், பி.சி.ஸ்ரீராம் இருவரும் அடையாறு திரைப்படக் கல்லூரி மாணவர்கள் தான்.

தீராநதி : பூனாவில் படிப்பு முடிந்த பிறகு சினிமா வாய்ப்புகளுக்காக நிறைய பிரயத்தனப்பட வேண்டியிருந்ததா?

பாலுமகேந்திரா : பூனா கல்லூரியிலிருந்து நேரே ஸ்ரீலங்காவுக்குப் போய்விட்டேன். அங்கு வெஸ்ட் ஜேம்ஸ் பிரிஸ் என்று ஒரு அற்புதமான இயக்குநர் இருக்கிறார். சத்யஜித்ரேயின் தாக்கங்கள் அவரிடம் உண்டு. அவருடைய ஒரு படத்துக்கு ஒளிப்பதிவு செய்வதுக்கான ஆயத்த வேலைகளில் நான் இருந்தபோது, ‘செம்மீன்’ இயக்குநர் ராமுகரியாத், ‘உடனே புறப்பட்டு இங்கே வா’ என்று எனக்கு தந்தி அனுப்பியிருந்தார். ‘செம்மீன்’ கேமராமேன் மார்க்கஸ் பாட்லே அப்போது பிஸியாகயிருந்தார். எனக்கு அது தெரியாது. ராமுகரியாத் மார்க்கஸ் பாட்லேவுக்கு உதவியாளராக என்னை அழைக்கிறார் என்று எண்ணிக்கொண்டுதான் நான் புறப்பட்டு வந்தேன். எனக்கு அவரது போட்டோகிராபி மிகவும் பிடிக்கும். நான் இந்தியா வந்ததும் ராமுகரியாத் கேட்டார்: ‘‘என்னுடைய ‘செம்மீன்’ பார்த்திருக்கிறாயா?’’ நான், ‘‘ஆமாம், பார்த்திருக்கிறேன்’’ என்றேன். ‘‘அதே கூட்டணி மீண்டும் ஒரு படத்தில் வேலை செய்யப்போகிறோம். ரிஷிகேஷ் முகர்ஜி எடிட்டிங், சலீல் சௌத்ரி இசை, போட்டோகிராபி நீ பண்ணுகிறாய்’’ என்றார். நான் பிரமித்துப் போய்விட்டேன். நான் இதனை எதிர்பார்க்கவில்லை. ராமுகரியாத், பூனா கல்லூரியில் நான் செய்த, ‘எ வியூ ஃபிரம் தி

போர்ட்' என்ற எனது டிப்ளமோ சினிமாவைப் பார்த்திருக்கிறார். அந்தப் படத்தை கௌதம மேனன் என்பவர் இயக்கியிருந்தார். ராமுகரியாத்தின் 'நெல்லு' என்ற மலையாளப் படத்தை நான் ஒளிப்பதிவு செய்தேன். அதுதான் என்னுடைய முதல் படம். தமிழில் நான் ஒளிப்பதிவு செய்த முதல் படம் மகேந்திரனின் 'முள்ளும் மலரும்'. அப்புறம், 'சங்கராபரணம்' பண்ணும்போது கே. விஸ்வநாத் கூப்பிட்டார். பிறகு மணிரத்னத்தின் முதல் படமான 'பல்லவி அனுபல்லவி', பரதனின் முதல் படமான 'பிரயாணம்' ஆகியவற்றுக்கும் ஒளிப்பதிவு செய்தேன். இவர்கள் அனைவருமே தென்னிந்தியாவின் முக்கியமான இயக்குனர்கள். மணிரத்னம் திரைக்கதையைச் சொன்னபோது, திரைக்கதை மட்டுமல்லாமல், அவரது ஆர்வமும் சினிமா மீது அவருக்கு இருந்த காதலும் எனக்குப் பிடித்திருந்தது. எனக்கும் அவருக்கும் இடையேயான அதிர்வுகள் நன்றாக இருந்தன. இந்த இளைஞனுடன் நான் வேலை செய்யவேண்டும் என்ற எண்ணத்தை முதல் சந்திப்பிலேயே அவர் உருவாக்கினார். மகேந்திரனுடன் வேலை செய்ததும் இதே காரணங்களால்தான். எல்லாருமே ஒத்த அதிர்வுள்ள இளைஞர்கள். ஆனால், அதற்குப் பிறகு அவர்கள் மாதிரி என்னை யாரும் வசீகரிக்கவில்லை. பல வாய்ப்புகள் வந்தன. நான் ஒப்புக்கொள்ளவில்லை. 1976-ல் நானே படங்களை இயக்கத் தொடங்கிவிட்டேன். எனவே, பிறகு மற்ற இயக்குர்களின் படங்களில் பணியாற்ற எனக்கு கால அவகாசம் இல்லாமல் போய்விட்டது.

*தீராநதி : உங்களது முதல் படமான 'கோகிலா' ஒரு கன்னடப் படம். கன்னடத்தில் இயக்குவது என்பது நீங்களாக உருவாக்கிக் கொண்டதா? அல்லது அதுவாக நிகழ்ந்ததா?*

பாலுமகேந்திரா : 'கோகிலா'வின் திரைக்கதையை முடித்தபோது, அப்போது வெளியாகிக் கொண்டிருந்த தமிழ் படங்களுடன் ஒப்பிட்டுப் பார்த்தேன். 'கோகிலா'வுக்கு தமிழ்நாட்டில் எப்படியான வரவேற்பு இருக்கும் என்பது பற்றி எனக்கு சந்தேகம் இருந்தது. ஆனால், அப்போது கர்நாடகத்தில் மாற்று சினிமாவுக்கு ஒரு வரவேற்பு இருந்தது. கிரிஷ்கர்னாட்டின் 'காடு' போன்ற படங்கள் அங்கே வசூல் ரீதியாகவும் வெற்றியடைந்தன. எனவே அங்கே 'கோகிலா'வைத் தயாரிக்கமுடியும் என்று கருதி கன்னடத்தில் செய்தோம்.

தீராநதி : 'அழியாத கோலங்கள்' திரைப்படத்தின் முதல் மனப்பதிவு எங்கிருந்து துவங்கியது?

பாலுமகேந்திரா : 'அழியாத கோலங்கள்' ஏறக்குறைய என்னுடைய பாலிய கால அனுபவங்களை வைத்துப் பண்ணப்பட்ட ஒரு படம். அதற்கு நான் திரைக்கதை எழுதவில்லை. படப்பிடிப்புக்கு செல்லும்போது ஒரு தாளில் காட்சி, காட்சியாக குறிப்புகள் மட்டுமே வைத்திருந்தேன். உங்களால் ஞாபகத்திலிருந்து கொஞ்சம் அதனை புரட்டிப் பார்க்க முடிந்தால், தமிழில் கதையே இல்லாத ஒரு படம் என்று அதை உணரலாம். வெறுமனே சம்பவங்கள்தான்.

தீராநதி : அப்படத்தில் சிறுவன் ஆற்றில் இறந்து போகும் காட்சி, பின்னணி இசை இல்லாமலேயே மிகவும் அழுத்தமாக வந்திருந்தது.

பாலுமகேந்திரா : என்னுடைய பாலிய நண்பன் ஒருவன் ஆற்றில் குளிக்கும்போது இறந்துபோய் விட்டான். அது என்னை மிகவும் பாதித்திருந்தது. அந்த உணர்வுகளைத்தான் நான் அதில் பிரதிபலித்திருந்தேன்.

தீராநதி : தமிழ் சினிமா கதாநாயகர்களுக்கு என்று ஒரு பிம்பம் இருக்கிறது. நீங்கள் அந்தத் தோற்றத்திலிருந்து மாறுபட்டிருந்த பிரதாப் போத்தனை கதாநாயகனாக 'மூடுபனி'யில் நடிக்க வைத்தீர்கள். அப்போதிருந்து கதாநாயகர்களில் இருந்து முற்றிலும் மாறுபட்ட அசட்டுத்தனமான தோற்றம் கொண்ட ஒருவர் அப்படிச் செய்ய வேண்டும் என்று உங்களுக்கு ஏன் தோன்றியது?

பாலுமகேந்திரா : 'மூடுபனி'யில் அவருடைய பாத்திரத்தை அசட்டுத்தனம் என்று சொல்வதைவிட மனோவியாதி என்று சொல்வது சரியாக இருக்கும். 'அழியாத கோலங்களில்' அவர் ஒரு சாமான்ய பாத்திரம் தான். அந்தக் கால படித்த ஒரு சராசரி இளைஞனாக நடிக்க, அவருடைய தோற்றம் எனக்கு பொருத்தமாகப் பட்டது.

தீராநதி : அதுபோல் அர்ச்சனா போன்ற ஒரு கறுப்புப் பெண்ணைக் கதாநாயகியாக்கியது?

பாலுமகேந்திரா : எனக்கு கறுத்த பெண்களைப் பிடிக்கும். அது ஒரு காரணமாக இருக்கலாம்.

தீராநதி : பசுமையான அல்லது பனிமூட்டமான ஊட்டி போன்ற ஒரு பகுதிதான் பெரும்பாலும் உங்கள் படங்களில் வருகிறது. இது ஒரு குற்றச்சாட்டு இல்லை. ஏன் அப்படிப்பட்ட இடங்களை மட்டுமே உங்களை வசீகரிக்கக் கூடியதாக இருக்கிறது?

பாலுமகேந்திரா : என்னுடைய கதைகளுக்கு ஏற்ற ஒரு இடத்தைத்தான் தேர்வு செய்கிறேன். அது வெறுமனே எனக்கு ஒரு இடம் மட்டும் இல்லை. அது ஒரு பாத்திரம். அந்த இடத்தைத் தவிர வேறு எந்த இடத்திலும் கதை சொல்லப்பட்டாலும் அதற்கு நான் எதிர்பார்க்கிற அழுத்தம் கிடைக்காது. வெயில், மப்பும்

மந்தாரமுமான பனி, மழை, கணத்துக்கு கணம் மாறுகிற அதன் தன்மை என்று இயற்கையினுடைய சகல பரிமாணங்களும் எனக்குப் பிடிக்கும். காட்சிக்குத் தகுந்த மாதிரி நான் இயற்கையைப் பயன்படுத்துகிறேன். அழகாக இருக்கிறது என்பதுக்காக ஒர நாளும் நான் இயற்கையை பயன்படுத்துவதில்லை. இயற்கையின் மாறுபட்ட தோற்றங்கள், தருணங்கள், காலநிலைகள் மனித வாழ்க்கையுடன் நேரடியாக சம்பந்தப் பட்டிருக்கிறது. மனிதனின் சிந்தனையையும் அது பாதிக்கிறது.

தீராநதி : ஒருவேளை நீங்கள் பிறந்து வளர்ந்த மட்டக்களப்பு சூழலை அதற்கு ஒரு காரணம் என்று எடுத்துக் கொள்ளலாமா?

பாலுமகேந்திரா : இருக்கலாம். நிச்சயமாக நா ம் வளர்ந்த சூழல், படித்த பள்ளிக்கூடம், இளைய வயது நண்பர்கள், பெற்றோர்கள் நம்மீது பாதிப்பை ஏற்படுத்தத்தான் செய்கிறார்கள். அமிர்தகழி என்ற என்னுடைய ஊர் மிகவும் அழகான ஒரு கிராமம். ஸ்ரீலங்காவின் கிழக்கு கடற்கரையோரம் மட்டகளப்பில் அமைந்திருக்கிறது. இன்னொரு பக்கம் காடும் நிறைய பசுமாடுகளும்.

தீராநதி : படப்பிடிப்பைத் தொடங்கிய பிறகு, அதன் போக்கில் கதையில் சில மாற்றங்கள் செய்யவேண்டும் என்று உங்கள் உள்ளுணர்வு சொன்னால் அதற்கு செவிசாய்ப்பீர்களா. அல்லது அமெரிக்க இயக்குநர்கள் போல் எழுதப்பட்ட திரைக்கதையை மாற்ற மாட்டேன் என்று அடம் பிடிப்பீர்களா?

பாலுமகேந்திரா : அது அந்தக் கதையையும் சூழலையும் பொறுத்தது. ‘வீடு’ படப்பிடிப்பைத் தொடங்கியபோது திரைக்கதையில் மழை இல்லை. படப்பிடிப்பு ஆரம்பித்ததும் புயல் சின்னம் காரணமாக 13 நாட்கள் சென்னையில் தொடர்ந்து மழை

பெய்தது. அப்போது இந்த மழையைக்கூட உபயோகப்படுத்திக் கொள்ளலாமே என்று எனக்குப் பட்டது. உடனே படமெடுத்தோம். அப்புறம் படம் முடிந்து முதல் பிரதி பார்த்தபோது மழை படத்துக்கு இன்னொரு பரிமாணத்தைக் கொடுத்ததை உணர்ந்தோம். ஒரு ஏ.சி. அறையில் உட்கார்ந்து நான் ஒரு திரைக்கதையை உருவாக்குகிறேன். அது திரைப்படமா உருவாகி வரும்போது பல்வேறு பரிமாணங்களை அடையக்கூடும். பிரசவ சமயத்தில் நிகழும் அந்த வலிகளுக்கு ஏற்ப அல்லது புல்லரிப்புகளுக்கு ஏற்ப சில மாற்றங்கள் தோன்றினால் நிச்சயம் செய்வேன். 'வீடு' படத்தில் அமைந்தது போன்ற திரைக்கதையில் இல்லாத, படப்பிடிப்பின்போது கிடைக்கும் அற்புதமான விஷயங்களை படத்தில் சேர்த்துக்கொள்ள முடியுமெனில், சேர்த்துக்கொள்ளலாம். ஆனால், அதனை மிகத் திறமையாக கையாளும் சமயோசிதப் புத்தி இயக்குநரிடம் இருக்கவேண்டும்.

*தீராநதி : 'மூடுபனி'யில் பிரதாப்பை தேடுகிற ஒரு காட்சியில் காமிராவும் சேர்ந்து தேடிக்கொண்டே இருக்கும். இப்போது அதுபோன்று படமாக்குவது சுலபம். நவீன தொழில்நுட்ப காமிராக்கள் வந்துவிட்டன. ஆனால் 'மூடுபனி' வெளியான காலகட்டத்தில் இந்த வசதிகள் இல்லை. எப்படி அதனை செய்தீர்கள்?*

பாலுமகேந்திரா : ஸ்டெடி கேமுக்குப் பதிலாக காமிராவை என் கைகளில் பிடித்தபடி, அந்த காட்சியைப் படமாக்கினேன். அது ஒரு புதிய உத்தி. ஆனால், என்ன உத்தியாக இருந்தாலும் அது கதையினுடைய தேவையையொட்டிதான் இருக்க வேண்டும். ஒரு உத்தியை உபயோகப்படுத்த வேண்டும் என்பதுக்காக ஒரு காட்சி அல்லது சம்பவத்தை அல்லது ஒரு முழு திரைக்கதையையே உருவாக்குவதுடன் எனக்கு உடன்பாடில்லை. அது செருப்புக்காக

கால் அளவை மாற்றிக்கொள்வது போன்றது. சமீபத்தில் பல திரைப்படங்கள் அப்படி வந்திருக்கிறது. கதைதான் உத்தியை தீர்மானிக்கும் சக்தியாக இருக்க வேண்டும். அப்போதுதான் அது இயல்பாக அமையும். நவீனம் படைப்பு ரீதியாக உபயோகப்படுத்தப்படும்போது அது புதுமையாகவும் நன்றாகவும் இருக்கிறது. மாறாக நவீன தொழில்நுட்ப வசதிகள் இருக்கிறது என்பதுக்காகவே அவற்றைப் பயன்படுத்துவது குரங்கு கையில் கிடைத்த பூமாலை கதையாகத்தான் முடியும். இலக்கியத்துக்கும் இது பொருந்தும்.

தீராநதி : பொதுவாக ஒரு தமிழ் சினிமா பார்வையாளன் உங்களைப் பற்றிப்பேசும் போது, 'மூன்றாம்பிறை' இயக்குநர் என்றுதான் உங்களை இனம் கண்டுகொள்கிறான். 'வீடு', 'சந்தியாராகம்' பற்றி கொஞ்சம் விவரமானவர்களுக்கு மட்டும்தான் தெரிந்திருக்கிறது. சமீபத்தில் எப்போதாவது 'மூன்றாம்பிறை'யைப் பார்க்க சந்தர்ப்பம் கிடைத்ததா?

பாலுமகேந்திரா : ஒரு வருடத்துக்கு முன்பு டிவிடி பிரிண்ட் எப்படி வந்திருக்கிறது என்று பார்ப்பதுக்காக பார்த்தேன்.

தீராநதி : அப்போது எப்படி உணர்ந்தீர்கள்?

பாலுமகேந்திரா : எப்போதுமே என்னுடைய படங்களைத் திருப்பிப் பார்க்கிறபோது, முதலில் எனக்கு பயம்தான் ஏற்படுகிறது. 'கதைநேர'த்தைப் பார்க்கிறபோதும் முதலில் பயத்தைதான் உணர்கிறேன். இதுமாதிரி எல்லாம் மீண்டும் நம்மால் பண்ணமுடியுமா என்பதுதான் அந்தப் பயம். எல்லா படைப்பாளிகளுக்கும் அந்த பயம் இருக்கும் என்றுதான் நினைக்கிறேன்.

தீராநதி : பொதுவாக உங்கள் படங்களில் காலமாற்றங்கள் குறித்த பிரக்ஞை இல்லை. எல்லோரும் சினிமாஸ்கோப்புக்கு மாறிவிட்ட பிறகும் இன்றும் உங்கள் படங்கள் 35 எம்.எம். இல்தான் வருகிறது. காலமாற்றத்தைப் பிரதிபலிக்க வேண்டியது ஒரு படைப்பாளியின் கடமை அல்லவா?

பாலுமகேந்திரா : மக்களைச் சென்றடைதல் என்கிற ஒரு கோணத்தில் இருந்து பார்க்கும்போது அது சரியாக இருக்கலாம். ஆனால் தன்னுடைய பாதையிலேயே சென்று கொண்டிருப்பதா அல்லது வேண்டாமா என்று முடிவு எடுக்கும் சுதந்திரம் படைப்பாளிக்கு இருக்கவேண்டும் என்பதையும் மறுக்கமுடியாது. பார்வையாளர்களின் ரசனை, சமகாலத்தின் பல்வேறு விஷயங்களையும் சார்ந்திருக்கிறது என்பதை நான் ஏற்றுக்கொள்கிறேன். அவற்றுக்குப் பழக்கப்பட்டவர்கள் அவர்களிடம் நிகழ்ந்த ரசனை மாற்றத்தின் அடிப்படையில் படைப்பாளியிடம் இருந்து படைப்பை எதிர்பார்க்கிறார்கள் என்பது உண்மைதான். ஆனால், இதுபற்றி ஒரு படைப்பாளி கவலைப்படத் தேவையில்லை என்பதுதான் என் அபிப்ராயம். நான் நிச்சயம் கலைப்படவில்லை. ரேடியோ மிர்ச்சிக்காகவோ, எம்.டி.வி.க்காகவோ என்னுடைய கதை சொல்லும் பாணியை நான் மாற்றிக்கொள்ளத் தயாராக இல்லை. அவசியமுமில்லை. ஒரு படைப்பாளி மீது அவன் வாழும் காலத் து வாழ்க்கை முறைகளும் அக்காலத்தின் தேவைகளும் பற்றாக்குறைகளும் இயலாமைகளும் ஒரு தாக்கத்தை ஏற்படுத்தத்தான் செய்யும். அவன் தனக்குத் தானே நேர்மையாக இருக்கிற பட்சத்தில், இந்தத் தாக்கங்கள் அவனது படைப்புகளில் நிச்சயமாக ஏதாவது ஒரு வகையில் வெளிப்படத்தான் செய்யும்.

*தீராநதி* : படப்பிடிப்புத் தளங்களில், ஒரு ஒளிப்பதிவாளராக, இயக்குநராக உங்களின் பாணி என்னவாக இருக்கிறது?

*பாலுமகேந்திரா* : ஒளிப்பதிவைப் பொறுத்தவரைக்கும் பார்வையாளனுக்கு இக்காட்சி பல விளக்குகள் உபயோகித்து எடுக்கப்பட்டது என்று தெரியக்கூடாது என்ற கருத்தைத்தான், தொடக்ககாலம் முதல் இன்றுவரைக்கும் வைத்திருக்கிறேன். சம்பவம் நிகழ்ந்த இடத்தில் என்ன இயற்கை வெளிச்சம் இருந்ததோ அதனை மட்டும் உபயோகித்து ஒளிப்பதிவு செய்திருக்கிறார் என்று பார்வையாளனுக்கு ஒரு சந்தேகம் வரவேண்டும். நான் ஒரு போட்டோகிராபராக இருப்பதால் காட்சிப்படுத்துவது எனக்கு சுலபமாக இருக்கிறது. திரைக்கதை எழுதும்போதே ஒரு கதாபாத்திரத்தின் அசைவுகளை எனக்குள் நான் தீர்மானித்துக் கொள்வேன். நான் தெளிவாக இருப்பதால் நடிகர்களிடம் என்னுடைய எண்ணம் என்ன என்பதை என்னால் சொல்லமுடிகிறது. தேவைப்பட்டால் வசனம் பேசி நடித்தும் என்னால் காண்பிக்க முடியும்.

*தீராநதி* : உறவுகளும் அது சம்பந்தப்பட்ட சிக்கல்களும் தான் உங்களுடைய பெரும்பாலான படங்கள். சமூக அக்கறை சார்ந்து நீங்கள் மிக குறைவாகத்தான் செயல்பட்டிருக்கிறீர்கள்.

*பாலுமகேந்திரா* : அதற்கு என்னுடைய தனிப்பட்ட பர்சனாலிட்டி ஒரு காரணமாக இருந்திருக்கலாம். நான் அறிவுபூர்வமாக இல்லாமல் முழுக்க முழுக்க உணர்வு ரீதியாக வாழ்ந்து வருபவன். 'வீடு', 'சந்தியாராகம்' இரண்டு படங்களையும் மட்டும்தான் என்னால் நீங்கள் குறிப்பிடும் சமூகப் பிரக்ஞையுடன் எடுக்க முடிந்தது. இது ஒருபக்கம் இருக்க, என்னுடைய மற்ற படங்களில் சமூக விமர்சனம் இல்லை என்பதையும் என்னால் ஏற்றுக்கொள்ள முடியாது. 'மறுபடியும்' படத்தின் முடிவில் ஆண்

பெண்ணிடம் வந்து, 'நான் திருந்திவிட்டேன். வா, இனி நாம் சேர்ந்து வாழலாம்' என்கிறான். அவள் திருப்பிக் கேட்கிறாள்: ''இதே விஷயத்தை நான் பண்ணிவிட்டு, இன்னொருத்தனோடு குடித்தனம் நடத்திவிட்டு வந்தால் நீங்கள் ஏற்றுக் கொள்வீர்களா?'' இந்த முடிவை சமூகத்தோடு சம்பந்தப்பட்ட விஷயம் இல்லை என்று நீங்கள் எப்படி சொல்லமுடியும். இந்த கேள்வி கோடானகோடி பெண்கள் தவறு செய்கிற ஆண்களிடத்தில் கேட்க நினைத்து கேட்காமல் விட்ட கேள்வி. அரவிந்தசாமி போன்ற மிகவும் அழகான ஒரு இளைஞன் அவளைக் கட்டிக்கிறேன் என்று சொல்கிறான். அவள் அவனை நிராகரிக்கிறாள். தோற்றுப்போகும் ஒரு பெண்ணுக்கு இன்னொரு ஆண்தான் பரிகாரம் அல்ல. அவன் இல்லாமலேயே அவளால் வாழமுடியும் என்கிற விஷயம் அதில் இருக்கிறது.

தீராநதி : நீங்கள், மகேந்திரன், பாரதிராஜா மூன்று பேரும் வந்தபோது தமிழ் சினிமாவில் ஒரு மாற்றம் நிகழ்ந்தது. அப்புறம் மீண்டும் பழைய இடத்துக்கே தமிழ் சினிமா திரும்பிவிட்டது. அதற்குக் காரணம் என்ன என்று நினைக்கிறீர்கள்?

பாலுமகேந்திரா : அது காலத்துடைய கட்டாயமாககூட இருக்கலாம். அந்த காலகட்டத்தில் ஸ்டுடியோ உரிமையாளர்கள்தான் தயாரிப்பாளர்களாக இருந்தார்கள். அவர்களுக்குத் தாங்கள் தயாரிக்கும் படம் தங்களை பெருமைப்படுத்துவதாக இருக்க வேண்டும் என்ற எண்ணம் இருந்தது. வியாபாரம் அதற்கு அடுத்த நிலையில்தான் இருந்தது. அப்புறம் ஸ்டுடியோ முதலாளிகள் போய் உதிரி தயாரிப்பாளர்கள் வரத் தொடங்கினார்கள். கோயம்புத்தூர், கோபிச்செட்டிப்பாளையம் போன்ற பகுதிகளில் இருந்து துணிப்பையில் பணம் கட்டிக்கொண்டு வந்த முதலாளிகளுக்கு

முழுக்க முழுக்க கறுப்புப் பணத்தைச் செலவழிப்பதும் வேறு சில விஷயங்களும் மட்டும்தான் நோக்கமாக இருந்தது. பின்னாடி விநியோகஸ்தர்கள், திரையரங்க உரிமையாளர்கள் ஆகியோரது ஆதிக்கமும், திரைப்படத் துறைக்குள் வலுக்கத் தொடங்கியது. பத்து ரூபாய் போட்டு, நூறு ரூபாய் எடுப்பது என்பது போய், பத்து ரூபாய் போட்டு ஒரு லட்ச ரூபாய் எடுக்க வேண்டும் என்ற கணக்கு வந்தது. இப்போது அந்த நிலையும் மாறிவிட்டது. கோடிக்கணக்கில் செலவழித்து பல கோடிகள் சம்பாதிப்பதுமான இப்போதைய கணக்கு வியாபார ரீதியாகப் பார்க்கும்போதுகூட இதனை என்னால் புரிந்துகொள்ளமுடியவில்லை. சமீபத்தில் ஏழரை கோடி செலவழித்து எடுக்கப்பட்ட ஒரு படம் படுதோல்வி அடைந்தது. அதற்கு ஏழு படங்கள் எடுக்கலாம். நான்கு படங்கள் ஏமாற்றினால் கூட மூன்று உங்களைக் காப்பாற்றிவிடும். இன்றைய சினிமா தயாரிப்பை ஆரோக்கியம் இல்லாத ஒரு சூழலாகத்தான் நான் பார்க்கிறேன். பைத்தியக்காரத்தனம்.

*தீராநதி : தமிழில் மாற்று சினிமா முயற்சிகள் குறித்த உங்கள் அபிப்ராயம்?*

பாலுமகேந்திரா : அநேகமாக இங்கு எடுக்கப்படும் முயற்சிகள் எல்லாமே அரைகுறை அல்லது அரை வேக்காட்டுத்தனமானவைகள்தான். மாற்று சினிமா என்னும்போது, அவை அவற்றுக்கான முழுவீச்சோடு வரவேண்டும். அது இங்கு சாத்தியமில்லை. இது ஒரு பக்கம் இருக்க, கலைப்படங்கள் என்கிற பதத்துடனும் எனக்கு உடன்பாடு இல்லை. நல்ல சினிமா, நேர்மையான சினிமா, மோசமான சினிமா என்ற பிரிவுகள்தான் இருக்கமுடியும்.

*தீராநதி : தற்கால உலக சினிமா பற்றிய உங்களது அவதானிப்பு என்னவாக இருக்கிறது?*

பாலுமகேந்திரா : உலக அளவில் அனைவருமே ஒரு பிரமிப்போடு பார்த்துக்கொண்டிருப்பது இரானிய சினிமாக்களைத்தான். நான் அவற்றைத் தொடர்ந்து பார்த்துவருகிறேன். மிகப் பெரிய உயரத்துக்கு அவர்கள் சினிமாவைக் கொண்டு போயிருக்கிறார்கள். சினிமா எப்படி இருக்க வேண்டும் என்பதுக்கான ஒரு முன்மாதிரியையும் உருவாக்கியுள்ளார்கள். மதக்கொள்கைகளைத் தீவிரமாக கடைப்பிடிக்கும் ஒரு இனத்திடம் இருந்து அல்லது நாட்டிலிருந்து இந்தப் படங்கள் சாத்தியப்பட்டிருப்பது ஆச்சர்யமான ஒன்றுதான். அங்குள்ள இயக்குநர்களிடம் நான் பேசியிருக்கிறேன். வாழ்க்கையுடன் நேரடியாகத் தொடர்பு கொண்ட சிறுசிறு விஷயங்களை எடுத்து அவர்கள் படம் பண்ணுகிறார்கள். இன்று நாம் பின்பற்றுவதற்கு மிகச் சரியான முன்மாதிரிகள் அவர்கள்தான்.

நண்பர்களாக...

## 'யாத்ரா' படம் உருவான விதம்? - ஜான் பால், திரைக்கதை ஆசிரியர்

பதினாறு வயதில், தன் முதல் கதையை எழுதும்போது 'பாலுமகேந்திரா' என்ற கலைஞனின் முழுப்பெயர் 'பாலநாதன் பெஞ்சமின் மகேந்திரா.' அவர் மாணவனாக இருந்தபோது இலங்கையில் ஒரு பிரபல பத்திரிகையில் அவருடைய முதல் கதை வெளியானது. கதையின் பெயர் 'விசிங்ஹால்'. விடலைப் பருவத்து பையனுக்கும், வயதுக்கு வராத பெண்ணிற்கும் இடையில் ஏற்படுகின்ற காமம்தான் கதை. தன் வயதுக்கு மீறிய அந்த கதை மூலமாக சக மாணவர்களுக்கு மத்தியில் அன்றே அவர் பிரபலமாகி போனார்.

'யாத்ரா' என்ற மலையாள படம்தான் நாங்கள் இருவரும் இணைந்து பணியாற்றிய படம். வேறு ஒருவருடைய கதையில் பாலு இயக்கிய ஒரே ஒரு படமும் அதுதான் என்று நினைக்கிறேன். காரணம் அவருடைய அனைத்து படத்தின் கதை திரைக்கதை வசனம் என அனைத்துமே அவரே எழுதுவதுதான் வழக்கம்.

அந்தபடத்தின் கதை விவாதம் பல இடங்களில் வைத்து நடைபெற்றது. அதுதான் பாலுவின் ஸ்டைல். மகாபலிபுரம்,ஐடியல் பீச் ரிஸார்ட், முதுமலை சாங்குச்சுரி, ஊட்டி காட்டேஜ், பெங்களூரு என்று இடம் மாறி கொண்டே இருந்தது.

ஒவ்வொரு முறை கதை சொல்லும்போதும் புதிய புதிய காட்சி அமைப்புகள் உருவாகி கொண்டே இருந்தது. கிட்டதட்ட கதையின் ஒரு வடிவம் சரியாக அமைந்ததுமே இனி லொக்கேஷன் பார்த்த பிறகு மற்ற விஷயங்களை பார்த்துக் கொள்ளலாம் என்றார் பாலு.

படத்தின் லொக்கேஷன் கேரளாவாக இருந்தால் என்ன என்று கேட்டார் தயாரிப்பாளர் ஜோசப். பாலுவும் அதற்கு சம்மதித்தார். அதன்படி நாங்கள் சில இடங்களை போய் பார்த்தோம். அந்த இடங்கள் பாலுவிற்கு அவ்வளவாக திருப்தி தரவில்லை. கடைசியில் பெங்களூரு போகலாமா என்று கேட்டார் பாலு. அதை கேட்டு நாங்கள் அனைவரும் சிரித்தோம். காரணம் பாலுவை லொக்கேஷன் பார்க்க கேரளாவிற்கோ, காஷ்மீருக்கோ, ஆம்ஸ்டர்டாமுக்கோ எங்கு அழைத்தாலும் சரி என்று சொல்லி கூடவருவார். கடைசியில் ஷுட்டிங் தேதி நெருங்கி விட்டால் வழக்கமான அவருடைய ஃபேவரைட் லொகேஷனான ஊட்டி, பெங்களூரை தேர்ந்தெடுத்து படபிடிப்பை நடத்துவார்.

அந்த படத்திற்காக நான் கேரளாவில் இருந்து சென்னைக்கு வந்து வசனம் எழுதும் பணியில் மும்முரமாக ஈடுபட்டு கொண்டிருந்த சமயம். அப்போது என் ரூமுக்கு பாலு அடிக்கடி வருவார். வந்தவுடன் எழுதியது வரை என்னிடம் வாசித்து காட்ட சொல்லுவார். அதில் மலையாள வசனத்தோடு ஆங்கில மொழிபெயர்ப்பும் சேர்த்து எழுதவேண்டியிருந்தது. காரணம் பாலுவுக்கு மலையாளம் பேசினால் புரியும். கொஞ்சம் கொஞ்சம்

பேச வரும். ஆனால் வாசிக்க வராது. பாலுவிற்கு விளக்கமாக புரிய வைப்பதற்காக ஆங்கில மொழி பெயர்ப்பும் தேவைப்பட்டது. சில வசனங்களை இரண்டு மூன்று முறை வாசித்து காட்ட சொல்வார். அந்த வசனங்களை படப்பிடிப்பின் போது அப்படியே நடிகர் நடிகைகளை பேச வைத்தும் அந்த தன்மை மாறாமல் டப்பிங்கின் போது பதிவு செய்தும் படத்திற்கு சிறப்பை சேர்த்தார். அது மட்டுமல்லாமல் அந்த படத்தில் கதாநாயகியாக வரும் துளசி (ஷோபனா) கதாபாத்திரத்தை ஜாக்கெட் அணியாமல் வெறும் சேலை மட்டும் கட்டி மார்பகத்தை மறைத்து கொண்டு சுற்றித் திரியும் ஒரு கிராமத்து அழகியாகத்தான் பாலு தன் மனதில் உருவாக்கி வைத்திருந்தார். ஆனால் ஷோபனா அப்போதுதான் நடிக்க ஆரம்பித்திருந்த காலம். ஆகையால் அப்படி ஒரு காஸ்டியூம் அணிந்து கொண்டு நடிக்க ஷோபனா சம்மதிக்கவில்லை. கடைசியில் பாவாடை தாவணி அணிந்து கொண்டு நடிக்க சம்மதித்தார். ஆனால் அந்த படத்தின் தெலுங்கு ரீமேக்கான 'நிரீக்ஷனா'வில் நடிகை அர்ச்சனா பாலு எதிர்பார்த்தது மாதிரியே ஜாக்கெட் அணியாமல் சேலை மட்டும் கட்டிக் கொண்டு பிரமாதமாக நடித்திருந்தார்.

பாலுவை பொறுத்தவரை அவர் எங்கு பயணம் சென்றாலும் அவருடன் கூடவே கேமராவும் இடம் பிடித்திருக்கும். அவரோடு கார் பயணத்தின் போது பேசிக்கொண்டிருக்கையில் பாலுவின் கண்களும், கவனமும் அவரை சுற்றியுள்ள இயற்கை காட்சிகளை தேடிகொண்டிருக்கும். வழியில் ஏதேனும் அழகான ஒரு காட்சியை பார்த்துவிட்டால் அங்கேயே காரை நிறுத்தி இறங்கி போய் அதை படம் பிடிப்பார். நேரத்திற்கு ஏர்போர்ட் போய் சேரவேண்டும் என்ற விஷயத்தை கூட சிலசமயம் மறந்துவிடுவார்.

அதே போல் பாலுவின் பயணங்களில் அவரோடு எப்பொழுதும்

ஒரு சக பயணி கூடவே இருப்பது வழக்கம். சில சமயம் வழக்கமான ஒருத்தர் சில வேளைகளில் அந்த சக பயணிக்கு பதில் வேறு யாராவது ஒருத்தர் என்று மாறிக்கொண்டே இருக்கும். அது அவரின் தோழிகளாக கூட இருக்கலாம். ஆனாலும் பாலு அந்த உறவுகளை மறைத்து வைக்க கூடிய ஒரு நபராக இருக்கவில்லை. பாலு அந்த தோழிகளோடு ஒரு நண்பனை போல, தோளில் கை போட்டுக் கொண்டு கதை சொல்லியபடியே மலையோரங்கள், அருவிகள் என்று நடந்து செல்வதை பார்க்கலாம். அதோடு அவர்களை கேமரா முன் நிற்க வைத்து புகைப்படம் எடுப்பது வழக்கம். தன் அழகை மற்றவர்களை விட அழகாக பதிவு செய்து காட்டும் பாலுமகேந்திராவோடு அந்த தோழிகளுக்கு ஒரு ஈர்ப்பும், ஆராதனையும் ஏற்பட அதுவும் ஒரு காரணம் என்றே நான் நினைக்கிறேன். அது மட்டுமல்ல அந்த பெண்ணிற்கு அதன் மூலம் ஒரு தன்னம்பிக்கை கூட ஏற்பட வாய்ப்பிருக்கிறது. பாலுவின் தோழிகள் அனைவரும் கொஞ்சம் கருப்பானவர்களாக இருந்தார்கள். காரணம் அந்த திராவிட நிறத்தோடு ஆரம்பத்தில் இருந்தே அவருக்கு தனிப்பட்ட முறையில் ஒரு காதல் இருந்து வந்தது.

'யாத்ரா' படத்தின் போது நடந்த மற்றொரு சுவையான சம்பவம் கிருஷ்ணன் சிலைக்கு முன்னால் மம்முட்டியும், ஷோபனாவும் சம்பந்தப்பட்ட ஒரு சீன். பாலு படமாக்க ஆரம்பித்தபோது சூரியன் மேற்கிலிருந்து கொஞ்சம் கொஞ்சமாக அஸ்தமித்துக் கொண்டிருந்தது. சீன் எடுத்து முடிப்பதற்குள் லைட் போய்விடும் என்பதினால் அந்த காட்சியை நாளை எடுத்துக் கொள்ளலாமே என்று மம்முட்டி பாலுவிடம் தன் கருத்தை சொன்னார். ஆனால் பாலு, அதை காதில் வாங்கிக்கொள்ளவில்லை.முணுமுணுப்புடன் மம்முட்டி அந்த காட்சியில் நடித்து முடித்தார். பாவம் மம்மூட்டி

அந்த சம்பவத்தை அதோடு மறந்தும்விட்டார். ஆனால் பாலுமகேந்திரா அந்த விஷயத்தை ஞாபகத்தில் வைத்திருந்தார்.

பாலுவின் திரைக்கதை டிஸ்கஷன் போலத்தான் பாலுவின் ஷூட்டிங்கும் படிப்படியாகத்தான் நடைபெறும். ஒவ்வொரு ஷெட்யூல் முடிந்த பிறகும் எடுத்த காட்சிகள் அனைத்தையும் எடிட் செய்து, டப் செய்து அதை திரையில் போட்டு பார்த்து அது ஓகே ஆன பிறகே அடுத்தகட்ட படப்பிடிப்பை ஆரம்பிப்பார். ஸ்டுடியோவில் அன்று கிருஷ்ணன் சிலைக்கு முன்னால் எடுத்த காட்சி டப்பிங்கிற்காக தயாரானது. அப்போது பாலுவோடு நானும் கூட இருந்தேன். அந்த காட்சியை ப்ரஜெக்ட் செய்தபோது சூரிய அஸ்தமனத்தின் காட்சி மிக ரொமாண்டிக்காக உருவாக்கியிருந்தார் பாலு. அதுமட்டுமல்ல அந்த காட்சிக்கு ஏற்றது மாதிரியான மங்கிய சூரிய ஒளி அமைப்பு படத்திற்கு ஒரு தனி சிறப்பை தந்தது.

அந்த டப்பிங் முடிந்த பிறகு பாலு வேண்டுமென்றே மம்மூட்டியிடம் சென்று கேட்டார். 'மம்மூட்டி' இந்த காட்சியை அடுத்த ஷெட்யூலில் மாற்றி எடுக்க வேண்டி வருமோ? என்று.

பாலு இயக்குநர் ஆவதற்கு முன் இந்தியாவின் சிறந்த ஒளிப்பதிவாளர் என்ற அங்கீகாரத்தை பெற்ற ஒரு கலைஞன் என்ற விஷயத்தை மறந்து அப்படி ஒரு கருத்தை தெரியாமல் சொல்லிவிட்டார் மம்மூட்டி. ஒளியமைப்பை பற்றி தன்னைவிட சரியான ஜட்ஜ்மெண்ட் பாலுவிற்கு இருக்கும் என்று சிந்திக்கவில்லை.

தன் தவறை புரிந்து கொண்ட மம்மூட்டி தான் சொன்னதை வாபஸ் பெற்றுகொள்கிறேன் என்று பாலுவிடம் வெளிப்படையாகச் சொன்னார்.

"Then don't teach your grandfather how to mammotty" என்று சொன்னதை கேட்டு டப்பிங் தியேட்டரில் ஒரே சிரிப்பலை வீசியது. அதில் சத்தமான சிரிப்பொலி நடிகர் மம்மூட்டியுடையதாக இருந்தது.

அந்த படத்திற்கு பிறகு பாலு மலையாள படங்கள் ஏதும் இயக்கவில்லை.

கடல் தாண்டி சொந்த நாட்டை விட்டு இந்த மண்ணிற்கு வந்த பாலு திரும்பி சிங்கள நாட்டிற்கு செல்லவே இல்லை. காரணம் மண்ணிற்கும், பெண்ணிற்கும் இயற்கை அருளிய அழகு என்பது சிங்கள நாட்டிலும், பாரத நாட்டிலும் ஒன்றுதானே. அழகான பெண்ணும், அழகான மண்ணும் கேமரா கண்களுக்கு ஒரே மாதிரிதான் என்று நிரூபித்துகாட்டிய கலைஞன் பாலுமகேந்திரா.

ஒரு கலைஞன் என்ற வகையில் நிறைய சீக்ரெட்டான விஷயங்களை அடைகாத்து வந்தார் பாலு. அவருக்கு நம்மை தேவைபடும் போது மட்டுமே அவரை நாம் சந்திக்கமுடியும். அல்லாமல் நாம் அவரை தேடிச் சென்றால் அவரை சந்திக்க முடியாது. அதுதான் பாலுமகேந்திரா. தனிமைக்காக இவ்வளவு நேரத்தை செலவிடுகிற ஒரு சுயநலவாதியை நான் பார்த்ததே இல்லை. அதைத்தான் அவர் கடைசி வரை விரும்பினார்.

அவர் மனதில் இருந்து உருவான காதல் படங்கள் மலையாளம், தமிழ், தெலுங்கு, ஹிந்தி, கன்னடம் என்று பல மொழிகளில் வெளியாகி மிகப்பெரிய வெற்றியைத் தந்தது. அப்படிப்பட்ட அற்புதமான காதல் படங்களுக்கு உயிர் கொடுத்த இயக்குநர் பாலுமகேந்திராவின் இறப்பு கூட காதலர் தினத்தின் முந்தைய நாளில் என்பது குறிப்பிடத்தக்கது.

# நானும் பாலுவும்- ஐசக் தாமஸ் கொட்டுக்காப்பள்ளி,(இசையமைப்பாளர்.)

1972-ஆம் வருடம் என்று நினைக்கிறேன். அப்போதுதான் நான் பாலுமகேந்திராவை முதன் முதலில் சந்தித்தேன்.

என்னை திரைப்படக் கல்லூரியில் சேர்த்து டைரக்ஷன் கோர்ஸ் படிக்கச் சொல்லி அடிக்கடி கட்டாயப்படுத்தியதும் அவர்தான்.

நான் திரைப்படக் கல்லூரியில் டைரக்ஷன் கோர்ஸ் படித்து முடித்த பிறகு, இயக்குநர் அரவிந்தனோடு சேர்ந்து ‘தம்பு’ என்ற மலையாள படத்தில் பணியாற்றி கொண்டிருந்தேன். அந்த படத்தின் போஸ்ட் ப்ரொடெக்ஷன் வேலைகளுக்காக ஸ்டுடியோவிற்கு போகும் போதும், லேபிற்குப் போகும் போதெல்லாம் ரொம்ப நேரம் பேசிக் கொண்டிருப்போம். அதில் உள்ளூர் சினிமா முதல் உலக சினிமா வரை வந்து போகும்.

பாலுமகேந்திராவின் படங்களில் எனக்கு மிகவும் பிடித்த படம் ‘ஓளங்கள்’. அந்த படத்தின் வாயிலாகத்தான் பாலுமகேந்திரா

மலையாளத்தில் முதன் முதலாக இயக்குனரானார். அதற்கு நானும் ஒரு காரணமாக இருந்தேன்.

*Erich segal* எழுதிய *A man women and child* என்ற நாவலை வாசித்து தயாரிப்பாளருக்கு அது மிகவும் பிடித்துப்போய் அந்த கதையை எப்படியாவது படமாக்க வேண்டும் என்ற எண்ணத்தில் ஒரு தயாரிப்பாளர் வந்திருப்பதாக பாலுவிடம் குறிப்பிட்டேன். நேரில் வரச்சொன்னார். போய் சந்தித்து கதை சொன்னபோது பாலு அதை கேட்டுவிட்டு படம் சம்மந்தமான மற்ற விஷயங்களை பற்றி எல்லாம் தீர்க்கமாக பேசினோம். கடைசியில் கதாநாயகனாக யாரை போடலாம் என்ற கேள்வி எழுந்தது. எங்கள் மூவருடைய கருத்து வேறுபாடுகளுக்கு பிறகு நடிகர் நஸ்ரூதினை போடலாம் என்று முடிவு செய்தோம். நஸ்ரூதினை தொலைபேசியில் தொடர்பு கொண்டோம்.

விஷயத்தை சொன்னதும் யார் இயக்குநர்? என்று கேட்டார். பாலுமகேந்திரா என்று சொன்னேன். கதை என்ன என்று கேட்டார். நான் *Erich segal*-ன் நாவலை பற்றி சொன்னதும், ''ஐய்யோ அது என்னால் செய்ய முடியாது. காரணம் சேகர் கபூர் இயக்கத்தில் இதே கதையில் அங்கு நடித்துவிட்டு இன்று காலையில் தான் வீடு திரும்பினேன்'' என்றார். அதன் பிறகுதான் அமோல் பாலேக்கரை தேர்வு செய்தோம்.

நான் 1982-ல் கொல்கத்தா திரைப்படவிழாவில் வைத்துதான் அமோல் பாலேக்கரை சந்திக்க நேர்ந்தது. அங்கு ஒரு வாரம் நாங்கள் ஒன்றாக தங்கியிருந்தோம். அப்போதுதான் *Erich Segal*-ன் கதையை அவரிடம் சொன்னேன். கதையை கேட்டதும் அவருக்கு மிகவும் பிடித்துப் போனது.

நான் அந்த விஷயத்தை ஃபோன் செய்து தயாரிப்பாளரிடம்

சொன்னேன். அவர் மறுநாளே கேரளா, கோட்டயத்திலிருந்து விமானம் மூலம் கொல்கத்தாவிற்கு பறந்து வந்துவிட்டார். அமோல்பாலேக் கரைசந்தித்தோம் ஷுட்டிங் வரை கிட்டத்தட் எல்லா விஷயமும் பேசி முடிவுக்கு வந்துவிட்டோம். அப்படி உருவானதுதான் 'ஓளங்கள்' என்ற படம்.

'கதை நேரம்' தொடர் ஆரம்பித்தபோது பாலு என்னிடம் ஒரே ஒரு விஷயம் மட்டும் தான் சொன்னார். இசை என்பது பல வாத்திய கருவிகளின் ஒலி மூலம் இடையூறாக வந்து கதையை ஓவர் டேக் செய்துவிடக் கூடாது. கதையில் பின்னணி இசையின் பங்கு என்பது காட்சிகளுக்கிடையில் இசை வந்து போவது பார்வையாளனுக்கு ஒருபோதும் தெரியவே கூடாது.

உண்மையை சொல்ல போனால் அது எனக்கு ஒரு சவாலான வொர்க்காக இருந்தது.

பாலுமகேந்திரா கதைநேரம் தொடருக்காக பல சமயம், பாலுவிடம் கதைகூட கேட்காமல் நீங்களே இசை அமைத்தீர்கள் அதெப்படி என்று பலபேர் என்னிடம் கேட்டிருக்கிறார்கள்.

குறும்படத்துக்காக அவர் எடுத்து கொண்ட கதைகள் அனைத்துமே சாதாரண மனிதர்களுடைய வாழ்க்கை பற்றியும், உறவுகள் பற்றியும் சொல்லப்பட்டவையே. அந்த கதாபாத்திரங்களுடைய சின்ன சின்ன உணர்வுகளைகூட மிக உன்னிப்பாக கவனித்து பதிவு செய்த கலைஞன் பாலுமகேந்திரா. அது மட்டுமில்லாமல் அந்த கதாபாத்திரங்களோடு அவருக்கு தனிப்பட்ட முறையில் ஒரு நெருக்கம் இருந்து வந்தது.

என் இசையில் கூட அந்த கவுண்டர் பாயின்ட் பல இடங்களில் உபயோகிக்க முயற்சித்திருக்கிறேன். பாலுமகேந்திரா கதை நேரம்

வாயிலாக அவர் பதிவு செய்த உணர்வுபூர்வமான காட்சிகளுக்கு என் எளிமையான இசையும் கலந்தபோது அந்த காட்சிகளுக்கு ஒரு புதிய பரிமாணம் ஏற்பட்டது மாதிரியாக நான் உணர்ந்தேன். Balumahendra is a wonderful director, story teller, brilliant cameraman, best actor & best editor.

பாலுமகேந்திரா இறப்பதற்கு ஒரு மாதம் முன் அவரை சந்தித்தபோது என்னை அவருடைய சினிமா பட்டறைக்கு வந்து 'இசையமைப்பு' பற்றி ஒரு வகுப்பு நடத்த முடியுமா என்று கேட்டார். நானும் சரி என்று ஒத்துக்கொண்டேன். என்னுடைய அவசரமான சில வேலைகளுக்கிடையில் சினிமா பட்டறைக்கு சென்று வகுப்பு எடுக்க முடியாமலேயே போனது. அது எனக்கு பெரிய மனவருத்தத்தைத் தந்தது.

அதன் பிறகு என்னுடைய நண்பனின் பையனுக்கு சினிமா பட்டறையில் ஒரு அட்மிஷனுக்காக பாலுவை சந்திக்க வேண்டும் என்று தொலைபேசியில் அழைத்திருந்தேன். விஷயம் என்னவென்று நான் பாலுவிடம் சொல்லவில்லை. சந்திக்க வேண்டும் என்று மட்டும்தான் சொன்னேன். அந்த சமயங்களில்தான் அவரை மருத்துவமனையில் அட்மிட் செய்திருந்தார்கள். அதன் பிறகு சில நாட்களிலேயே அவருடைய மரணச் செய்தி எனக்கு வந்தது. அந்த செய்தி என்னை மிகவும் வேதனைக்குள்ளாக்கியது. அந்த மகா கலைஞனின் இழப்பு எனக்கு மட்டுமல்ல இந்திய சினிமாவுக்கே ஒரு பெரிய பேரிழப்பு.

## வண்ணவண்ண பூக்களும் நானும்
### - தாணு தயாரிப்பாளர்.

"எனது அலுவலகம் அப்போது தி.நகரில் இருந்தது. ஒருநாள் காலை நான் அலுவலகத்தில் இருந்தபோது, டைரக்டர் எம்.ஆர். பாரதி டைரக்டர் பாலுமகேந்திராவை அழைத்துக்கொண்டு வந்தார். நான் அவர்களை வரவேற்று உபசரித்தேன்.

பாலுமகேந்திரா இயக்கிய படங்களை பார்த்திருக்கிறேனே தவிர, அவர் இயக்கிய படம் எதையும் தயாரித்ததில்லை. என்ன நோக்கத்துக்காக என்னைப் பார்க்க வந்திருக்கிறார் என்று நான் யோசித்த நேரத்தில் பாலுமகேந்திராவே என்னிடம், "தாணு சார்! நான் இதுவரை இயக்கிய படங்களில் ஒரு கமர்ஷியல் தயாரிப்பாளரை தேர்வு செய்யாமல் இருந்துவிட்டேன். அதுதான் நான் செய்த பெரிய தவறு. அதன் விளைவாக இன்று நான் கஷ்டத்தை அனுபவிக்கும் நிலைக்கு வந்துவிட்டேன். எனது ஆபிசுக்கு ஆறுமாத வாடகை பாக்கி என்று சொன்னால் நம்புவீர்களா? அதுதான் உண்மை. இந்த நேரத்தில் எனக்கு ஒரு படம் கொடுத்தீர்களானால் காலத்துக்கும் மறக்கமாட்டேன்.

இப்போது நீங்கள் எனக்கு அட்வான்சாக ஆயிரம் ரூபாய் கொடுத்தாலும், அது எனக்கு ஒரு லட்சம் மாதிரி'' என்று கூறினார்.

ஒரு பெரிய இயக்குனர் இப்படி தன் நிலை பற்றி வெளிப்படையாகப் பேசியதில், எனக்கு மனம் பதறிவிட்டது. அப்போதே அவரிடம், ''சார்! என் தயாரிப்பில் ஒரு படம் இயக்குங்கள்'' என்றேன்.

''ஒரு கதை வைத்திருக்கிறேன். 26 லட்ச ரூபாய் பட்ஜெட். படத்தில் விக்னேஷ், ஆதித்யா, மவுனிகா, வினோதினி நடிக்கிறார்கள். இவர்களுக்கு இந்த கதையை சொல்லி, வீட்டிலேயே ரிகர்சல் வைத்து ஷுட் பண்ணியும் இருக்கிறேன். ஏற்கனவே கதையின் கேரக்டர்கள் இவர்களுக்கு அத்துபடி என்பதால், சீக்கிரமாக படபிடிப்பை முடித்துவிடுவேன்'' என்றார். அதோடு அவர் சொன்ன நட்சத்திரங்கள் நடித்த சில காட்சி களுக்கான ஸ்டில்களையும் காண்பித்தார்.

பெரிய டைரக்டர் இப்படிசொன்னதும் நான் உடனே கேஷ் பாக்சை திறந்து ஒரு தொகையை அவர் கையில் கொடுத்து ''கவலைப்படாதீங்க சார்! நாம படம் பண்றோம்'' என்றேன்.

அப்போதே அவர் படத்தின் டெக்னிஷியன்கள் பட்டியலையும் சொன்னார். அதில் இசை என்ற இடத்தில் இளையராஜா பெயர் இருந்தது. அந்தப் பெயரை பார்த்ததும் என் மனது மகிழ்ச்சியில் சிறகடித்துப் பறந்தது.

என் மகிழ்ச்சிக்குக் காரணம் இருந்தது. என் தயாரிப்பில் இரண்டாவது படமாக உருவான 'நல்லவன்' படத்துக்கு இசைஞானி இளையராஜாவே இசையமைத்தால் நன்றாக இருக்கும் என்று விரும்பினேன். அதற்குப் பிறகு இளையராஜாவின்

இல்லத்தில் சென்று சந்தித்தேன். அவருக்கே உரிய பாணியில் வரவேற்றவர். விஷயத்தை சொன்ன போது ''உங்களுக்கு இசையமைக்கிறேன். டைரக்டர் யார்?'' என்று கேட்டார். நான் பாலுமகேந்திராவின் பெயரைச் சொன்னேன்.

இப்போது அவர் முகத்தில் சின்னதாய் ஒரு மாறுதல் தெரிந்தது. ''தாணு! ரத்த சம்பந்தலுன்னு ஒரு தெலுங்குப் படத்தை பாலுதான் பண்ணினார். பானுசந்தர்-அர்ச்சனா நடிச்சாங்க. இரண்டு வருஷம் ஆகியும் படம் இன்னும் ரிலீஸ் ஆகலை''.

பதிலுக்கு நான், ''சார்! இப்ப அவரே என்கிட்ட அவரோட நிலை பற்றி உருக்கமாகச் சொன்னதாலதான் அவரை வெச்சு படம் பண்றதா வாக்கு கொடுத்திட்டு அட்வான்சும் கொடுத்திட்டு நேரா உங்ககிட்ட வந்திருக்கிறேன்'' என்றேன்.

அப்போது அவர் இசையமைக்க யோசித்தார்.

நான் பலவாறாக சமாதானப்படுத்தி, அவர் மனதை மாற்றினேன். இளையராஜா இசையமைக்க சம்மதம் தந்ததுமே மறுநாளே பாலுமகேந்திரா இளையராஜாவை சந்தித்தார். தனது படத்தின் கதை பற்றி விளக்கினார்.

மறுநாள் காலை ஏழு மணிக்கு பாடல் கம்போசிங்கிற்காக கிழக்கு கடற்கரை சாலையில் உள்ள பிஷர்மேன் கேவ் போனோம். மதியத்திற்குள் ஆறு பாடல்களுக்கு அற்புதமான டியூன் போட்டு கொடுத்துவிட்டார்

அவர் ஆர்மோனியத்தில் இசையமைத்தபோது பாலுமகேந்திரா ஒரு படம் எடுத்தார். அந்த புகைப்படத்தை பெயிண்ட் பண்ணி எனது அன்பளிப்பாக இளையராஜாவுக்குக் கொடுத்தேன். இந்த பெயிண்ட் நூறு வருஷத்துக்கும் மேலாக புகைப்படத்தை

பாதுகாக்கும் தன்மை கொண்டது. இளையராஜா தன்னை மறந்து இசையமைக்க, அவரது தாயார் தனது மகனை பார்த்து ரசிப்பது போல அந்த புகைப்படம் இப்போதும் அவரது இல்லத்தில் இருக்கிறது.

திட்டமிட்டபடி படப்பிடிப்பு தொடங்கியது. பாலுமகேந்திராவிடம் ஏற்கனே இந்தக் கதைக்காக நடிப்புப் பயிற்சி பெற்ற நட்சத்திரங்கள் நடித்துக்கொண்டிருந்தார்கள். பத்து நாள் படப்பிடிப்பு தடங்கலின்றி போய்க் கொண்டிருந்த நேரத்தில் திடீர் என்று ஒரு சிக்கல் ஏற்பட்டது.

படப்பிடிப்பு நடந்து கொண்டிருந்தபோது, நடிகை அர்ச்சனா வேகமாக காரில் இருந்து இறங்கி செட்டுக்குள் வந்திருக்கிறார். "நான் சிபாரிசு செய்த ஆதித்யாவை விக்னேஷ் நடிக்கிற கேரக்டரில் நடிக்க வைக்கவில்லையே ஏன்?" என்று பாலுமகேந்திராவிடம் கோபம் கோபமாக பேசிவிட்டுப் போயிருக்கிறார்.

இந்த சம்பவம் என் காதுக்கு வந்திருந்தது.

மறுநாள் காலையில் டைரக்டர் பாலுமகேந்திரா என்னைப் பார்க்க வந்தார். "சார்! நான் எதிர்பார்த்த அளவுக்கு விக்னேஷ் நடிப்பு அமையவில்லை. அதனால் அவரை மாற்றிவிட்டு, வேற ஹீரோவைப் போடலாம்" என்றார்.

முந்தின நாள் அடித்த புயலுக்கு இன்று ரியாக்ஷனா? நடந்தது எதுவும் எனக்குத் தெரியாதது போல் காட்டிக் கொண்டு, "நடிகர்களுக்கெல்லாம் ஏற்கனவே பயிற்சி கொடுத்து வைத்திருந்ததாகத்தானே சொன்னீர்கள்! இப்போது படப்பிடிப்பு தொடங்கி பத்து நாள் கழித்து நடிப்பு வரவில்லை என்று சொன்னால் எப்படி?" என்று கேட்டேன்.

எனக்கு விஷயம் தெரிந்துவிட்டது என்பதை புரிந்து கொண்டவர், ''அந்தப் பையனுக்கு காய்ச்சல். குளிர் வந்து கஷ்டப்படற மாதிரி தெரியுது'' என்றார்.

இதற்கு மேல் அவரிடம் பேசிப் பயனில்லை என்று புரிந்து கொண்டு, ''இப்போது புதிதாக ஒரு ஹீரோ வேண்டும். அதானே சார்'' என்றேன். ''அதேதான் சார்'' என்றார் அவரும்.

அப்போது 'வைகாசி பொறந்தாச்சு' என்ற படத்தில் நடிகர் பிரசாந்த் நடித்துக் கொண்டிருந்தார். அவருக்கு அதுதான் முதல் படம் என்பதால், எங்கள் படத்தில் நடிக்க வைக்க விரும்பி பிரசாந்தின் அப்பா நடிகர் தியாகராஜனை சந்தித்தேன்.

அதன் பிறகு பிரசாந்த் நடிப்பில் படப்பிடிப்பு தொடர்ந்தது. பாதிப்படம் வளர்வதற்குள் பாலுமகேந்திரா முதலில் சொன்ன முழுப்படத்துக்குமான பட்ஜெட்டை தாண்டியது. முழுப்படத்துக்கு அவர் போட்டுக்கொடுத்த பட்ஜெட் 26 லட்சம் ரூபாய். இப்போதோ பாதி படத்துக்குள் 27 லட்சம் செலவாகியிருக்கிறது. பத்து நாள் படப்பிடிப்பை நடத்திவிட்டு, மறுபடியும் அதே காட்சிகளை படம் பிடித்ததில் செலவு அதிகமாகி போனது.

படத்தில் வரும் 'இளம் நெஞ்சே வா' பாட்டு, சைக்கிள் ஓட்டிக்கொண்டு பிரசாந்த் பாடும் பாட்டு. இந்தப் பாடல் பதிவு நடந்த நேரத்தில், நான் கோவையில் இருந்தேன். இப்போது ஒகனேக்கல்லில் இந்தப் பாடலுக்கான படப்பிடிப்பு நடந்தபோது பாட்டைக் கேட்கிறேன் எனக்கு அதிர்ச்சி. உடனே நான் டைரக்டரிடம், ''சார்! இந்தப்பாட்டு சைக்கிளில் போகிற மாதிரியாக வரும் பாட்டுத்தானே! அன்றைக்கு ராஜா சார் இந்தப் பாட்டுக்கு போட்ட டியூன் இது இல்லையே! இது நடந்து போகும்போது

பாடுகிற மாதிரியல்லவா இருக்கிறது'' என்று கேட்டேன்.

நான் இப்படிக் கேட்டதும் பாலு மகேந்திரா கண் கலங்கிவிட்டார். ''சார்! ஒரு சின்ன தப்பு நடந்து போச்சு! 3 நாளைக்கு முன்னாடி திடீர்னு என் அப்பா இறந்து போனதால், பாட்டெழுத வந்த வாலி சாரிடம் டியூன் கேசட்டை மாற்றிக் கொடுத்துவிட்டேன்'' என்றார். என்றாலும் ஜேசுதாஸ் பாடிய அந்தப் பாடல் 'ஸ்லோ மெலடியிலும்' கேட்க இனிமையாகவே அமைந்திருந்தது.

ஒருவழியாக படப்பிடிப்பு முடிந்தது. 26 லட்சத்தில் போடப்பட்ட பட்ஜெட் 60 லட்சத்தில் வந்து நின்றிருந்தது! அதோடு படத்தில் ஏற்கனவே சொன்ன காமெடி சீன் எதுவும் எடுக்காமல் விட்டுவிட்டார். படம் இளையராஜாவின் பின்னணி இசைக்காக (ரீ ரிக்கார்டிங்) வந்தது. நான் இசைக்கூடத்தில் இளையராஜாவை சந்தித்தேன். என்னைப் பார்த்ததுமே, ''என்ன தாணு! நான் சொன்னது நடந்ததா?'' என்று கேட்டார்.

இசை அமைக்க ஒப்புக்கொண்டபோது, ''இந்தப் படத்தால் ரொம்ப கஷ்டப்படுவீங்க'' என்று அவர் சொன்னது என் நினைவில் இருந்தது. பட்ஜெட்டை விட இரண்டு மடங்கு செலவானதைத் தெரிந்து கொண்டுதான் இளையராஜா இப்படிக் கேட்டார்.

நான் அவரிடம், ''நீங்க சொன்னீங்க. நானும் படத்தை எடுத்து முடிச்சிட்டு வந்துட்டேன்'' என்றேன். படம் தயாரானதும் கலைஞருக்கு போட்டுக்காட்டினேன். படம் முடிந்ததும், ''இளமை எழுதிய ஓவியம்; காமிரா எழுதிய காவியம்'' என்று பாராட்டி எழுதித் தந்தார்.

படம் ரிலீசானபோது வசூல் ரீதியாக தோல்விப்படமானது.

எனக்கும் கணிசமான நஷ்டம்.ஆனாலும் சிறந்த பிராந்திய மொழி படத்துக்கான மத்திய அரசின் ‘தேசிய விருது’ கிடைத்து என் நஷ்டத்தை மறக்க வைத்தது.

விருது பற்றிய தகவல் கிடைத்ததும் கலைஞரை சந்தித்தேன். ‘‘வருக, வருக வாழ்த்துக்கள்!’’ என்றார். அப்போது முரசொலி பதிப்பகத்தில் இருந்து வந்துகொண்டிருந்த ‘தமிழன்’ நாளேட்டில் இந்த விருது செய்தியை தலைப்புச் செய்தியாக்கினார்கள்.

படம் விருது பெற்ற பிறகு என்னைச் சந்தித்த பத்திரிகையாளர்களிடம், ‘‘பங்கு பெற்ற கலைஞர்களுக்கு களிப்பை தந்த படம். வினியோகிஸ்தர்களுக்கு கவலையை தந்த படம்’’ என்று சொன்னேன்.

நான் இப்படி சொன்னதற்காக பாலு மகேந்திரா என்னிடம், ‘‘இப்படி சொல்லியிருக்க வேண்டுமா?’’ என்று வறுத்தப்பட்டார். நான். ‘‘உண்மையைத்தானே சொன்னேன்’’ என்று அவருக்கு வருத்தத்துடன் மறுமொழி சொன்னேன்.

டெலல்யில் ஜனாதிபதி ஆர். வெங்கட்ராமனிடம் சிறந்த பிராந்திய படத்துக்கான தேசிய விருது பெற்றபோது, இந்தப் படத்தயாரிப்பில் ஏற்பட்டிருந்த என் மனக் காயத்துக்கு மருந்து தடவியது போலிருந்தது.

## பாலுமகேந்திராவை காதலித்தேன்-பாக்யலட்சுமி, டப்பிங் ஆர்டிஸ்ட்

மறைந்த பிரபல ஒளிப்பதிவாளரும், இயக்குநருமான பாலுமகேந்திராவை ஒரு காலத்தில் நானும் காதலித்திருக்கிறேன். ஆனால் அதற்குள் என் திருமணம் நிச்சயிக்கப்பட்டுவிட்டது. அதனால் என் காதலை அவரிடம் சொல்ல முடியாமல் போனது.

'யாத்ரா' என்ற மலையாளபடம் டப்பிங்கின்போது தான் எனக்கு அவரோடு காதல் ஏற்பட்டது.

நடிகை ஷோபா இறந்த போது பாலுமகேந்திராவை பார்ப்பது கூட எனக்கு கோபமாக இருந்தது. ஆனால் 'யாத்ரா' படத்தின் டப்பிங் வேளையில் அவரோடு நெருங்கி பழகிய போதுதான் என் கோபமும், எண்ணங்களும் தவறானது என்பதை புரிந்து கொண்டேன். அந்த படத்தில் மம்மூட்டி, ஷோபனா என்ற இரண்டு கதாபாத்திரங்களுடைய காதல் பற்றியும், அவர்கள்சூழல் பற்றியும், முகபாவங்கள் குறித்தெல்லாம் மிக அருமையாக விளக்குவார். அதை அவர் நடித்து காட்டும் விதமே மிக அழகாக இருக்கும்.

உண்மையிலேயே அவரோடு பணியாற்றியது எனக்கு மறக்க முடியாத சுவாரஸ்யமான அனுபவமாக இருந்தது.

நான் அவரோடு நெருங்கி பழகியபோதுதான் தெரிந்து கொண்டேன் ஷோபாவிற்கும் பாலுமகேந்திரா மீது காதல் ஏற்பட்டதில் அதிசயப்படுவதற்கொன்றுமில்லை என்று.

# பாலுசார் என் ஞானத்தந்தை - ரோஸ்லின் செயலாளர், (சினிமா பட்டறை)

எல்லோருடைய வாழ்க்கையிலும் எதிர்பாராதவிதமாக ஏதாவது ஒரு சூழலில் ஒரு திருப்புமுனை ஏற்படும். அப்படித்தான் எனக்கும் 2009-ஆம் ஆண்டு ஜூலை மாதத்தில் ஒரு திருப்புமுனை ஏற்பட்டது.

நான் சில காரணங்களால் கொஞ்சம் மனதளவில் சோர்ந்து போயிருந்த சமயம். அதிலிருந்து மீள முயற்சி செய்து கொண்டிருந்தேன். அந்த முயற்சிக்கான தேடல்தான் என்னை பாலுமகேந்திரா சினிமா பட்டறைக்கு கொண்டு வந்து சேர்த்தது. அதற்கு பிறகு அவர் என்னை சினிமா பட்டறையின் நிர்வாகியாக பணியில் சேர்த்துக் கொண்டார்.

அப்படிப்பட்ட ஒரு மகா கலைஞனிடம் பணியாற்ற எனக்கு கிடைத்த வாய்ப்பை நான் பெரிய அதிர்ஷ்ட்டமாக கருதுகிறேன்.

சன் தொலைக்காட்சிக்காக பாலுமகேந்திரா இயக்கிய 52 குறும்படங்களும் சினிமா பட்டறை மாணவர்களுக்கு ஒரு பயிற்சி

பாடமாகவே இருந்தது. சினிமா பட்டறையில் சினிமா கற்றுக் கொள்ள வரும் மாணவர்களுக்கு பாலுமகேந்திரா சார் கொடுத்து வந்த பயிற்சி மிகவும் பயனுள்ளதாக இருந்தது.

நவீன இலக்கியத்தை ஒரு கட்டாயப்பாடமாக வைத்திருந்தார். மாணவர்கள் தினமும் ஒரு சிறுகதை வாசித்து அதன் கதை சுருக்கம் எழுதி அவரிடம் ஒப்பிக்க வேண்டும். தினமும் ஒரு படம் பார்த்துவிட்டு அந்த படத்தை பற்றிய கருத்தும், விமர்சனமும் அவரோடு பகிர்ந்துகொள்ள வேண்டும். அப்படிபட்ட விஷயங்கள் எல்லா மாணவர்களும் கட்டாயம் கடைபிடிக்க வேண்டிய ஒன்றாக வைத்திருந்தார்.

அந்த விஷயங்கள் எல்லாமே காலப்போக்கில் நானும் பின்பற்ற ஆரம்பித்தேன். தொடர்ந்து நானும் சிறுகதை வாசிப்பதும், கதாசிரியர்கள் வரும்போது சினிமா பட்டறையின் நிர்வாகி என்ற முறையில் அவர்களை சந்திப்பதும், அவர்களுடன் நெருங்கிப் பழகுவதும் வழக்கமானது.

அவரோடு பணியாற்றுகையில் ஒரு விஷயம் மட்டும் எனக்கு தெளிவாக புரிந்தது. அவரிடம் படிக்கின்ற மாணவர்களாகட்டும், நெருங்கி பழகும் நண்பர்களாகட்டும் ஒவ்வொருத்தரும் ஏதாவது ஒரு விஷயத்தை பாலுமகேந்திரா சாரிடத்திலிருந்து கற்றுக்கொள்ள முடியும்.

சினிமா மேல் இவ்வளவு காதலும், ஈடுபாடும் கொண்ட ஒரு கலைஞனை நான் பார்த்ததேயில்லை.

தினமும் அதிகாலை நான்கரை மணிக்கெல்லாம் எழுந்துவிடுவார். அதற்கு பிறகு கொஞ்சம் உடற்பயிற்சி. பிறகு *self cooking*. இஷ்டத்திற்கு சர்க்கரை போட்டு கொள்ளலாம்

என்பதினால்.

உடல் எரிந்து சாம்பலாவதோடு அவர் கஷ்டப்பட்டு வெறியோடு எடுத்த படங்களும் எரிந்துபோய் விடக்கூடாது என்று நினைத்தவர், தன்னால் முடிந்தவரை தான் கற்ற சினிமாவை அடுத்து தலைமுறையினருக்கு கொடுக்க வேண்டும் என்பதில் மிகவும் அக்கறை செலுத்தி வந்தார்.

2009-ல் ஆரம்பித்து 2014 பிப்ரவரி 12ஆம் தேதி வரை கற்றுக்கொடுப்பதை மட்டும் அவர் நிறுத்தவே இல்லை.

2003-ல் பாலுமகேந்திரா சார் நடத்திய film making class-ல் நானும் ஒரு மாணவியாக கலந்து கொண்டேன். தெரியவில்லை, முடியவில்லை என்ற என்னுடைய இல்லை என்ற வார்த்தையை உடைத்துக் காட்டியவர் அவர்தான். அது மட்டுமல்லாமல் என்னை ஊக்கப்படுத்தி, தைரியப்படுத்தி சினிமா என்ற கலையை எனக்கு கற்பித்தவர். நான் மட்டுமல்ல என்னோடு கிட்டத்தட்ட 50 இளைஞர்களுக்கு அதிகமாக அவரிடம் பாடம் கற்றுக்கொண்டு வெளியே போனார்கள். அதில் மிக தொலைவில் இருந்தும், பக்கத்து மாநிலத்திலிருந்தும் வந்து சினிமா கற்றுக்கொண்டவர்கள் ஏராளம்.

அவர் சினிமா துறையில் ஒரு சகலகலா வல்லவன் என்பது எல்லோருக்கும் தெரிந்த விஷயம். காரணம் அவருடைய அனைத்து படங்களின் கதை, திரைக்கதை, வசனம், ஒளிப்பதிவு, படத்தொகுப்பு, இயக்கம் என எல்லா பொறுப்புகளையும் ஒரு தனிமனிதனாக தோளில் சுமந்தார். ஆனால் அவர் ஒரு சிறந்த சமையல்காரர் என்பது பலபேருக்கு தெரியாது. இலங்கை சமையல் என்பது அவருடைய ஸ்பெஷல்னு சொல்லலாம். 'சொதி'ன்னு ஒரு குழம்பு வைப்பார். ரொம்ப பிரமாதமாக இருக்கும். காய்கறிகள், வெங்காயம், தக்காளி, பச்சை மிளகாய் இவையெல்லாம் தேங்காய்

பாலில் போட்டு கொதிக்க வைத்து சமைப்பார். அந்த குழம்பு அவ்வளவு ருசியாக இருக்கும்.

அடுத்து வந்து *tuna fish* சேர்த்து *mixed sandwieth* ன்னு ஒன்னு பண்ணுவார். பச்சை மரவள்ளி கிழங்கை பொடி பொடியா நறுக்கி உப்பு போட்டு வறுத்து எடுத்து அதில் மிளகாய் பொடி, வெண்ணெய் எல்லாம் சேர்த்து மிக்ஸ் பண்ணி எடுப்பார். சாப்பிட அவ்வளவு சுவையா இருக்கும். அதேபோல் அவர் மீன் குழம்பு, மீன் வருவல் எல்லாம் சமைச்சு அவரே பரிமாறி நம்மள சாப்பிடவச்சு அசத்துவார். ரொம்ப பிரமாதமாக இருக்கும். இதெல்லாம் நான் அவர்கிட்ட கத்துக்கிட்ட சமையல் ஐட்டங்கள்.

சில சமயம் மரங்கள், மலைகள், ஆறுகள் என்று இயற்கையோடு அவர் பேசுவதை நான் நேரடியாக பார்த்திருக்கிறேன். ரோடில் அலைந்து திரிகின்ற நாய்கள், பூனைகள் கூட அவரோடு எளிதில் பழக்கமாகி விடும். நாய், பூனை இவை எல்லாம் அவருக்கு ரொம்ப பிரியம்.

அவர் கடைசியாக வருப்பு எடுக்கும்போது எங்களிடம் சொன்ன விசயம் மட்டும் எனக்கு ஞாபகத்துக்கு வருகிறது.

''ஒரு கலைஞன் அவன் வீழ்ச்சியை நேரில் பார்ப்பதற்கு முன்பே இறந்துவிட வேண்டும்''. இப்போதும் அந்த வார்த்தை என்னை உலுக்கிக் கொண்டேயிருக்கிறது.

இன்னும் ஒரு ஐந்து ஸ்கிரிப்ட் உள்ளது. அதை எடுத்து முடித்த பிறகே நான் இறப்பேன் என்று என்னிடம் அடிக்கடி சொல்வார். அதை அவரால் செய்ய முடியவில்லையே என்ற தனிப்பட்ட வருத்தம் எனக்கிருக்கிறது. சினிமா உலகின் மிகப்பெரிய கலைஞன் பாலுமகேந்திரா சாரை நான் இழந்துவிட்டேன் என்ற

உண்மையை என்னால் இப்போதும் ஜீரணிக்கவே முடியவில்லை.

பலருக்கு அவர் ஒரு குரு, ஆசான். சிலருக்கு அவர் ஒரு மிலிட்டரிக்காரன், இன்னும் சிலருக்கு அவர் நல்ல நண்பர், இலக்கியவாதி. ஆனால் எனக்கு அவர் ஒரு ஞானத்தந்தை God Father.

பட்டறையில் அவரோடு வாழ்ந்த ஐந்து வருடங்கள் எனக்கு மறக்க முடியாத நாட்கள். என் கை பிடித்துக் கொண்டு புத்தக கடை, சி.டி. கடை, பல நிகழ்ச்சிகள் என்று நடந்து போயிருக்கிறோம். அப்படி நடந்து போகும் வழியில் ஒவ்வொரு காட்சிகளை பார்க்கும் போதும் அவர் என்னோடு பகிர்ந்து கொண்ட விஷயங்கள் மிகவும் சுவாரஸ்யமானவை. என் மனதில் அந்த தருணங்கள் பசுமையான நினைவுகளாக உள்ளது. அப்படி பாசமாக கை பிடித்து அழைத்து சென்றவர் ஒருநாள் என் கைகளை உதறி விட்டு எங்கோ தூரமாக சென்று மறைந்துவிட்டார். சினிமா என்ற வித்தையை எனக்குள்ளும் விதைத்துவிட்டு போன அந்த ஞானத் தந்தையை என் உயிருள்ளவரை மறக்கமாட்டேன்.

## கசியும் ஈரம் தமிழ் ஸ்டுடியோ அருண்

"என் நாவல்கள் எதுவும் பாலுமகேந்திராவால் மெருகேற்றப்பட்டு திரைப்படங்களாக வராத குறையை நிறைவு செய்ய, அவரது 'கதைநேரம்' தொலைக்காட்சித் தொடரில் எடுத்த 52 சிறுகதைகளில் எனது பத்து கதைகளைப் படமாக்கி முழுவதும் திருப்தியளித்தார். சிறுகதைகளை எப்படிப் படமாக்குவது என்பதற்கு உதாரணங்களாக அவை அமைந்தன. இருபது, இருபத்தைந்து நிமிஷங்களில் ஒரு கதையை எப்படி அலுக்காமல், உறுத்தாமல், உபதேசமில்லாமல் காட்சிகளாக சொல்ல முடியும் என்பதற்கு அரிய பாடங்களாக அவை அமைந்தன" என எழுத்தாளர் சுஜாதா சொன்னார்.

உலகின் ஆகச்சிறந்த இயக்குநர்களில் பெரும்பாலானவர்கள் திரைப்படங்களின் நேரம் குறித்தோ, அதன் வணிகத் தன்மை குறித்தோ அதிகம் கவலைப்படுவதில்லை. தங்களிடம் இருக்கும் கதையை அல்லது ஒரு அனுபவத்தை பார்வையாளனுக்கும் கடத்த வேண்டும் என்று நினைக்கிறார்கள். அந்தக் கதை அல்லது

அனுபவம் எத்தனை மணி நேரங்களைக் கோருகிறதோ அந்தக் கால அளவிற்குள் திரைப்படத்தை உருவாக்கிக் கொடுக்கிறார்கள். ஸ்டீவன் ஸ்பீல்பெர்க் (டூயல்) சத்யஜித் ரே (டூ) ரித்விக் கட்டக் (ஃபியர்) என எல்லாரும் குறும்படங்கள் எடுத்திருக்கிறார்கள். தொடர்ச்சியாக பேசிக்கொண்டே இருந்த தமிழ் சினிமாவை காட்சி மொழி கொண்டு உணர வைத்தவர் பாலுமகேந்திரா. தமிழில் மட்டுமல்ல, உலகில் அதிகம் குறும்படங்கள் எடுத்த இயக்குனர்களின் பட்டியலில் அவரே முதல்வர். பல்வேறு எழுத்தாளர்களின் 52 கதைகளை குறும்படமாக எடுத்துள்ளார். அதில் சுந்தர ராமசாமியின் 'பிரசாதம்' சிறுகதையும் ஒன்று!

சிறுகதை என்பது வரி வடிவம் கொண்டது. சினிமா காட்சி மொழி ஊடகம். ஒருவர் நடந்து செல்கிறார் என்பதை பத்து பக்கங்களுக்கு வரி வடிவத்தில் விளக்கிச் செல்லலாம். ஆனால் சினிமாவில் அதையே பத்து நொடியில் சொல்லியாக வேண்டும். சுந்தர ராமசாமி, மௌனி, க.நா.சு. போன்றவர்களின் கதைகள் மிக நுட்பமானவை. அவற்றில் இருக்கும் வரிகளை அப்படியே காட்சிமொழிக்கு மாற்றுவது அத்தனை எளிதான காரியமல்ல. சுந்தர ராமசாமியின் சிறுகதை, கான்ஸ்டபிளின் கோணத்தில் நகரும். ஆனால் பாலுமகேந்திரா முதலில் கோயிலில் கதையைத் தொடங்குகிறார். அர்ச்சனை முடிந்ததும் ஒரு பக்தர் நூறு ரூபாயை அர்ச்சகரின் தட்டில் போடுகிறார். இறுதியில் அந்த நூறு ரூபாய் இன்னொருவருக்குக் கை மாறுகிறது. தொடங்கும் புள்ளியில் முடிப்பதும், தொடங்கும் புள்ளியிலேயே கதையை விவரிப்பதும், கதையின் முக்கிய கதாபாத்திரங்களை அறிமுகம் செய்வதும் மிகச் சவாலான வேலை.

சுந்தர ராமசாமி கதையில், கான்ஸ்டபிள் எப்படியெல்லாம் லஞ்சம் வாங்குவார் என்பதைக் காட்சிகளாக விவரிப்பார். பாலு

மகேந்திரா அதையெல்லாம் கான்ஸ்டபிள் தன் மனைவியிடம் பேசும் வசனங்களாக மாற்றியிருப்பார். ஆனால், 'விடியக் கருக்கலில் எழுந்திருக்க வேண்டும். சுடு தண்ணீரில் குழந்தையைக் குளிப்பாட்ட வேண்டும். பட்டுச்சட்டை போட்டு, கலர்நூல் வைத்துப் பின்ன வேண்டும். அந்தப் பின்னலில் ரோஜா ஒன்றே ஒன்று - அதற்குத் தனி அழகு. நாம் இருவரும் குழந்தையைக் கோயிலுக்குத் தூக்கிச் செல்கிறபொழுது தெருவில் சாணி தெளிக்கும் பெண்கள், கோலம் இழைக்கும் பெண்கள் எல்லோரும் தலை தூக்கித் தலைதூக்கிப் பார்க்க வேண்டும். அவர்கள் தலைதூக்கிப் பார்ப்பதை நான் பார்க்க வேண்டும். நான் பார்த்து உங்களைப் பார்க்க வேண்டும். எல்லோரும் பார்ப்பதை நீங்கள் பார்க்க வேண்டும்; பார்த்துவிட்டு என்னைப் பார்க்க வேண்டும்' என்கிற கற்பனையை அப்படியே காட்சிப்படுத்தியிருப்பார். காரணம், இந்தக் கற்பனைதான் - மனைவியின் இந்த ஆசைதான் - அவனை எப்படியாவது லஞ்சம் வாங்கும் நிலை நோக்கி நகர்த்துகிறது.

இந்த ஆசைப்படும் காட்சிக்கு அடுத்த நேரெதிரான இன்னொரு காட்சியைப் படம் பிடித்திருப்பார் பாலு மகேந்திரா. 'இங்கு சிறுநீர் கழிக்காதீர்கள்' என்று எழுதி வைக்கப்பட்டிருக்கும் இடத்தில் நீண்ட நேரமாகக் காத்திருந்தும், யாரும் வராதது கண்டு சோர்வடைகிறார் கான்ஸ்டபிள். கடைசியில் ஒருவன் வருகிறான். நம்பிக்கை தளராது, அவனைப் பிடிக்க ஆயத்தமாகிறார் கான்ஸ்டபிள். ஆனால் அவன் சிட்டாகப் பறந்துவிடுகிறான். அவனைப் பிடிக்க நீண்ட நேரமாக ஓடுகிறார். இதனை அப்படியே சில நிமிடக் காட்சியாக பதிவு செய்திருப்பார் பாலுமகேந்திரா. ஆசை படுத்தும்பாடு என்பதை, இதைவிட சிறந்தொரு காட்சி மொழியில் யாரும் சொல்லிவிட முடியாது.

சீட்டு போட்டு குழந்தைக்கு மோதிரம் வாங்கியதை தன் கணவனிடம் விளக்கும்போது அந்தப் பெண்ணின் முகத்தில் ஏற்படும் மாற்றங்கள், சிணுங்கல்கள் எல்லாம், 'நடுத்தர வர்க்கப் பெண்கள் எல்லாரும் தேவதைகள்தானோ' என்று மெய்சிலிர்க்க வைக்கிறது. அத்தனை சிறப்பாக நடித்திருக்கிறார் மௌனிகா.

எழுத்தாளர்களாக...

# பாலுமகேந்திரா - சுஜாதா

தூர்தர்ஷனின் சிறப்பு தமிழ்ச் சிறுகதைகள் வரிசையில் ‘பரிசு’ சிறுகதையை பாலு மகேந்திரா தொலைப் படமாக்கி இருக்கிறார். அது தொடர்பாக பாலுமகேந்திரா என்னைப் பேட்டி எடுத்தார். பேட்டி என்பதை விட, இருவரும் கொஞ்ச நேரம் பேசிக்கொண்டிருந்தோம். மங்கலான ஒரு அறையில் செயற்கை விளக்கில்லாமல் ஜன்னலோரம் உட்கார வைத்து, ஒரே ஓர் தெர்மாகோல் வைத்துவிட்டு, காமிரா கோணத்தைச் சற்று திருத்தி அமைத்துவிட்டு எதிரே உட்கார்ந்து கொண்டார். பல விஷயங்கள் பற்றிப் பேசினோம். பேட்டி முடிந்து படம் போட்டுக் காட்டினபோது, ‘‘அட... இது நானா...?’’ என்று ஆச்சரியமாக இருந்தது. எல்லோரும் பயன்படுத்தும் காமிராதான். தெர்மாகோல் ஏராளமாக சென்னையில் கிடைக்கிறது.இருந்தும், எதை எங்கே எப்படி வைக்க வேண்டும் என்று தீர்மானிக்க ஒரு பாலுமகேந்திரா தான் இருக்கிறார்.

பாலுவுடன் பழக்கம் என் ஆரம்ப எழுத்துக் காலங்களிலேயே தொடங்கியது. விசாகப்பட்டணத்தில் அவர் 'சங்கராபரணம்' படம் எடுத்துக் கொண்டிருந்தபோது, 'மறுபடியும் கணேஷ்' படித்துவிட்டு, அதைப் படமாக எடுக்கப்போவதாக அனுமதி கேட்டு அழகான கையெழுத்தில் எழுதியிருந்தார்.

பெங்களூருக்கு அவர் கோகிலா படம் எடுக்க வந்திருந்தபோது, கமல்ஹாசன் அவரை எனக்கு அறிமுகம் செய்வித்தார். மூவரும் நிறையப் பேசினோம்.

பின்னர், 'கரையெல்லாம் செண்பகப்பூ'வை பாலு மகேந்திரா எடுப்பதாக, நடராஜன் (பிற்பாடு பிரமிட்) தயாரிப்பதாக, காலஞ்சென்ற ஷோபா அதில் நடிப்பதாக இருந்தது. திறமையாக திரைக்கதை அமைத்து ரொம்ப உற்சாகமாக இருந்தார். ஒரு கருத்து வேறுபாட்டில் அந்தப் படத்தை அவரால் எடுக்க முடியவில்லை.

பாலு அதற்குப் பதில் 'மூடுபனி' எடுத்தார். பின்னர், பல சந்தர்ப்பங்களில் நான் திரைக்கதை எழுத, அவர் படம் எடுக்கும் நிலைக்கு வந்தோம். அவருக்கு, ஒரு நல்ல திரைக்கதை அமைத்துக் கொடுக்க வேண்டும் என்கிற என் ஆசை பல்வேறு காரணங்களால் தள்ளிக்கொண்டே போனது.

''என் நாவல்கள் எதுவும் அவரால் மெருகேற்றப்பட்டு திரைப்படங்களாக வராத குறையை நிறைவு செய்ய அவரது கதை நேரம் தொலைக்காட்சித் தொடரில் எடுத்த 52 சிறுகதைகளில் எனது பத்து கதைகளை அவர் படமாக்கி முழுவதும் திருப்தியளித்தார். சிறுகதைகளை எப்படி படமாக்குவது என்பதற்கு உதாரணங்களாக அவை அமைந்தன. சினிமாவையும் தொலைக்காட்சியையும் அவர் வேறுபடுத்தித் தனியாக பார்க்கவில்லை. தொலைக்காட்சியிலும் சினிமா இலக்கணங்கள் பயில முடியும் என்பதை நிருபித்தார்.

இருபது இருபத்தைந்து நிமிஷங்களில் ஒரு கதையை எப்படி அலுக்காமல், உறுத்தாமல், உபதேசமில்லாமல் காட்சிகளாக சொல்ல முடியும் என்பதற்கு அரிய படங்களாக அவை அமைந்தன.

அந்தச் சமயத்தில் ஷோபாவைச் சந்திக்க நேர்ந்தது. சட்டென்று அறைக்குள் நுழைந்து பாலுவின் கழுத்தை 'அங்கிள்' என்று கட்டிக்கொண்டார். என்னுடன் வந்திருந்த என் மனைவி வீட்டுக்கு வந்ததும், 'இது அங்கிள் உறவு இல்லை' என்றாள். சில தினங்கள் கழித்து குமுதம் இதழில் இருவரும் மணந்து கொண்ட செய்தி போட்டோவுடன் வந்திருந்தது. அடுத்த ஆண்டு அந்தப் பெண்ணின் தற்கொலைச் செய்தி வந்தது.

அந்த இளம் மனதில் என்ன எண்ணங்கள் ஓடியிருக்கும் என்று வியந்திருக்கிறேன். அதுபற்றிபாலு சொன்ன தகவல்கள் அந்தரங்கமானவை. அவருடன் என் நட்பின் மரியாதை கருதி அவற்றை நான் எழுதவில்லை.

# ஒளியின் காதலர் பாலுமகேந்திரா - ஜெயமோகன்

1974-ல் 'நெல்லு' என்ற மலையாள சினிமா வெளிவந்தது. ராமு காரியட் இயக்கி பிரேம்நசீர் நடித்த படம். அப்போது எனக்கு பன்னிரண்டு வயது. ஒரு மாமா வீட்டுக்குச் சென்றிருந்தபோது திருவனந்தபுரத்தில் அந்தப் படத்தைப் பார்த்தேன். உண்மையில் எனக்கு சினிமா என்ற அழகனுபவம் அங்கேதான் தொடங்குகிறது. நான் 'செம்மீனையும்' வேறு பல முக்கியமான மலையாளப் படங்களையும் அதற்குப் பின்னர்தான் பார்த்தேன். அதுவரை நான் பார்த்திருந்த படங்கள் கறுப்புவெள்ளை மலையாளக் குடும்பப் படங்கள்; எம்.ஜி.ஆர்., சிவாஜிகணேசன் நடித்த வண்ணப்பிழம்புகளான தமிழ்ப்படங்கள். 'நெல்லு' எனக்கு ஒரு சினிமாவாகவே தெரியவில்லை. அது ஒரு கனவு. எனக்கும் இயற்கைக்குமான உறவை தீர்மானித்த அனுபவங்களில் அதுவும் ஒன்று என்று மிகப்பிந்தித்தான் உணர்ந்தேன்.

'நெல்லு' படத்தை நான் பதினைந்து வருடம் கழித்து மீண்டும் பார்த்தேன். மிகமிகச் சாதாரணமான படம். வத்சலாவின் நாவலை முடிந்தவரை சிதைத்து உதிரிக்காட்சிகளாக ஆக்கியிருந்தார் ராமு

காரியட். அபத்தமான பொய் மயிருடன் நசீர், கோமாளி மாதிரி இருந்தார். கொழுத்து உருண்டு ஜெயபாரதியையும் சிவந்த நவநாகரீக முகத்துடன் மோகனையும் ஆதிவாசிகளாகவே எண்ண முடியவில்லை. ஆனால் உயிருடன் இருந்தவை இசையும் ஒளிப்பதிவும். சொல்லப்போனால் அடுத்த பதினைந்தாண்டுகளில் அவை பேருருவம் பூண்டு மலையாள சினிமாவின் உச்சகட்ட சாதனைகளாக அங்கீகரிக்கப்பட்டிருந்தன. இசை சலீல் சௌத்ரி. ஒளிப்பதிவு பாலுமகேந்திரா.

இலங்கையைச் சேர்ந்த பாலுமகேந்திரா, பூனா திரைப்படக் கல்லூரியில் ஒளிப்பதிவு பயின்று வெளிவந்து பணியாற்றிய முதல் படம் நெல்லு. ராமு காரியட்டின் செம்மீன் அதுவரை ஒளிப்பதிவில் ஒரு சாதனையாக கருதப்பட்ட படம். அதில் மார்க்கஸ் பார்ட்லேயின் ஒளிப்பதிவுக்கு நிகராக 'நெல்லு' படத்தின் ஒளிப்பதிவு அமையவேண்டும் என்று தேடிய ராமு காரியட் கண்டடைந்த இளைஞர், பாலு. கேரள சினிமாவையும் இந்திய சினிமாவையும் பிரமிக்கச் செய்தது அந்த ஒளிப்பதிவு. பாலு அதற்காக விருதையும் பெற்றார்.

'நெல்லு' இயற்கையை காட்டவில்லை. இயற்கையைப் பார்க்க வேண்டிய சில குறிப்பிடத்தக்க கோணங்களை அறிமுகம் செய்தது. ஒளியால் கொஞ்சப்படும் மரங்களும் செடிகளும், ஒளிசொட்டும் இலைகள், ஒளியை சிதறடிக்கும் மலர்கள், ஒளியை தேக்கி வைத்திருக்கும் மேகங்கள், ஒளியை குழைத்தோடும் ஓடைகள். இன்னும் சொல்லப்போனால் சூரிய ஒளியின் சில அழகிய தருணங்களைக் கொண்டு அந்த சினிமாவைக் கோர்த்திருந்தார் பாலு.

மேலும் பத்து வருடங்கள் கழித்து நான் பாலு மகேந்திராவைச் சந்தித்து அவரை பாலு என அழைக்குமளவுக்கு நெருங்கிய பின் அவரிடம் அவ்வனுபவத்தைச் சொன்னேன். 'நவீன இலக்கியத்தில்

திரைப்பட ஒளிப்பதிவு செலுத்தியிருக்கும் செல்வாக்கைப்பற்றி தனியாகவே ஆராயவேண்டும்' என்று சொன்னேன். 'அந்த நாட்கள் எனக்கு போதை நிறைந்தவை' என்றார் பாலு. சற்று யோசித்து 'எனக்கும் எப்போதுமே அழகுதான் பெரிய போதையை கொடுத்தது' என்றார்.

பாலு மகேந்திரா என்னும் திரைப்படக்காரரை ஒரே வரியில் அவ்வாறு வகுத்துக் கொள்ளலாம். அழகு என்னும் போதையைப் பின் தொடர்ந்த மனிதர். எல்லா வகை அழகுகளுக்கும் முழுமையாகவே தன்னை அடிமையாக்கிக் கொண்டவர். அதன் அலைக்கழிப்புகள், வருத்தங்கள், எக்களிப்புகள், தியானங்கள் அனைத்தும் அவருக்குக் கை கூடியிருந்தன.

மீண்டும் இப்போது 'நெல்லு' படத்தின் பாடல்களைத்தான் கேட்டுக்கொண்டிருக்கிறேன். நாற்பதாண்டுகள் ஆகப்போகின்றன. ஒளிப்பதிவில் இன்று என்னென்னவோ உத்திகள் வந்துவிட்டன. விரும்பும் வண்ணத்தை, ஒளியை இன்று ஆய்வகத்திலேயே கொண்டுவருகிறார்கள். மிக உயர்தர கேமராக்கள் வந்துவிட்டன. நினைக்க முடியாத கோணங்கள், அவற்றுக்கெல்லாம் கண்கள் பழகியும் விட்டிருக்கின்றன. ஆனால் மிக மோசமான யூ டியூப் ஒளிக்காட்சியில் கூட இன்றும் மாபெரும் இம்பிரஷனிச ஓவியங்களைப் போல கனவை நிறைக்கிறது பாலுவின் ஒளிப்பதிவு.

முன்பொருமுறை அவரிடம் சொன்னேன், 'நெல்லு' நிகழ்த்திய அந்தச் சாதனையை அவர் அதிகம் தாண்டவில்லை என்று. 'நான் ஒளியைகாதலிச்சவன். காதல் உச்சத்தில இருந்த வயசு அது' என்றார் பாலு.

பாலு, இந்நேரம் அவருக்குப் பிரியமான சலில்தாவை சந்திந்திருப்பார் என்று அசட்டுத்தனமாக எண்ணிக் கொள்வது வலிமிக்க நிறைவை அளிக்கிறது.

# என்னை அரெஸ்ட் பண்ணி ஜெயிலில் போட்டாலும் கவலையில்லை- பாலுமகேந்திரா

(சென்னை சங்கமம் நடத்திய நாளைய சினிமா நிகழ்வின் இரண்டாம் பதிவு.) நேற்றைய சினிமாவோடு வளர்ந்தவன் நான். அதை ரசித்து, நெகிழ்ந்து, சிரித்து, அழுது, தூக்கங்கெட்டுப்போய் வாழ்ந்திருக்கிறேன். எனவே அதைப்பற்றி பேசலைன்னா சரியாக இருக்காது அந்த சினிமாவை, இன்று இருக்கக்கூடிய சினிமா வித்தகர்கள், 'மேடை நாடகம்' என்று ஒதுக்கலாம். 'அதீதங்கள் அடங்கிய ஒன்று' என ஓரங்கட்டலாம். அந்த சினிமாவில் வலிந்து புனைந்து எழுதப்பட்ட எதார்த்தத்துக்கு அப்பாற்பட்ட கதைகள் இருக்கிறதென்று நிராகரிக்கலாம். அது சினிமாவே அல்ல என்றுகூட சொல்லலாம்.

ஒரு காலத்தில் தமிழ் சினிமா, ஒளிப்பதிவு செய்யப்பட்ட ரேடியோ நாடகங்களாகவே இருந்தது. திரைக்குள்ளே போகவேண்டியதில்லை. வெளியே நின்று வசனங்களைக் கேட்டாலே போதும். படம் பார்த்த மாதிரி பீற்றிக்கொள்ளலாம். அதை நிறைய செஞ்சிருக்கேன் நான். படம் பார்க்காமல், டென்ட்

கொட்டகைக்கு வெளியே நின்று, படம் பார்த்தமாதிரி சொல்லியிருக்கிறேன். என்னென்ன சினிமா என்று நான் இங்கே சொல்ல விரும்பவில்லை. இதையும் நீங்கள் அந்த சினிமாவின் குற்றச்சாட்டாக சொல்லலாம்.

அப்ப எடுத்த படங்களை மறக்க முடியுமா? பீம்சிங் சார். அவரோட ஒரேயொரு படத்துக்கு ஒளிப்பதிவு செய்யும் பாக்கியம் எனக்குக் கிடைச்சது. *I learned a lot, in that one film.*

ஒரு விஷயத்தை நீங்கள் மறக்கக்கூடாது. அந்த சினிமாக்களில் எல்லாம் ஒரு அற்புதமான விஷயம் இருந்தது. அவை ஆரோக்கியமான பொழுதுபோக்குப் படங்களாக இருந்தது. அந்த ஆரோக்கியத்தை இன்று நாம் இழந்துவிட்டோம்.

தெரிஞ்சோ, தெரியாமலோ, பிரக்ஞைபூர்வமாகவோ, இல்லையோ அதை எங்கேயோ தொலைத்து விட்டோம். அதன் பிறகு இன்றைய சினிமாக்கள் வந்தது. இதைப்பற்றி நான் பேசித்தான் நீங்கள் தெரிந்து கொள்ள வேண்டும் என்கிற அவசியம் இல்லை. *so, am not going to speak anything about, today cinema.*

நாளைய சினிமா பற்றி நான் பேச விரும்பவில்லை. ஒரு படம் எடுத்து காண்பிக்கிறேன் அதைப் பாருங்கள், அந்த ஸ்கிரிப்ட் இப்போ முடிகிற தருவாயில் இருக்கு. ஜுன் அல்லது ஜுலையில் ஷுட் டிங் தொடங்குமென்று நினைக்கிறேன். எனவே பேசுவதில் பிரயோஜனமில்லை. *do it.*

இன்றைக்குப் பேசப்படும் பல விஷயங்கள் பற்றி என்னுள்ளே ஏற்பட்ட தேடல் காரணமாக ஒரு சில புரிதல்களை உங்களோடு பகிர்ந்துகொள்ள நினைக்கிறேன்.

இதற்கு முன்பு செய்யப்பட்டது என்கிற காரணத்தால், அதை நீங்கள் செய்யாமல் இருக்க வேண்டிய அவசியமில்லை. அதை நிராகரிக்க வேண்டாம். *you do it.* அதே விஷயத்தை, நீ எப்படி செய்கிறாய் என்பதுதான் முக்கியம்.

சிலுவையில் அறையப்பட்ட இயேசுவை, வரையாத ஓவியர் யாராவது இருக்கிறார்கள்? எனவே, ஆயிரம் தடவை செய்தாலும் சரி, அதை நீ எப்படி செய்கிறாய் என்பதுதான் முக்கியம்.

இரண்டாவதாக, எந்த ஒரு படைப்பாளியும், இது முழுக்க முழுக்க எனக்குச் சொந்தமானது என்று சொல்ல முடியாது. இது என்னுடைய சமீபத்திய புரிதல். உள்ளது உள்ளபடி என்பது சினிமாவில் கிடையாது. நான் பார்த்ததை, நான் விரும்பியபடி உனக்குக் காண்பிப்பதுதான். எனக்கு தெரிந்த விஷயத்தைத்தான் நான் காண்பிக்க முடியும். ஆனால், எனக்கே தெரியாத விஷயமிருக்கே! அதை யார் காண்பிப்பது?

ஒரிஜினல் படைப்பு என்று எதுவுமே கிடையாது. எனக்குள்ளே இருக்கிற சத்யஜித் ரேவை நான் என்ன பண்ணுவேன். என்னுள்ளே இருக்கிற அகிரகுரசேவாவை என்ன பண்ணுவேன்? என்னுடைய பாரதியை கம்பனை நான் என்ன பண்ணுவேன்?

ஸோ, இதெல்லாம்... என்னுடைய ஜீன்ஸ். இவை எனக்குள்ளே இருக்கிறவரைக்கும் எனக்குத் தெரியாமலேயே அவை வந்து கொண்டிருக்கும். சில சமயம் தெரிந்து வெளி வரும்.ஒரு உதாரணம் சொல்கிறேன். என்னுடைய பேரனைப் பார்த்து, என்னை மாதிரியே இருக்கிறான் என்று சொன்னால் நான் சந்தோஷப்படத்தானே வேண்டும்? தட் இஸ் மை ஜீன். அது குறித்து நான் எதற்கு வெட்கப்பட வேண்டும்? எனவே இன்றிருக்கும் இளைஞர்களுக்காகச் சொல்கிறேன். டோன்ட் வொர்ரி அபவுட்.

பீப்புள் டாக் டு திஸ் திங். அந்தச் சாயல் இருக்கு. இந்தச் சாயல் இருக்கு. அதைப்பற்றியெல்லாம் கவலையே படவேண்டாம்.

எந்த ஒரு விஷயத்தையும் இனிமே நீங்கள் புதுசாகச் சொல்லமுடியாது. பிகாஸ், எக்ஸ்போஷர் ஸோ மச். நீ எதைச் சொன்னாலும் அது எனக்கும் கொஞ்சம் தெரியும். முன்னாடி அப்படியில்லை. இப்போ அப்படி இருக்கு. ஸோ, நீ எதை சொல்றேங்கிறதை வைத்து நான் உன்னை மதிப்பிட மாட்டேன். நீ எப்படி சொல்லியிருக்கே. அதுதான் முக்கியம். போலீஸ் ஸ்டேஷனில் கற்பழிக்கப்பட்ட ஒரு பெண்ணை வைத்து நீ கதை பண்ணலாம். அது போன வருஷம் தினத்தந்தியில் வந்த செய்தி. எனவே, தெரிந்த விஷயத்தை, சினிமாவாக நீ எப்படிப் பண்ணியிருக்கே அதுதான் முக்கியம்.

மிஷ்கின் பேசும்போது சொன்னார், audience must be ready to accept, good film. 'நல்ல படம், நல்ல படம்'னு சொன்னால் என்ன? நல்ல சினிமா என்பது என்ன? ஐ திங்க் இதுக்கு... ஒரு டெஃபினிஷனும் கிடையாது. நல்ல சாப்பாடு என்பது என்ன? ஒரு ஐயரிடம் கேட்டால், 'சாம்பாரும் புளியோதரையும்' என்பார். என்கிட்ட கேட்டால், 'நல்ல ஒரு கோழிக்காலும், கருவாட்டுத் துண்டும்' என்பேன். நல்ல சினிமாவும் இந்த மாதிரிதான். நல்ல சினிமா என்பது, 'மக்களிடமிருந்து ரத்தமும் சதையுமாக பிய்த்து எடுக்கப்பட்ட ஒரு கதை.

மக்களுக்காக, மக்களுடைய மேம்பாட்டுக்காக எடுக்கப்பட்ட ஒரு கதை. ஊடக ஆளுமையுள்ள ஒரு படைப்பாளியால், எந்தவித சமரசங்களுக்கும் உட்படுத்தப்படாமல், இன்க்ளூடிங் கமர்ஷியல் காம்ப்ரமைஸஸ். நேர்மையோடும், கண்ணியத்தோடும் பண்ணப்படும்பொழுது அங்கொரு நல்ல சினிமா பிறப்பதற்கான

சாத்தியம் உண்டு என்று சொல்வேன்.

இளைஞர்களுக்கு நான் திரும்பத் திரும்ப சொல்கிறேன். நீங்க நிறைய படிக்கணும். ஆனா, படிக்க மாட்டேங்கறீங்க. என்னுடைய திரைப்பட பள்ளிக்கூடத்தில் *the first tamil film school in the world* அங்கே தமிழ்லதான் பாடம் சொல்லிக்கொடுக்கிறேன். எல்லோரும் தரைல உட்கார்ந்துதான் பாடம் படிக்கிறாங்க. நவீன தமிழிலக்கியம் அங்கே ஒரு கட்டாயப் பாடமாக இருக்கிறது. ஒரு நாளைக்கு ஒரு சிறுகதையை நீ படிச்சே ஆகணும். படிச்சா மட்டும் போதாது. புத்தகத்தை மூடி வச்சிட்டு, அந்தக் கதையை உன்னுடைய மொழியில் சொல்லணும். இந்தப் பயிற்சி ஒவ்வொரு நாளும் நடக்கிறது. ஏன் இந்தப் பயிற்சி கொடுக்கிறேன்?

என்னிடம் நிறையபேர் கேட்கிறார்கள். கதை நேரம் பண்றப்போ 52 கதைகளை எடுத்தீங்க சார். ஏன் புதுமைப்பித்தனை எடுக்கலை? அற்புதமான உன்னத படைப்புகள் இருக்கே. ஏன் இதையெல்லாம் நீங்க எடுக்கலை?ன்னு கேக்கறாங்க. லாசரா, பிச்சைமூர்த்தி, செல்லப்பா, ஜெயகாந்தன் இவங்களையெல்லாம் ஏன் எடுக்கலைன்னு கேட்கிறார்கள்.

அவங்க மேல உள்ள மரியாதை காரணமா நான் எடுக்கலை. ஊடக மாற்றம் என்று வரும்போது ரொம்ப அநியாயமான ஒரு விஷயத்தை நான் செய்ய வேண்டியிருக்கும்.

ஒரு சிறுகதையில் இருந்து நான் எதைக்கொண்டு போகலாம்? மாஸ்டர் பீஸ் என்று சொல்லப்படுகிற ஒரு கதையின் உள்ளடக்கமும், சொல்லப்பட்ட விதமும் சேர்ந்து, அற்புதமான ஒரு புணர்வு இருக்கும். அந்தப் புணர்வு காரணமாக அது உன்னதமாக இருக்கும். அதைப் படைப்பாளியினுடைய தமிழ் ஆளுமை, அவனுடைய பாண்டித்யம், சொற்தேர்வு, வாக்கிய லயம், கதை

சொல்கிற லாவகம் இதையெல்லாம் நான் என்ன பண்ணுவேன் சினிமாவில்? குப்பைக் கூடையில்தான் போடணும். *I dont want to do that.*

மேட்டர் என்னய்யா? அதைத்தானே நான் கொண்டு போகணும். என்னுடைய மொழி சினிமா. அந்த மொழியில்தான் சொல்வேன். முடிந்தால் உன்னைவிட பெட்டராக. எனவே இவர்களின் உன்னதங்களை தூர நின்று நான் கும்பிட்டதோடு சரி.

நல்ல சினிமா எடுத்தால், அதைப் பார்ப்பதற்கு ஆள் இருக்கணுமில்லையா? அப்படி இல்லையென்றால், நல்ல சினிமா எடுத்து என்ன பிரயோஜனம்? நல்ல சினிமாவைப் புரிஞ்சிக்கிற அளவுக்கு அவனுக்கு அறிவு இருக்கணுமில்லையா? இது எங்கிருந்து வரும்?

இளைஞர்கள் உலக சினிமாக்களை பார்க்க வேண்டும். உலக சினிமா இங்கே நிறைய கிடைக்கிறது. அது பைரஸியா இருந்தாலும் என்னவா இருந்தாலும் நான் வாங்குவேன். 20 ரூபாய்க்கு ஒரு உலகப்படம் கிடைக்குதுன்னா நான் வாங்குவேன். என்னை அரெஸ்ட் பண்ணி ஜெயில்ல போட்டாலும் கவலையில்லை''.

கனிமொழியம்மா வருவாங்கன்னு பார்த்தேன் வரவில்லை. ராஜாத்தியம்மா இருக்காங்களா இங்கே? கனிமொழியும் இல்லை. ராஜாத்தியம்மாளும் இல்லை. கலைஞருக்குப் போய்ச் சேரணும் ஒரு விஷயம். யாராவது அவர் காதுல போட்டு வச்சா சந்தோஷப்படுவேன்.

89-ல் அவருடைய 75-வது பிறந்தநாள்னு நினைக்கிறேன். கலையுலகம் மிகப்பெரிய விழா எடுத்தோம். அப்போது, சினிமா ரசனை பள்ளிக்கூடங்களில் கட்டாயப் பாடமாக்க வேண்டும். 11,

12ஆம் வகுப்பில் வாரத்தில் ஒருநாள் போதும். அப்படியொரு ஆடியன்ஸை நாம கிரியேட் பண்ணாத்தானே நல்ல சினிமா எடுக்க முடியும். ஆடியன்ஸே இல்லாம நல்ல சினிமா எடுத்து என்ன பண்றது? அந்த ஆடியன்ஸை பிரக்ஞைபூர்வமாக நாம் தயாரிக்கணும். நல்லது எது, நஞ்சு எது என்று தெரியணும். அது பள்ளிக்கூடங்களில் தான் சாத்தியம் என்று கோரிக்கை வைத்தேன். வெங்கட்ராமன் பிரசிடெண்ட்டாக இருந்தப்போ, டெல்லியில் ஒரு தடவை கோரிக்கை வைத்தேன். ரெண்டு பேருமே ஏற்றுக்கொண்டார்கள். ஆனால், இதுவரை சினிமாவைப் பாடமாக்கவில்லை.

## பாலுமகேந்திராவின் திரைமொழி 'சத்யஜித்ரேவின் திரைமொழி'யிலிருந்து உருவானது எப்படி?

1955-ல் தன் முதல் படமான 'பதேர் பாஞ்சாலி' மூலம் பெங்காலி இயக்குநராக சத்யஜித் ரே சினிமாவின், வாழ்வின் அழகியல் நிரம்பியதொரு திரைமொழியை உருவாக்கிக் காட்டினார். காட்சிக்குப் பின்னணியாக செயல்படும் இயற்கை காட்சி ஓட்டத்தினூடே ஊடாடும் இயல்பான ஒளியமைப்பு, எந்த நிலையிலும் பதற்றம் கொண்டு விரைய முனையாத படத்தொகுப்பு, திரைக்கதையின் உணர்வு நிலைக்கேற்ப காட்சிப்படுத்தப்படும் பருவ நிலை மாற்றங்கள், வசன உச்சரிப்பு - உடல் மொழி என நடிப்பு சார்ந்த எந்த விஷயத்தையும் தூக்கலாக்கிக் காட்டாமல் அவற்றை எளிமையாக்கி, நடிகர்களின் இயல்பு நிலையைக் காட்சிக்குள் தக்கவைத்துக் கொள்வது இப்படி ரே உருவாக்கிய அந்தத் திரைமொழி உலகெங்கிலும் தோன்றிய பல இயக்குனர்களிடம் தன் பாதிப்பை செலுத்தத் துவங்கியது. அத்தகைய பாதிப்பின் அடிப்படையில் தமிழில் உருவாகி வந்த திரைமொழி பாலுமகேந்திராவினுடையது. இதற்கான

சாட்சியங்கள் பாலுமகேந்திரா இயக்கிய படங்களெங்கும் காணக் கிடைக்கின்றன.

தமிழ் சினிமாவில் செயல்படத் துவங்கிய, சினிமாவின் அழகியல் கூறுகள் நிரம்பிய, முதல் நுட்பமான திரைமொழி இதுவே. இதுவரை தமிழ்த் திரையில் ஊடகம் சார் அமைதி வெளிப்பட்டிருப்பதும் பாலுமகேந்திரா கைக்கொண்ட இந்தத் திரைமொழி மூலம் மட்டுமே. இப்படி பாலுமகேந்திரா தமிழுக்குப் பெற்றுக்கொடுத்த திரைமொழி திறந்து காட்டிய சாத்தியங்களை அடிப்படையாகக் கொண்டு மணிரத்னம், பாலா, ராம் போன்ற இயக்குனர்கள் தமிழில் உருவாகி வந்தார்கள்.

இவர்கள் பாலுமகேந்திராவின் திரைமொழியை அப்படியே பின்பற்றவில்லை. அதன் அடிப்படைக் காரணிகளை மட்டும் எடுத்துக் கொண்டு தங்களுடையதேயான ஒரு திரைமொழியைத் தங்கள் ஆளுமையின் போக்கிலும், தாம் உருவாக்க விரும்பும் சினிமாவின் வணிகத் தேவைக்கு ஏற்றபடியும், வளர்த்தெடுத்துக் கொண்டார்கள். அதுவே அவர்களை முக்கியமான இயக்குனர்களாக இன்று முன் நிறுத்தியிருக்கிறது.

நாம் இங்கே பேசிக் கொண்டிருப்பது திரைமொழி பற்றியே தவிர உள்ளடக்கம் பற்றியல்ல. உள்ளடக்கம் என்பது எவரும் எவரிடமிருந்தும் பெற்றுக்கொள்ளக் கூடியது அல்ல. அவரவர் வாழ்க்கைப் பார்வை அவரவருக்குப் பெற்றளிக்கும் தனித்தன்மை அது. அதாவது இலக்கியத்தில் புதுமைப்பித்தன் உருவாக்கிய உரைநடை பின் எழுத வந்த பலரிலும் பாதிப்பு செலுத்தியது இல்லையா, அது போன்ற தோரணையில் சத்யஜித் ரே உருவாக்கிய திரைமொழி பாலுமகேந்திராவின் மூலம் தமிழ் சினிமாவுக்குள் அறிமுகமானது. ஆனால் அதன் பயன்பாட்டு ரீதியில் சத்யஜித்

ரேவுக்கும் பாலுமகேந்திராவுக்கும் பல வித்தியாசங்கள் உண்டு. சத்யஜித் ரே தன் திரை மொழியை பயன்படுத்தி தன் வாழ்வியல் பார்வையைத் தீவிரமான கலைப்படைப்புகளாக்கிக் கொண்டிருந்தார்.

முக்கியமாக ரேவின் படைப்புகளுக்கிடையில் வலுவானதொரு தத்துவார்த்த தேடல் ஆழமாகச் செயல்படுவதுண்டு. அது உலக அரங்கில் கொண்டாடப்பட்டு உலகின் மிக முக்கியமானதொரு இயக்குனராக அவர் அறியப்பட காரணமாக இருந்தது. உலக அரங்கில் அங்கீகரிக்கப்பட்டதன் மூலம் ரேவுக்குத் தொடர்ந்து தன் படைப்புகளில் முழு சுதந்திரம் வாய்த்தது. பாலுமகேந்திராவிடம் அது நிகழவில்லை. பாலுமகேந்திராவின் படங்கள் தத்துவ ரீதியாக மிகக் குறைவான திறப்புகளை மட்டுமே உருவாக்க வல்லவை. அதுவும் இங்கொன்றும் அங்கொன்றுமாக மட்டுமே, இது அவரது படைப்புகளின் வீச்சினைக் குறுக்கலாக்கி விடுகிறது. தவிர உள்ளூர் சந்தைக்கு ஏற்றபடி பல இடங்களில் வளைந்து கொடுத்துப் போக வேண்டியிருந்தது.

கலைத்தரத்தின் மேல் தீவிரமான பற்றும் காதலும் மிக்க பாலுமகேந்திரா, வளைந்து கொடுப்பதை ஆனவரை தவிர்க்க முயன்றார். அது கிட்டத்தட்ட ஒரு போராட்டமாகவே மாறியது. விளைவாக, முதல் படத்தில் துவங்கி இன்றுவரையிலான 31 வருடங்களில் இதுவரை 18 படங்களே அவரால் இயக்க முடிந்திருக்கிறது. இந்த 18 படங்களிலும், 'வீடு', 'சந்தியாராகம்' என்ற இரண்டு படங்களில் மட்டுமே எந்தவித சமரசமுமின்றி, தன்னால் முழுச் சுதந்திரத்துடன் இயங்க முடிந்திருக்கிறது என்று அவர் தன் பேட்டி ஒன்றில் பதிவு செய்திருக்கிறார். மிச்சமுள்ள 16 படங்களில் 'மூன்றாம் பிறை' போன்ற அற்புதங்களும், ''ஐந்து பாட்டு, நான்கு

ஃபைட்டு இது தானய்யா நீங்க கேக்குறது'' என்று சூழல் மேல் கோபம் கொண்டு அவர் இயக்கிக் காட்டிய 'நீங்கள் கேட்டவை' போன்ற சராசரித்தனங்களும் சமபங்கில் நிகழ்ந்திருக்கின்றன.

'மூன்றாம்பிறை' அவர் இயக்கிய படங்களில் உன்னதமான கலைப் படைப்பாகக் கூடிய அத்தனை சாத்தியங்களும் கொண்டது. அதற்குத் தடையாக நிற்பது பாலுமகேந்திராவே பல இடங்களில் குறிப்பிடுவது போல், அதில் அவர் செய்து கொண்டிருக்கும் பல வகை சமரசங்கள். குறிப்பாக பூங்காற்று பாடலைத் தவிர படத்தில் இடம் பெற்றிருக்கும் பிற பாடல்களும் படத்தின் இறுதிக் காட்சியும். கமல் போன்ற திறமை மிக்கதொரு நடிகர், ரயில்வே நிலையக் காட்சி ஒன்றில் பலவித சர்க்கஸ் காட்சிகளைச் செய்து காட்டி பார்வையாளர்களின் கவனத்தைக் கவர்ந்தாக வேண்டியிருப்பது தமிழுக்கே உரிய சாபக்கேடு. அத்தகைய அதீதங்கள் மூலமே ஒரு துக்கத்தை தமிழ் மக்களுக்குப் புரியவைக்க முடிந்திருக்கிறது!

அசலில் இதுபோன்ற அதீதங்கள் இல்லாமலே அதே காட்சியை பாலுமகேந்திராவால் வலுவாக உருவாக்கிக் காட்டியிருக்க முடியும். உண்மையில் அந்த இறுதிக் காட்சி பார்வையாளனைக் கவர்வதற்காகப் பயன்படுத்தப்பட்ட உத்திதானே தவிர, கதாநாயகியின் நினைவை மீட்டுக் கொண்டுவர செய்தாக வேண்டிய சாகஸங்களாக எனக்குத் தோன்றவில்லை. 'வீடு' படத்தில் பாலுமகேந்திராவுக்கு வாய்த்த சுதந்திரம் 'மூன்றாம் பிறை'யில் வாய்த்திருந்தால் ஒருவேளை அது அவருக்கு உலக அரங்கில் புகழ்பெற்றுக் கொடுத்திருக்கக்கூடும் என்று தோன்றுகிறது. இத்தனைக்கும் நடுவே பாலுமகேந்திரா சினிமா என்று சொல்லத்தகுந்த ஒரு முத்திரை அவரது எல்லாப் படங்களிலும் அழுத்தமாகப் பதிந்திருக்கிறது. அவரது

படங்களுக்கென பொது அம்சங்களும் பல உண்டு. அவற்றுள் சில!

பாலுமகேந்திராவின் படங்களில் வரும் மைய கதாபாத்திரங்கள் பெரும்பாலும் மிடில் கிளாஸ், லோயர் மிடில் கிளாஸ் போன்ற சொற்களால் குறிக்கப்படும் நடுத்தர வசதி படைத்த மனிதர்களாக இருக்கிறார்கள். சராசரி கனவுகளுடன் சாதாரணமாக நகர்ந்து கொண்டிருக்கும் அவர்கள் வாழ்வில் சட்டென்று விதிவசமாகப் பெரிய மாற்றம் ஒன்று நிகழ்ந்து அவர்கள் வாழ்வின் போக்கே மாறத் துவங்கிவிடும். உதாரணம்,

பள்ளிக்கூடத்தில் வாத்தியாராகப் பணிபுரியும் கதாநாயகனின் வாழ்வில் ஒரு மனநலம் பாதிக்கப்பட்ட பெண் வருகை தருகிறாள். அது அவன் வாழ்வை மாற்றத் துவங்குகிறது (மூன்றாம்பிறை). சீரியலுக்குக் கதை எழுதும் எழுத்தாளர் ஒருவருக்கு ஆக்ஸிடென்ட் நிகழ்கிறது.அவரது தீவிர ரசிகை ஒருத்தி அவரைக் காப்பாற்றுகிறாள். அந்த ரசிகை கொண்டிருக்கும் அபிமானம் மனநோய் கூறாக மாறி எழுத்தாளரின் வாழ்வு கேள்விக் குறியாகிறது (ஜூலி கணபதி). கண்டிப்பான தந்தையுடன் போராடிக் கொண்டிருக்கும் மகன் ஒருவன் குடித்துவிட்டு நண்பர்களுடன் இரவு வீடு திரும்புகையில் போலிஸிடம் மாட்டுகிறான். போலீஸ் ஸ்டேஷனில் ஓரினச்சேர்க்கையாளன் ஒருவனுடன் மோதல் ஏற்பட அது அவனைக் கொலைகாரனாக்கி வாழ்வை மாற்றி வைத்து விடுகிறது (அது ஒரு கனாக் காலம்).

அவரது கதையில் வரும் பெண்கள் வழக்கமான தமிழ் சினிமா கதாநாயகிகள் போல் ஊறுகாயாகப் பயன் படுத்தப்படுவதில்லை. மாறாக, முழு கவனமும் கொடுக்கப்பட்டு முக்கியமான கதாபாத்திரங்களாக சித்தரிக்கப்படுகிறார்கள்.

பாலுமகேந்திராவால் பாடல்கள் திரைக்கதையினுள்

புகுத்தப்படுவதை ஏற்க முடிவதில்லை. அவற்றைத் தவிர்க்கவோ குறைக்கவோ முயல்கிறார். அது முடியாதென்ற நிலையில், குறிப்பாக மெலடிக்களை உறவின் வளர்ச்சியை சொல்ல பின்னணி இசை போல் பயன்படுத்துகிறார். நடனத்தையும் ஆனவரை தவிர்த்து விடுகிறார். இதனால் சம்பந்தப்பட்ட ஆண், பெண் இருவரும் வெவ்வேறு இடங்களில் அமர்ந்து பேசிச் சிரிப்பது, கைகோர்த்துக் கொண்டோ, தோளுடன் தோள் உரசியபடியோ நடந்து செல்வது, தலைமுடியைக் கோதி விளையாடுவது போன்ற பிம்பங்கள் படங்கள் தோறும் மீளமீள காணக் கிடைக்கின்றன. இதில் நடை வேகம் உறவின் வளர்ச்சி வேகமாகவும், சிரிப்பு உறவின் கவிதைத்தனமாகவும், சிணுங்கல்கள் சிறுசிறு ஊடல்களாகவும் பாடல்களுக்குள் படத்தொகுப்பின் மூலம் சரியான இடங்களில் இணைக்கப்பட்டு காட்சியாக்கம் பெருகின்றன.

அவரது படங்களில் முக்கியமாகப் பயன்படுத்தப்படும் இடங்கள் உணவுவிடுதிகள். கதாபாத்திரங்கள் சக கதாபாத்திரங்களுடன் காபி பருகிக் கொண்டோ டிபன் சாப்பிட்டுக் கொண்டோ பேசுகிறார்கள்.

அவர் இதுவரை காட்டியிருக்கும் அலுவலகங்கள் அனைத்தும் கிட்டத்தட்ட ஒரே மாதிரியானவை. மேஜைகள் அவற்றின் மேல் ஃபைல்கள், அருகில் ஒரு தொலைபேசி. அனேகமாக கதாபாத்திரம் காட்சியின் துவக்கத்தில் கையில் பேனாவை வைத்துக் கொண்டு ஃபைலைப் பார்த்துக் கொண்டிருக்கும். அப்போது வேறொரு கதாபாத்திரம் உள்ளே நுழையும் அல்லது தொலைபேசி சிணுங்கும்.

காட்சிக்குள் பதற்றத்தைக் கொண்டு சேர்க்கும் என்று

நினைப்பாரோ என்னவோ, சென்னை போன்ற மாநகரின் பரபரப்பு நிலைக்கு பாலுமகேந்திரா அதிகம் காட்சி பூர்வமாக முக்கியத்துவம் கொடுப்பதில்லை. காட்சிகளுக்கிடையே பொழுதுகளின் மாற்றங்களைக் காட்டும் வகையில் ஒருசில குறுக்குக் காட்சிகளாக மட்டும் காட்டிவிட்டு வீடுகளுக்குள் நுழைந்து விடுகிறார். அவரது படங்களில் மாநகரின் வாகனப் போக்குவரத்தும் ஜனசந்தடியும் பெரும்பாலும் ஒலிகளாகவே பயன்படுத்தப்படுகின்றன. அதே சமயம் மலைப் பிரதேசமோ கிராமத்தையோ வசிப்பிடமாகக் கொண்ட கதாபாத்திரங்கள் என்றால் அதிக உற்சாகத்துடன் இயற்கையை விஸ்தாரமான பின்னணியாகப் பயன்படுத்துகிறார்.

மேற்குறிப்பிட்ட பொது அம்சங்களின் முதல் இரண்டைத் தவிர மற்ற நான்கும் பாலுமகேந்திராவின் படைப்புலகுக்கென்று ஒரு எல்லையை உருவாக்கி பார்வையாளன் முன்வைக்கிறது. எல்லை என்பது சில சமயம் அனுகூலம் சேர்க்கும் வசதியாகவும், சில சமயம் பாரமானதொரு தடையாகவும் அமைந்துவிடும் தன்மை கொண்டது. ஆகவே அவரவர் பார்வைக் கோணத்திற்கேற்ப சில எல்லைகள் சுவாரஸ்யமானதாகவும் சில எல்லைகள் சலிப்பூட்டுவதாகவும் தோன்றக்கூடும். அவற்றைத் தாண்டி இது பாலுமகேந்திரா கட்டமைத்துக் காட்டும் அவருடையதானதொரு உலகம் என்று புரிதல் கொள்வோமானால் அதன் மூலம் ஒரு பார்வையாளனாக வேறு சில புரிதல் தளங்களுக்கு நம்மை நாமே நகர்த்திக் கொள்ள அது வசதி செய்து கொடுக்கும்.

மற்றபடி, நம் சமூகத்தில் வணிகம் சார்ந்தே எல்லா விஷயங்களிலும் வெற்றி, தோல்வி போன்ற பதங்கள் பொருள் கொள்கின்றன. பெங்காலியில் எத்தனையோ பணம் சம்பாதித்த இயக்குனர்கள் இருந்திருக்கிறார்கள். இன்றும் இருக்கிறார்கள். அவர்களையெல்லாம் எவரும் அவரவர் காலத்தைக் கடந்து

நினைவில் வைத்துக் கொண்டிருக்கப் போவதில்லை. ஆனால் சத்யஜித் ரே இன்னும் 100 ஆண்டுகளானாலும் உலகெங்கிலும் பல சினிமா ஆர்வலர்களின் நினைவில் தங்கி இருப்பார். அதுவே ஒரு கலைஞனின் வெற்றி. சொல்லப்போனால் ஒரு மானுட வாழ்வின் வெற்றியும்கூட.

தமிழில் இனி எப்போதும் தமிழ் சினிமாவின் கலைத்தரம் பற்றி ஒருவர் பேசத் துவங்கினால், அதன் ஆரம்பப் புள்ளி, தமிழ்த் திரையில் ஊடகம்சார் அமைதியை முயன்று பார்த்தவர், நுட்பமானதொரு திரைமொழியை அறிமுகப்படுத்தியவர், வணிகத்தைத் தாண்டி தீவிரமான கலை ஈடுபாடு காட்டியவர் என்ற வகையில் பாலுமகேந்திரா பற்றிய பேச்சாகவே இருக்கும். அப்படிப் பார்த்தால் தமிழ் சினிமாவில் பாலுமகேந்திரா அளவுக்கு வெற்றி பெற்ற இயக்குனர் இதுவரை வேறொருவர் இல்லை.

# மௌனிகாவும் என் மனைவிதான் - பாலுமகேந்திராவின் ஒப்புதல் வாக்குமூலம்

*நாலைந்து வாரங்களுக்கு முன்னால் பாலுமகேந்திராவுக்கு மாரடைப்பு என்ற செய்தியைப் பார்த்தவர்கள் ஒரு கணம் அதிர்ந்து போயிருப்பார்கள். என்ன நடந்தது?*

*ஜுலை 15-ம் தேதி அதிகாலை கட்டிலில் இருந்து எழுந்தேன். தரையில் கால் ஊன்றி ஒரு அடிகூட எடுத்து வைக்கவில்லை. பிடுங்கி எறியப்பட்டது போல் சுவரில் மோதி அப்படியே விழுந்தேன். என் இடது கால், உடம்பின் கனம் தாங்காமல் துவண்டு சுருண்டது. எழுந்திருக்க முயற்சி செய்தேன். ம்ஹும்... முடியவில்லை. கை கால்களை அசைக்க முடியவில்லை. அடடா... என்னவோ பிரச்னை என்று புரிந்துவிட்டது. உடனே என் மனைவி அகிலா ஓடிவந்தார். என் உதவியாளர் செந்திலும் உடன்வர, பதினைந்து நிமிஷத்தில் விஜயா மருத்துவமனையில் இருந்தேன். எனக்கு ஏற்பட்டது மாரடைப்பு அல்ல. ஸ்ட்ரோக்! மூளைக்கு ரத்தம் கொண்டு செல்லும் குழாயில் லேசாக அடைப்பு ஏற்பட்டதால் உண்டான ஸ்ட்ரோக்.*

அது ஒரு கனாக் காலம் படப்பிடிப்புக்கு தனுஷ் தேதிகளை ஒதுக்கித் தராததால் மன உளைச்சல் ஏற்பட்டு, அதனால் மாரடைப்பு வந்தது என்று வந்த செய்தியில் துளியும் உண்மை கிடையாது. தனுஷ் உடன் பணிபுரிவது சந்தோஷமான விஷயம்.

என் மன உளைச்சலுக்கான காரணங்கள் வேறு. எனது ஜூலி கணபதி படம் தேசிய விருதுக்கு அனுப்பப்பட வில்லை என்ற செய்தி அறிந்ததும் அதிர்ந்துபோனேன். படப்பெட்டியை வாங்கி போட்டிப் படிவங்களை நிரப்பி, நானே அதை அனுப்பியிருக்க வேண்டும். சரிதாவுக்குக் கிடைத்திருக்க வேண்டிய தேசிய விருது என் கவனக்குறைவு காரணமாகக் கிடைக்காமல் போய்விட்டதே என்று வருத்தமாகிவிட்டது.

அடுத்து, எனது சம்பளப் பாக்கியில் ஒரு குறிப்பிட்ட தொகையைத் தருவதாகச் சொல்லியிருந்த தயாரிப்பாளரால் ஏனோ தரமுடியவில்லை. பாவம். அவருக்கு அருடைய பிரச்சனைகள். அதே நேரத்தில் நான் பணம் தரவேண்டிய ஒருவர், நான் வேலை செய்துகொண்டிருந்த இடத்திற்கே வந்து பலர் முன்னிலையில் என்னை அவமரியாதையாகப் பேசிச் சென்றார். அதுவும் மனஉளைச்சலுக்கான காரணம். பிறகு, எனது மருத்துவச் செலவுகளை மகன் ஷங்கியும், எனது துணைவி மௌனிகாவும் கவனித்துக்கொண்டார்கள்.

''மௌனிகா உங்கள் துணைவியா?''

ஆமாம். மௌனிகாவும் என் மனைவிதான். இந்த இடத்தில் மௌனியைப் பற்றியும், எனக்கும் அவளுக்குமான உறவு பற்றியும் நான் கொஞ்சம் விரிவாகப் பேசவேண்டியிருக்கிறது.

மௌனிக்கும் எனக்குமான உறவு ஒரு நடிகைக்கும்

டைரக்டருக்குமான படுக்கையறை சம்பந்தப்பட்ட உறவு என்றுதான் பலர் நினைப்பார்கள். ஆனால், உண்மை அதுவல்ல! ஏறக்குறைய இருபது வருஷங்களுக்கு முன் ஆரம்பித்த உறவு அது. இனியும் எதையும் நான் மறைப்பதற்கில்லை.

ரொம்பவும் உடைந்துபோன ஒரு தருணத்தில், நான் உங்ககூடவே இருந்திரட்டுமா? என்று கண்கலங்கி நின்ற, அந்த சின்னப் பெண்ணுக்குப் புரியும்படி புத்திமதி சொல்லி, அந்த உறவை நான் முளையிலேயே கிள்ளிப் போட்டிருக்கவேண்டும். ஏனோ, அதை நான் செய்யவில்லை.

அந்த அபலைப் பெண்ணின் கேள்விக்குப் பின்னே இருந்த வேதனை, அவமானம், வலி அனைத்தையும் நான் அறிவேன். புத்திபூர்வமாக வாழாமல், உணர்வு பூர்வமாக மட்டுமே வாழத் தெரிந்த என்னை அது வெகுவாகப் பாதித்தது. அதன் விளைவுதான் எனக்கும் மௌனிக்குமான உறவு.

சினிமாவையும் இலக்கியத்தையும் அசுர வெறியோடு நேசிக்கும் எனக்கு, என் வாழ்க்கைத் துணையும் சினிமாவோடும், இலக்கியத்தோடும் சம்பந்தப்பட்டவளாக, என் அலைவரிசையில் இருப்பவளாக வேண்டும் என்று ஒரு பேராசை. இது அபத்தமான ஆசை. முட்டாள்தனமான எதிர்பார்ப்பு என்பதும் எனக்குத் தெரியும். அபத்தங்களும் முட்டாள் தனமும் நிறைந்ததுதான் என் வாழ்க்கை. ஏகப்பட்ட குழப்பங்கள் நிறைந்த என் வாழ்க்கையில் நேர்த்தியாக நான் வைத்திருக்கும் ஒரே விஷயம் சினிமாதான்.

இந்த உறவை ஆரம்பிப்பதற்கு முன், என் அகிலாவைப் பற்றி நான் யோசித்திருக்க வேண்டும். இந்த உறவு எவ்வளவு தூரம் அவளைப் புண்படுத்தும், வேதனைக்குள்ளாக்கும் என்றெல்லாம் எண்ணிப் பார்த்திருக்க வேண்டும். வாழ்க்கையை அந்தந்த

நொடிகளாகவே இன்றுவரை வாழ்ந்து கொண்டிருக்கிற எனக்கு என் அகிலாவின் துக்கத்தை நினைத்துப் பார்க்க அப்போது தோன்றவில்லை. உள்ளும் புறமும் அழகானவள் அகிலா. எனக்கு மனைவியாக வந்தபோது, அவளுக்குப் பதினெட்டு வயது. சரியாகப் புடவை கட்டக்கூடத் தெரியாத வெகுளிப்பெண். அகிலாவைப் போன்ற பத்தினிப் பெண்கள் பரிசுத்தவாதிகள் புராணகாலத்தில் தான் இருந்திருக்கிறார்கள். இந்த யுகத்தில் பிறந்திருக்க வேண்டிய பெண்ணல்ல அகிலா. என்னைப் போன்ற ஒரு பித்தனுக்கு வாழ்க்கைப்பட்டிருக்க வேண்டியவள் அல்ல. கனவுகளைத் துரத்தியபடி சதா ஓடிக்கொண்டு இருக்கும் நாடோடி நான். எனக்கு மனைவியாக வந்ததுதான் அகிலாவுக்கு ஏற்பட்ட மிகப்பெரிய துரதிர்ஷ்டம்.

மனைவியைத் தவிர மற்றொரு பெண்ணை ஏறெடுத்தும் பார்க்காத மனசால்கூட நினைக்காத ஒரு நல்ல ஆண்மகனுக்கு வாழ்க்கைப்பட்டிருக்க வேண்டியவள் அகிலா. என்னை மாதிரி ஒரு கோணங்கிக்கு வாழ்க்கைப்பட்டது அவள் விதி. இந்தப் பத்தினிக்கு வலிகளையும் காயங்களையும் தவிர, வேறு என்ன தந்தேன் என்று நினைக்கும்போது எங்காவது கண்காணாமல் போய்விடத் தோன்றுகிறது.

''இவ்வளவு வேதனைப்படுகிற நீங்கள் ஏன் உங்கள் வாழ்வை இத்தனைச் சிக்கலாக்கிக் கொண்டீர்கள்?''

''காரணம் மௌனியின் பேரன்புதான். நீங்க எனக்கு தாலி கட்ட வேண்டாம். உங்க காசு, பணம், சினிமா எதுவும் எனக்கு வேண்டாம். உங்கள் மூலமாக ஒரு குழந்தை கூட வேண்டாம். நீங்கள் என்னருகில் இருங்கள். அது போதும்! என்று சொல்லும் ஒரு ஆத்மாவை நான் எப்படி உதறித் தள்ளுவது? தன் இளமைக்

காலத்தை எனக்காக, என்னுடன் பகிர்ந்து கொண்டவளை எப்படி உதற? என் உறவு காரணமாகப் பழிச்சொல், அவமானம் அடைந்தவள் அவள். நான் வேலை இன்றி இருந்த மாதங்களில், தான் மட்டும் மாங்கு மாங்கென்று உழைத்து, பொருளாதார ரீதியாகவும் என்னைத் தாங்கிப் பிடித்தவள். இந்த செவ்வாய்கூட எனக்காக மாங்காடு அம்மன் கோயிலுக்கு வீட்டிலிருந்தே நடந்து போய், அங்கப்பிரதட்சணம் செய்திருக்கிறாள். ஒரு பெண்ணின் பூரணமான அன்பையும் அழுத்தமான பக்தியையும் உணர்ந்தவர்களால் எங்கள் உறவைப் புரிந்துகொள்ள முடியும்.

இருபது வருடங்கள், தன்னுடைய எல்லாவற்றையும் எனக்காக அர்ப்பணித்துவிட்டு இப்போது 35 வயதாகும் மௌனியை எப்படி நான் தூக்கிப்போடுவது? அதே சமயம், என் அகிலாவை நான் எந்தக் காலத்திலும் எவளுக்காகவும் விட்டு விலகியவன் அல்ல. அவளை நான் ஆத்மார்த்தமாக, ஆழமாக நேசிக்கிறேன். என்றாவது ஒரு நாள், என் நெஞ்சில் நிறைந்து வழியும் அன்பை, பொங்கிப் பிரவாகமெடுக்கும் பாசத்தை அகிலா புரிந்துகொண்டால் எனது இறுதி மூச்சு நிம்மதியாகப் பிரியும்!

"மௌனிகாவுக்கும் உங்களுக்குமான உறவில், உங்கள் மகன் ஷங்கியின்நிலை என்ன?"

"ஷங்கி என் சிநேகிதன். என்னை அணுஅணுவாகப் புரிந்தவன். மௌனி மீது கோபப்படவோ அவளை அவமரியாதை செய்யவோ அவனால் இயலாது. அன்பும் கருணையும் மென்மையும் கொண்ட கம்பீரமான ஆண் ஷங்கி. எனக்கும் மௌனிக்குமான உறவை அவன் அங்கீகரிக்கின்றானா இல்லையா என்பது எனக்குத் தெரியாது. ஆனால், நிச்சயமாக அவன் அதை முழுவதுமாகப் புரிந்துகொண்டு இருக்கிறான். என்னை என் பலங்களோடும்,

பலவீனங்களோடும் நேசிப்பவன் ஷங்கி''.

''மௌனிகாவைத் திருமணம் செய்துகொண்டீர்களா?''

''என் சுகதுக்கங்களில் பங்கு கொண்டு நல்ல துணையாக, நல்ல சிநேகிதியாக, சமயங்களில் தாயாகக்கூட என்னைப் பாதுகாக்கிற பெண்ணை சினிமா வட்டாரத்தில், பாலுமகேந்திரா வெச்சுக்கிட்டிருக்கிற பொண்ணு என்று கொச்சையாகக் குறிப்பிடுவதை என்னால் சகிக்க முடியவில்லை. அதனால் 98-ம் ஆண்டு குடியரசு தினத்தன்று அவளுடன் நான் அடிக்கடி செல்லும் ஒரு சிவன் கோயிலில் வைத்துத் தாலி கட்டினேன்.

மௌனி கழுத்தில் இருப்பது நான் கட்டிய தாலிதான். ஒரு குழந்தை பெற்றுக் கொண்டால் பிற்காலத்தில் என் குடும்பத்தில் பிரச்னைகள் வருமோ என்ற ஒரு காரணத்துக்காக தாயாக வேண்டும் என்ற ஆசையைக் கூடத் தவிர்த்தவள் அவள்.

''மருத்துவமனையில் இருந்த நாட்கள் எப்படியிருந்தன?''

''என்னையும் என் சினிமாவையும் நேசிக்கிறவர்கள் வந்திருந்தார்கள். பாரதிராஜா, மணிரத்னம், பாலசந்தர், செல்வராகவன், தனுஷ்... இப்படி சொல்லிக்கொண்டே போகலாம். மணிரத்னம் எனக்கே தெரியாமல் ஐம்பதாயிரம் ரூபாய்க்கு செக் கொடுத்துவிட்டுப் போயிருக்கிறார்''.

''உங்கள் சிஷ்யன் பாலா வந்திருந்தாராமே?''

''நான் அட்மிட் ஆன முதல் நாளே வந்தாராம் பாலா. இன்டென்சிவ் கேர் ரூமில் இருந்ததால் பார்க்க முடியவில்லை. மூன்றாவது நாள் மீண்டும் வந்தார். என் கால்களைத் தொட்டு வணங்கினார். என் நெற்றியில் முத்தம் தந்தார். என்னை அள்ளி

அணைத்துக் கொண்டு, என் காதருகில் நீங்க சிங்கம் சார். சீக்கிரமா எழுந்து நடமாட ஆரம்பிரச்சிருவீங்க என்றார். நான் கண்ணீரில் கரைந்தேன். வார்த்தைகள் இன்றி நின்ற அந்தக் கணத்தை அப்படியே சொல்ல இயலாது. கடினம், என் அருகிலேயே வைத்து, நான் சினிமா சொல்லிக் கொடுத்து வளர்த்த பிள்ளையல்லவா பாலா"

"உங்கள் இருவருக்குமான மனபேதங்கள் மறைந்தனவா?"

'Forgive and you shall be forgiven' என்ற இயேசுபிரானின் வார்த்தைகளில் அசையாத நம்பிக்கையுள்ளவன் நான். பாலா தன் மனைவியுடன் வந்து ஆசீர்வாதம் வாங்க வேண்டும் என்று சொல்லியிருக்கிறார். நான்தான் முழுமையாகக் குணம் அடைந்த பிறகு பார்க்கலாம் என்று சொல்லித் தள்ளிப்போட்டிருக்கிறேன். நிஜமாகச் சொன்னால் சரியான காரணம் அதுவல்ல.

ஆசி வாங்க வரும்போது பாலாவுக்குப் பரிசாகத் தர மிக உயர்ந்த துணிமணிகள் எடுக்க வேண்டும். அந்தப் பெண்ணுக்கும் நல்ல பட்டுச்சேலை தரவேண்டும் என்பது என் விருப்பம். அதற்குப் போதிய பணம் இப்போது என்னிடம் இல்லை. பணம் வந்ததும் பாலாவுக்குச் சொல்லி அனுப்ப வேண்டும்.

என்னைப் போல அல்லாது ஒரு நல்ல கணவனாகவும், நல்ல தகப்பனாகவும், நல்ல மனிதனாகவும் பாலா திகழ இறைவனைப் பிரார்த்திக்கிறேன்.

என் மகன் பாலா. தமிழுக்கு மூன்று நல்ல படங்களைத் தந்திருப்பதும் தமிழ் சினிமாவின் முக்கிய இயக்குநராக மதிக்கப்படுவதும் என் சினிமா வாழ்வில் நான் சந்தோஷப்படுகிற விஷயம்.

# இலக்கிய மொழியிலிருந்து திரை மொழி
# - பாலுமகேந்திரா

தொடர்புகொள்ளுவது தான் மனித இனத்தின் சிறப்பான அம்சம். தொடர்பு கொள்வது என்கிற விசயம் மட்டும் இல்லை என்றால் உலகமே ஸ்தம்பித்து விடும். தொடர்பு கொள்ளுதல் எவ்வாறு நடைபெறுகிறது? தொடர்பு கொள்வதற்கு அத்யாவசியமாக தேவைப்படுவது மொழி. மொழி என்கிற போது அதற்கு முதலாவது அர்த்தம் தமிழ், ஆங்கிலம் போன்றவற்றைக் குறிக்கும். இதை அடுத்துப் பார்த்தோமானால், ஓவியம் ஒரு மொழி; சிற்பம் ஒரு மொழி; நடனம், இசை போன்றவை எல்லாமே தொடர்பு கொள்வதற்கு நாம் பயன்படுத்தும் விஷயங்கள். அதைப் போல மௌனம் அழுத்தமான-ஆழமான மொழி. பலர் அதனை உணர்வதில்லை. ஆயிரம் வார்த்தைகள் சொல்ல முடியாததை உனது மௌனம் உணர்த்திவிடும். இப்படி பல மொழிகள் இருக்கின்றன. மொழி என்ற ஊடகம் எப்படி இயங்குகின்றது? எழுத்து, வார்த்தைகள் என்கிறபோது அதற்கான அர்த்தம் இன்றியமையாததாக இருக்கிறது. நமது தாய்மொழியான தமிழை அதிகமாக நேசிக்கிறோம். இந்த மொழி தெரியாத இந்திக்காரனுக்கு

ஒன்றுமே இல்லை; அதேபோல அவனுடைய மொழி எனக்கும் ஒன்றுமே இல்லை. மொழி தெரியாதவர்களுக்கு இவை வெறும் சப்தங்கள் தான்.

வார்த்தைகள் என்று வருகிற போது அதற்கான அர்த்தங்கள் என்பவை இன்றியமையாதவை. சில வார்த்தைகளுக்கு ஒரே அர்த்தந்தான் இருக்கும். இன்னும் சில வார்த்தைகளுக்கு பல்வேறு அர்த்தம் இருக்கும். சில வார்த்தைகளுக்கு அந்த வார்த்தை உபயோகப்படும் இடம், தொனி, உணர்வுகள் அனைத்துமே அர்த்தத்தைத் தீர்மானிக்கக் கூடியவையாக இருக்கும். ''நாங்க போய்ட்டு வரட்டுமா?'' என்பதற்கு, ''சரி, போய்ட்டு வா'' என்பதை சாதரணமாகச் சொல்லும்போதும், அதையே அழுத்திச் சொல்லும் போதும் அதன் அர்த்தம் வேறுபடுகிறது. அதே போல சொல்லப்படும்போது வெளிப்படும் முகபாவம், மாடுலேசன் போன்றவையும் அர்த்தத்தை வேறுபடுத்துகின்றன. ஆக, மொழி என்று வருகிறபோது, எழுத்து, வார்த்தை, அர்த்தம் என்கிற ஒரு தளத்தில் அது இயங்கிக் கொண்டிருக்கிறது. எந்தவொரு மொழிக்கும் அதற்கான இலக்கணம் வகுக்கப்பட்டிருக்கிறது. இலக்கணங்கள் முதலில் தோன்றி இருக்க வாய்ப்பில்லை. பிற்காலத்தில் மொழி நன்றாகப் புழங்க ஆரம்பித்ததிலிருந்துதான் இலக்கணம் வரையறுக்க ஆரம்பித்தார்கள்.

இதே போல, சினிமாவும் ஒரு மொழி! ஓவியம் போல, சிற்பம் போல, தமிழ் போல சினிமாவும் ஒரு மொழி. அதற்கான இயங்குதளம் இருக்கிறது. அதற்கான அடிப்படைகள் இருக்கின்றன. அதற்கான தனிப்பட்ட இலக்கணம் இருக்கிறது. அதைப் புரிந்துகொண்டால் மட்டுமே சினிமாவை நாம் கையாள முடியும் என்று நான் கருதுகிறேன். இலக்கணமே தெரியாமல் மொழியைத் தாராளமாக உபயோகப்படுத்தலாம். நமது

கிராமங்களில் உள்ள மக்கள், இலக்கணம் தெரிந்துதான் தமது தமிழ்மொழியைப் பயன்படுத்துகிறார்களா என்பது இல்லை என்று உங்களுக்குத் தெரியும். அதைப்போல சினிமாவின் நுணுக்கமான இலக்கணங்களைத் தெரிந்து கொள்ளாமலே சினிமா பண்ணலாம்; வெற்றியும் பெறலாம் என்பது உங்களுக்குத் தெரியும். இதற்குமேல் விளக்கம் சொல்ல நான் விரும்பவில்லை. தெரிந்து கொண்டிருப்பது நல்லது; அதை வேண்டாம் என்று ஒதுக்கி வைப்பது, அதை மீறப் போகிறேன் என்று பிரக்ஞைபூர்வமாக இருப்பது என்பது வேறு விஷயம். சினிமாவை விஞ்ஞான பூர்வமாகக் கற்றுக்கொள்ள வந்திருக்கிற மாணவர்களாகிய உங்களுக்கு என்னுடைய வேண்டுகோள்: சினிமாவின் மொழியை, இலக்கணத்தைக் கட்டாயம் கற்றுக்கொள்ளங்கள். பிற்காலத்தில் சினிமாவின் இலக்கணத்தை மீற வேண்டிய அவசியம் வரும்போது, அதை நீங்கள் மீறலாம்.

எழுத்திலிருந்து சினிமா என்று வரும்போது, ஒரு கதையைத்தான் சொல்ல வருகிறோம். உலகத்தில் எந்த மொழிக்கார இயக்குநராக இருந்தாலும் ஒரு கதையைத்தான் சொல்ல முற்படுகிறார்கள். இந்தியர்களாகிய நாங்களும் அதைத்தான் செய்கிறோம். கதையை பல்வேறு விதமாகப் பிரித்துக் கொள்கிறோம். பேய்க்கதை, குடும்பக் கதை, காதல் கதை, திரில்லர், சஸ்பென்ஸ். அப்படித்தான் அவர்களும் பிரித்துக் கொண்டிருக்கிறார்கள். அப்படியானால் நமக்கும் அவர்களுக்கும் என்ன வித்தியாசம்? நிச்சயமாக வித்தியாசப்படுகிறோம். எப்படி? நாம் எடுக்கும் படங்கள் குடும்பக் கதையாக இருந்தாலும், பேய்க் கதையாக இருந்தாலும், பழிவாங்கும் கதையாக இருந்தாலும் நிச்சயமாக 'காதல் கதையாக' இருக்க வேண்டிய கட்டாயம் ஏற்படுகிறது. இது தான் நமக்கும் அவர்களுக்கும் வித்தியாசம்!

காதல் இல்லாமல் நமக்குக் கதையே கிடையாது. எந்த ஒரு பிரச்சினையாக இருந்தாலும், மிகப்பெரும் சோகமாக இருந்தாலும் கூட, காதல் கதை மூலம் தான் சொல்ல வேண்டிய கட்டாயம் இந்தியத் திரைப்படத் துறையில் இருக்கிறது.

முதலில் இந்தக் காதல் கதைகளைத் தூக்கிப் போட வேண்டும். எனக்கு இரண்டு முறை அந்த சந்தர்ப்பம் கிடைத்தது. வீடு, சந்தியாராகம் படம் எடுத்தபோது ஏற்பட்டது. வீடு படத்தில் காதல் இருக்கிறது; ஆனால், அதை சொன்ன விதம் வேறு.

எழுத்தில் வந்த ஒரு கதையை சினிமாவுக்கு எப்படிக் கொண்டு வருவது? எந்த ஊடகத்தில் எந்தவொரு படைப்பாக இருந்தாலும் அதனுடன் இரண்டு விஷயங்கள் நேரடியாக சம்பந்தப்பட்டிருக்கின்றன. (மாணவர்களை நோக்கி) அது எது? (என்ற கேள்வியைக் கேட்டு,) யாராவது சொல்ல முடியுமா? (என்கிறார்) 'சமூகம் சார்ந்த அக்கறை' என்று பதில் வருகிறது. எல்லாப் படைப்புகளிலும் அது இருக்க வேண்டுமென்று நினைக்கிறீர்களா? என்று கேட்கிறார். 'யதார்த்தம்' என்கின்றனர். எல்லாப் படைப்புகளிலும் அது இருக்கிறதா? இருக்க வேண்டும் என்று நினைக்கிறீர்களா?

எந்தவொரு படைப்பிலும் உருவம்-உள்ளடக்கம் (From and Content) என்பவை சம்பந்தப்பட்டிருக்கின்றன. உள்ளடக்கம் என்று சொல்லும்போது அதில் சொல்லப்பட்டிருக்கும் விஷயம். உருவம் என்கிறபோது, சொல்லப்பட்டிருக்கும் விஷயம் எப்படி சொல்லப்பட்டிருக்கிறது என்பது. ஒரு எழுத்தாளர்/ படைப்பாளியினுடைய ஆற்றலை மதிப்பிடுவதற்கு எதற்கு முக்கியத்துவம் கொடுக்க வேண்டும்? உள்ளடக்கத்தை என்று நீங்கள் சொன்னால், இவன் எடுத்துக்கொண்ட கருவானது போன வாரம் வெளிவந்த தினத்தந்தியில் வெளிவந்தது. அதை நாம் படித்த

விஷயம் தான். அது புது விஷயம் அல்ல; எனக்குத் தெரிந்த விஷயம் தான். இதை வைத்து எப்படி உன் ஆற்றல்களை மதிப்பிடுவது? அந்த விஷயத்தை எடுத்துக் கொண்டு நீ எப்படி சொல்லி இருக்கிறாய் என்பதை வைத்துதான், உனது கதை சொல்லியை-ஆற்றலை நான் மதிப்பிட முடியும். நீ எப்படி அந்த விஷயத்தை கவனித்திருக்கிறாய். அதை எனக்கு எப்படி சொல்கிறாய் என்பதைப் பொறுத்துதான். இந்தக் கோணத்திலிருந்து பார்க்கும்போது உள்ளடக்கத்தை வைத்து உனது சார்புகளை நான் தெரிந்துக் கொள்ளலாம். நீ மென்மையானவனா? கம்யூனிஸ்டா? சாதி வெறியனா? சாதி எதிர்ப்பாளனா? போன்றவற்றை உள்ளடக்கத்தை வைத்துத் தெரிந்துக் கொள்ளலாம். நீ பார்த்து எனக்கு சொன்ன விதம், அதை உனது நுண்ணுணர்வுகளால் உள்ளடக்கத்தை வைத்துப் புரிந்துகொள்கிறேன். ஆனால் உனது ஆளுமையை மதிப்பிட நான், உன்னுடைய உருவத்திற்குத் தான் முக்கியத்துவம் கொடுக்க வேண்டியிருக்கிறது.

எழுத்தில் வந்த ஒரு கதையை சினிமாவுக்குக் கொண்டு போகும்போது ஏற்படுபவற்றைப் பார்ப்போம். எழுத்தாளனுடைய மிகப் பெரிய பலம், ஒரு விஷயத்தை எடுத்தச் சொல்கிற விதம். அவனுடைய தனித்தன்மை; அவனுடைய சொல்லாண்மை. தமிழ் பலம். அவனுடைய படைப்பை சினிமாவுக்குக் கொண்டு போகும்போது அவனுடைய பலமாகக் கருதக்கூடிய ஆளுமை, சொற் தேர்வு, சொற் சிக்கனம், ஒரு வாக்கியத்தை அமைக்கும் விதம், லாவகம் போன்றவற்றை எல்லாம் ஒதுக்கி வைத்து விட்டு, கதையில் சொல்லப்பட்டிருக்கும் விஷயத்தை சினிமா என்ற எனது மொழி மூலம் சொல்லப்போகிறேன். எழுத்தாளனுடைய பலம் என்று சொல்லப்படுபவை சினிமாவுக்குத் தேவை இல்லை. எனவே தான் இலக்கிய உன்னதங்கள் என்று சொல்லப்பட்ட சிறுகதைகள் சினிமாவுக்கு உகந்தவையல்ல.

1999-2000-த்தில் 52 சிறுகதைகளை எடுத்து குறும்படங்களாக வெளியிட்டேன். ஒரு சிறுகதையைத் தேர்வு செய்வதற்கு, நான் நாலைந்து கதைகளைக் கூட படித்ததுண்டு. இது குறும்படப் பட்டறையாக இருப்பதால் சில விஷயங்களை உங்களுடன் மனமாரப் பகிர்ந்துக்கொள்ள விரும்புகிறேன். இது இலக்கியமே அல்ல என்று இலக்கியப் பண்டிதர்களால் ஒதுக்கக்கூடிய மூன்றாந்தரப் பத்திரிக்கைகளில் வெளிவந்த, குப்பை என்று சொல்லப்பட்டவற்றில், அவற்றுக்குள்ளும் ஒரு மேட்டர் இருக்கு. ஏன்னா, அவனுடைய பாண்டித்தியம் எனக்குத் தேவையில்லை. ஆனா, நல்ல மேட்டர் வச்சிருப்பான். அதை நான் எடுத்துப்போய் எனக்குத் தெரிந்த சினிமா மொழியில் நான் அதை உங்களுக்குச் சொல்கிறேன். ஏன் நீங்க புதுமைப்பித்தன், ஜெயகாந்தன், மௌனி, செல்லப்பா போன்றவர்களை விட்டுட்டீங்கன்னு கேட்டாங்க. அவை எல்லாம் இலக்கிய உன்னதங்கள். அவற்றை எடுத்துக் கொச்சைப்படுத்த விரும்பல. ஆகவே, உங்கள் கதைத் தேர்வு முக்கியமானது.

சுந்தர ராமசாமியினுடைய புகழ்பெற்ற கதையான 'பிரசாதத்தை' எடுத்துக்கொண்டு, 'கதை நேரத்தில்' செய்தேன். 52 சிறுகதைகளில் எனக்கு இன்றும்கூட சரியாகச் செய்யவில்லையோ என்று நினைக்கக்கூடிய அளவு அவரது படைப்பு இருந்தது. படிக்கும்போது கிடைத்த சுகானுபவத்தை என்னால் கொண்டு வர முடியவில்லை என்பதை உணர்கிறேன்.

என் தாம்பத்திய நினைவுகள் என்ற கதை ராணியில் வெளிவந்தது. அந்தப் படைப்பாளியினுடைய முதல் கதை. ஆனால், இந்தக் கதை இலக்கியப் பண்டிதர்களால் ஒதுக்கப்பட்ட ஒன்று. ஆகவே, உங்கள் படைப்புக்கு விஷயம் தான் முக்கியம் என்பதைப் புரிந்துக்கொள்ள வேண்டும். இத்துடன் எனது பேச்சை முடித்துக் கொள்கிறேன்.

# கடைசிவரை கலையோடு மல்லுக்கட்டிய கலைஞன் - பவா செல்லத்துரை

''அவ்வளவு சீக்கிரம் நானொன்னும் போயிடமாட்டேன் பவா, என் பேரன் வம்சி எடுக்கிற முதல் படத்த ப்ரிவியூ தியேட்டர்ல பாத்துட்டுதான் கண்ணை மூடுவேன்'' சொல்லி பத்து நாளுக்குள்ள,

''இப்படி என்னை ஏமாத்தீட்டடங்களே சார்?''

வம்சியையும் மானசியையும் உங்கள் கைகளால் புகைப்படங்கள் எடுக்க வேண்டுமென்று நீங்களே விரும்பி, ஆசை ஆசையாய் புறப்பட்டு வந்தபோது, காய்ச்சலில் கிடந்த இரு குழந்தைகளையும் பார்த்து,

''இப்படி கீரத்தண்டாட்டம் வதங்கிக் கிடக்கிறீங்களேம்மா'' என்று உங்கள் கேமராவைப் பையை விட்டு வெளியே எடுக்காமல் அப்படியே திரும்பிப்போன கணம் யாருக்கு வாய்க்கும் சார்?

உங்களைத் தெரியாதா எங்களுக்கு? குரோட்டன்ஸ் செடிகள் வாடியிருந்தாலே, அதன் இலைகளில் தூசி படிந்திருந்தாலே

தண்ணீர் விட்டு அவற்றைக் கழுவி அதன்பின் உங்கள் கேமராவுக்குள் கொண்டு வருவீர்களே? தாவரங்களுக்கே இத்தனை தனி கவனிப்பென்றால் தளிர்களுக்கு?

தன் கடைசி மூச்சு வரையிலும் ஒரு கலைஞனுக்கான கனவுகளுடனும் தேடுதலுடனும் மட்டுமே வாழ்ந்த அசல் கலைஞன் பாலுமகேந்திரா, இந்த வருடச் சென்னைப் புத்தகக் கண்காட்சியில் இரண்டு நாட்களுக்கு ஒரு முறையாவது வம்சி அரங்கிற்கு வந்து அமர்ந்து தன் புத்தகங்கள், தன் குறுந்தகடுகள் எல்லாவற்றிலும் கையெழுத்திட்டுத் தந்து கொண்டிருந்தார். அவருடனிருந்த அத்தருணங்களில் அவர் குனிந்து கையெழுத்திடும் போதெல்லாம் அவரையே பார்த்துக் கொண்டிருந்தேன். பெருமிதத்தின் சிறுகசிவும் அம்முகத்தில் இருந்ததில்லை. அவரோடு நின்று புகைப்படம் எடுத்துக்கொண்டவர்களையும், ஆசிவேண்டி அவர் காலில் விழுந்துகொண்டிருப்பவர்களையும் எப்போதும் பதட்டத்துடனேயே எதிர்கொள்வார்.

'இதெல்லாம் எனக்கு அதிகம்' என்பது மாதிரி என்னை ஒரு பார்வை பார்ப்பார்.

இம்முறை இரண்டு மணி நேரத்திற்கும் அதிகமாக அவர் அருகில் இருந்து உரையாட வாய்த்தது. உலகத் திரைப்பட ஆளுமைகளின் படைப்புகளை முன்வைத்த அய்யனார் விஸ்வநாத்தின் 'நிகழ்திரை' புத்தகத்தை அவரிடம் தந்தேன். முதல் பக்கத்தைப் புரட்டியவர்,

"நான் நேசித்த தேவதைகளுக்கும் என்னை நேசிக்கும் தேவதைகளுக்கும்" என்று இருந்ததைப் பார்த்து லேசாகப் புன்னகைத்துவிட்டு தனக்கே கேட்டுவிடாத மெல்லிய குரலில்,

"இது நான் போட்டிருக்க வேண்டியது" என்று சொல்லிக் கொண்டார். நான் உற்சாகமாவதை கவனித்து,

"நான் கடைசி வரையிலும் என் ஆட்டோ பயாகிராபியை எழுதவே முடியாமப் போயிடுச்சே பவா. அதை எழுதினா உண்மையை மட்டும் தானே எழுத முடியும்?" என்று தன் திரைப்பட வசனம் மாதிரி மிச்சத்தை என்னிடமே விட்டுவிட்டு அவர் அமைதியானார்.

தலைமுறைகள் பற்றிக் கொஞ்ச நேரம் பேசிக் கொண்டிருந்தோம். இன்னும் அப்படத்தைப் பற்றி சரியான விமர்சனங்கள் ஏதும் வரவில்லையென்ற சிறு கவலை அவருக்கிருந்தது. மிச்சமிருக்கும் தன் ஜீவிதத்தில் இன்னும் நான்கு முழுநீளப் படங்கள் எடுத்துவிட முடியுமென்றும், அப்படி தான் தொடங்குகிற முதல் படத்தின் டிஸ்கஷனுக்கு நான் கட்டாயம் வரவேண்டுமென்றும், எப்போதும் போல் வராமல் ஏமாற்றிவிடக் கூடாதென்றும் கேட்டுக் கொண்டார்.

பிப்ரவரி பதிமூன்று அன்று தகவல் அறிந்தவுடன், எல்லோரையும் போல நானும் இது பொய்யாக இருந்துவிடக் கூடாதா என்று மிகுந்த தயக்கத்துடன் இயக்குநர் பாலாவைத் தொலைபேசியில் அழைக்கிறேன்.

"சாருக்கு ரொம்ப சீரியஸ்ன்னும், ஐ.சி.யூல அட்மிட் பண்ணியிருக்கீங்கன்னும்..." என் வார்த்தைகளை முடிப்பதற்குள்,

"இப்ப எங்க இருக்கிங்க பவா?"

"திருவண்ணாமலையில"

"இப்ப பொறப்பட்டீங்கன்னா சரியா இருக்கும்"

எனக்கு புரிந்தும், புரியாமலும் இருந்தது. ஏன் இப்பவே புறப்படணும்?

யாராலும் கட்டுப்படுத்த முடியாத ஷைலஜாவின் கதறலுக்கருகே எங்களால் நெருங்கக்கூட முடியவில்லை. அவள் அப்படியே அழுது தீர்க்கட்டுமென வெகுநேரம் அமைதியாய் இருந்தேன்.

இந்த ஆறேழு வருடங்களில் பதினோரு மணிக்கு அவரிடமிருந்து எனக்கோ, ஷைலஜாவுக்கோ ஒரு தொலைபேசி அழைப்பு வரும். அது ஒரு நாளும் அரை மணி நேரத்துக்கு மேல் நீடித்ததில்லை. அதில் நேற்றைய நிகழ்வு, படித்த புத்தகம், சாப்பிட்ட உணவு, மௌனியின் நினைவு, கலந்து கொண்ட கூட்டம், பார்த்த படம் எல்லாம் அடங்கிய கொலாஞ் அது. சில உற்சாக தினங்களில் அந்தத் தொலைபேசி அழைப்பு காலை எட்டு மணிக்கே வரும். எங்கிருந்து ஆரம்பிப்பார் என ஒரு நாளும் ஒருவரும் அனுமானிக்கவே முடியாத துவக்கமாயிருக்கும் அது.

''ஷைலும்மா, இன்னிக்கி வாக்கிங்ல என் கூட ஒரு வயசான கெழவன்மா. லொக்கு, லொக்குன்னு இருமிகிட்டே வர்றான். நாளையிலிருந்து இப்படி எவன்னா கெழவனா வந்தா திரும்பி வந்துடலான்னு இருக்கேன். என்னை மாதிரி யூத் அன்ட் எனர்ஜிக் பாசனாலிட்டிங்களோட போனாதான் அன்றைய நாள் உற்சாகமா இருக்கு.''

''நேற்று குரசோவாவோட *Dreams* எட்டாவது முறையாக பார்த்தேன் பவா. இன்னைக்கும் புதுசா இருக்கு. படைப்பு, காலத்துக்கு முன்னாடி அதுவே தன்னைப் புதுப்பிச்சிக்கும். காலத்தோட வெய்யிலிலேயும், மழையிலேயும், பனியிலேயும்,

நிக்க முடியாத சருகுங்க எரிஞ்சிடும் அல்லது மக்கிடும். குரசோவா கம்பீரமா நிக்கறான்.''

நானும், ஷைலஜாவும், ஜெயஸ்ரீயும், வம்சி, மானசி, படிக்கும் ஸ்கூலுக்குப் போய் அவர்களை அப்படியே போட்டிருந்த சீருடையோடு காரில் ஏற்றிக் கொண்டோம். வழிநெடுக அவரின் நினைவுகள் ஒரு சூறைக்காற்று மாதிரி வண்டிக்குள் அகலமறுத்து சுழன்றது. வம்சி அநியாயத்திற்கு அமைதி காத்தான். அவன் அமைதி என்னை குலைத்தது. அவன் ஏதாவது பேசிவிட வேண்டுமென நினைத்தேன். தமிழ்நாட்டைத் தாண்டியும் எனக்கும் ஷைலஜாவுக்கும் வந்த தொலைபேசி அழைப்புகள் குறுஞ்செய்திகள் கூட அழுகையும், கதறலுமாய் இருக்க, நாங்கள் எங்கள் அப்பாவைக் கடைசியாய் பார்க்க போய்க் கொண்டிருந்தோம்.

"அதுக்காக வண்டியை வேகமா வெரட்டாதீங்க, நிதானமா வாங்க, நீங்க வந்தா எனக்கு ரொம்ப உதவியா இருக்கும்'' இது பாலா.

சட்டென நினைவு வந்து நா.முத்துக்குமாரை போனில் அழைத்தேன். அவன் அதற்கு முந்தின நாள் தான் யுவன்சங்கர் ராஜாவோடு புறப்பட்டு லிங்குசாமி படத்திற்கான பாடல் தயாரிப்பிற்கு கோவா போயிருந்தான். அவனுக்கு காலையிலேயே தகவல் போயிருக்கும். அவரிடம் வளர்ந்த பிள்ளை அவன். அனாலும் அவன் புறப்பாடு பற்றி அறிய கூப்பிட்டேன்.

"என்னண்ணே?'' எந்த பதட்டமுமின்றி, தூங்கி எழுந்தவனின் குரல் அது.

"சென்னைக்குப் போயிட்டு இருக்கோம் முத்து.''

"என்னண்ணே, விசேஷம்? ஏதாவது நிகழ்ச்சியா?"

"முத்து உனக்கு எதுவுமே தெரியாதா? உங்க டைரக்டர் போயிட்டார்டா."

அவன் கதறலைக் கேட்க முடியலை.

"என்னண்ணே சொல்றீங்க? என்னண்ணே சொல்றீங்க?" என்று பிதற்ற ஆரம்பித்தான். எப்போ? எப்படி? எந்தக் கேள்விகளுக்கும் என்னிடம் பதிலில்லை. அடுத்த ஒரு மணி நேரத்தில் மீண்டும் முத்துக்குமாரிடம் இருந்து போன்.

"அண்ணா, ஏர்போர்ட்ல இருக்கேன். இன்னும் ஒரு மணி நேரத்துல ப்ளைட் புடிச்சி ஆறு மணிக்கெல்லாம் வந்துருவேன். எனக்குத் தெரியாதுண்ணே. என் போன் சார்ஜ் இல்லாம ஆப் ஆயிடிச்சு. இரவெல்லாம் கண் விழிச்சி பாடல் ரெக்கார்டு பண்ணோம். காலைல ஏழு மணிக்கு தான் தூங்கப்போனோம். உங்க போன் கால் தான் என்னை எழுப்பிவிட்டுச்சி. எழுந்து பாத்தா ஜீவா மட்டும் பத்து தடவை கூப்பிட்டிருக்கா, யார் யாரோ கூப்பிட்டிருந்தாங்க. எங்க டைரக்டருக்கு என்னண்ணே ஆச்சு?"

"காலைல அஞ்சு மணிக்கு, அட்டாக்கும், ஸ்டோர்க்கும் ஒண்ணா வந்துருக்கு."

"பாலாண்ணன் ஊர்ல இருக்காரா?"

"அவர் தான் கூட இருந்து எல்லாத்தையும் பாத்துகிறார். நீ சீக்கிரம் வா."

நாங்கள் தசரதபுரம் போலீஸ் பூத்தருகில் இறங்கி நடந்தோம். அங்கிருந்து சினிமா பட்டறை ஸ்டுடியோ வரை சாலையின் இருபுறமும் ஆயிரக்கணக்கில் இளைஞர்கள். திசைகள்

மனிதர்களால் மறைந்திருந்தன. அழுகையும், பதைப்பும், அவசரமுமாய் நாங்கள் எங்கள் அப்பாவை சமீபித்தோம்.

ஒரு கண்ணாடிப் பேழைக்குள் அவருக்கு மிகவும் பிடித்தமான கறுப்பு பேண்ட், அடர் பச்சை சட்டை, புளூ கலர் ஜீன்ஸ் தொப்பியில் நீண்டு படுத்திருந்தார். கால்கள் ஒரு பஞ்சுக் கயிற்றால் இணைக்கப்பட்டிருந்தன.

ஷைலஜாவும், ஜெயஸ்ரீயும் குரலெடுத்து அழுதது, அந்த இடத்தேயே அல்லோகப்படுத்தியது. நான் அமைதியாய் அவர் காலடியில் நின்று கொண்டேன். நீண்ட நேரம் கழித்து அந்த இடத்தை நிதானித்தேன். தலைமாட்டில் அர்ச்சனா நின்றுகொண்டு, தன் முந்தானையாலும், கையிலிருந்த ஒரு சிகப்பு நிற டவலாலும் அப்பேழையை நிமிடத்துக்கொரு முறை துடைத்து விட்டுக்கொண்டிருந்தார். அழுது வீங்கிய கண்களோடு, சுகா அவருக்கருகில் நின்று விழும் மாலைகளை எடுத்துபோட்டுக் கொண்டிருந்தார். தம்பி மாரி செல்வராஜ், வரும் ஜனங்களை ஒழுங்குப்படுத்திக் கொண்டிருந்தான். அவனுக்குப் பின்னால் அகிலமமா ஒரு சேரில் உட்கார்ந்திருந்தார். நான் அவர் கைகளை என் கைகளோடுப் பிணைத்துக் கொண்டு,

''ஷங்கி வந்தாச்சாம்மா?'' என்றேன்.

''பெங்களூர்ல இருந்து வந்துகிட்டே இருக்கான்.'' குரலசைவிலிருந்து நானே யூகித்துக் கொண்டேன்.

எந்தச் சலனமுமின்றி சார் படுத்திருந்தார். கடந்த மாதம் இதே தேதியில் 'வம்சி' புத்தக அரங்கில் அவரை சந்திக்கிறேன்.

''தப்பிச்சி, தப்பிச்சி போயிடறீங்களே பவா, கொஞ்சநேரம் கூட உட்காருங்க'' எப்போதும் அந்த ஆளுமையின் அனல் காற்று, அது

குளிர்ந்திருந்த போதிலும் என்னால் தாங்கிக் கொள்ள முடிந்ததில்லை.

நான் அவருக்கு ஒரு ‘டீ’ சொன்னேன்.

‘‘சக்கரை கம்மியா,’’ உடன் அதைத் திருத்துகிறார்.

‘‘டபுள் சுகர்’’ என்னை இளக்காரமாய்ப் பாத்து,

‘‘எனக்கு சுகரெல்லாம் இல்ல. போன வாரம் வெற்றி டாக்டர்கிட்ட கூட்டிட்டுப் போய் ஃபுல் செக்கப் பண்ணான் பவா, ஐ ஆம் பர்பெக்ட்லிஆல் ரைட். இன்னும் நாலு படம் பண்ணுவேன். இந்தப் படத்து டிஸ்கஷனுக்கு நீங்க வாங்க.’’

ஒரு மாசத்துக்குள்ள என்ன சார் ஆச்சு?

‘தலைமுறைகளுக்கு சரியான ரிவ்வியூ எதுவும் வரலை. நீங்க கூட இது வரை எதுவும் சொல்லல’

குழம்பிய என் குற்ற உணர்வின்மேல் மெல்ல ஒரு கல்லெறிந்தார்.

‘‘எங்க குடும்பத்துக்கு மட்டும் ஒரு ஸ்பெஷல் ஷோ ஏற்பாடு பண்றேன். எப்போ வர்றீங்க?’’

‘‘இல்ல சார், எங்க ஊர்லயே படம் ரிலீஸ் ஆகி இருக்கு. இங்கேயே பாத்துடறோம்.’’

அன்றிரவே குடும்பத்தோடு படம் பார்த்தோம். நாங்கள் எதிர்பார்த்த அளவுக்குப்படம் கைகூடவில்லை. அவர் எங்களிடம் சொன்ன பல காட்சிகளின் விடுபடல்களைமனம் கோரியது.

தன் பேரன் ஆதியோடு ஒரு மேட்டு நிலத்தில் ஏறிப் போவார். சூரிய காந்திப்பூக்கள் பூத்திருக்கும் பெருங்காடு அந்நிலப்பரப்பு. அவர்கள் இருவரும் அந்தரம்மியத்தில் அப்படியே நிலைத்து நிற்பார்கள்.

அவர் ஆதியைப் பாத்து,

''ஆதி, இந்தப் பூக்களெல்லாம் நான் சொல்றதை அப்படியே கேக்கும்.''

''எப்படி?''

''இப்போ இந்தப் பூக்கள் எந்த திசையில் பாத்து இருக்கு?''

''*east*-ல தாத்தா.''

''தாத்தா சொன்ன இது இன்னைக்கு ஈவினிங் வேற பக்கம் திரும்பிடும்.''

''எல்லா ப்ளவர்ஸ்சுமேவா?''

''ஆமா.''

''சொல்லுங்க பாப்போம்.''

தன் இரு கைகளையும் உதட்டருகே குவித்து அந்த மண் மேட்டில் ஏறி நின்று சத்தம் போட்டு,

''*Turn West Side*''எனக் கத்துவார்.

''திரும்பலயே தாத்தா.''

''உடனேவாடா, இன்னைக்கு ஈவினிங்ல.''

தாத்தாவுக்குத் தெரியாமல் ஆதி, தனியே நடந்து வந்து மண் திட்டில் ஏறிநின்று அந்த சாயங்கால அதிசயத்தை தரிசிப்பான்.

எல்லாப் பூக்களும் மேற்கில் தலை திரும்பியிருக்கும். தன் தாத்தாவின் சொல்மீது ஆதிக்கு ஒரு மயக்கமே பிறக்கும் கணமது. இக்கவித்துவமான காட்சிபடத்திலில்லை.

"எவ்வளவு தேடியும் சூர்யகாந்தித் தோட்டம் அருகில் கிடைக்கல."

படம் பார்த்து முடிந்தும் நாங்கள் அது பற்றி அவரிடம் எதுவும் பேசவில்லை. அந்த மௌனத்தைப் புரிந்துகொள்ள முடியாத கலைஞனா அவர்? அதன்பின் அவரும் அது பற்றி எங்களிடம் எதுவும் கேட்கவில்லை.

சொல், உணவு, உடை, தொப்பி, என எதையும் தனக்கென்று பிரத்தேகமாய் தேர்ந்தெடுத்து வைத்துக் கொள்வார். செலவழிப்பது அதிலிருந்து மட்டுந்தான். நிதானம் எப்போதும் இன்னொரு உடல்போல அவரைப் போர்த்தியிருந்தது.

ஒவ்வொரு முறை புத்தகக் கண்காட்சிக்குப் போகும் போதும் எங்களை இரவு உணவுக்கு அழைத்துப் போவார். உணவு வகைகளை அவர் order பண்ணும் விதம் அலாதி. உணவு மேசை மீது குவியும் உணவு வகைகள் அவருக்கு என்றுமே உவப்பில்லை. இரவு சாப்பாடு இரண்டு மணி நேரமாவது நீடிக்க வேண்டுமென விரும்புவார். அத்தருணங்களிலான உரையாடல் அவருக்கு முக்கியம், படித்த கதைகள், பார்த்த படங்கள், இரகசியங்களால் மட்டுமேயான மாயப் பெண்கள். இவை அவரின் பேசுபொருள்கள்.

தனக்கு வந்த ஒரு தொலைபேசி அழைப்பால் சுகா பரபரப்பாகிறார். அவர் கண்கள் தன் முன்னால் நிற்பவர்களின் ஒழுங்கைக் கோறுகிறது.

''பவா, ராஜா சார் வர்றார். கொஞ்சம் இவங்களைத் தள்ளி நிக்கச் சொல்லுங்க.''

நானும் மாரி செல்வராஜும் அப்பொறுப்பையேற்கின்றோம். அடுத்த ஐந்தாவது நிமிடம் தன் வழக்கமான வெள்ளுடையில் ராஜா வருகிறார். ரோஜாக்களிலான ஒரு மாலையை தன் ஐம்பது வருட நண்பனின் உடல் மீது போர்த்துகிறார்.

மிக அருகில் நின்று தன் பார்வையாலும், பழைய நினைவுகளாலும் அவரை அருந்துகிறார். தன் அருகில் நிற்பவர்களின், சல சலப்பு, விசும்பல் ஒலி, மரணத்தின் வாசம் எதுவும் அவரை அப்போது ஒன்றும் செய்யவில்லை. பின்னோக்கி, காலத்தின் முன் கைப்பிணைத்து நின்ற இரு நண்பர்களின் நினைவுப் பகிர்தல் அது. ஜாதி, மதம், இனம், தேசம் எல்லாம் கடந்து, இருவேறு திசைகளிலிருந்து வந்து கலையால் இணைந்த இரு மனங்களில் ஆத்மார்ந்த அஞ்சலி அந்நிமிடம்.

''ஸ்டோர்க் வந்து இருபது நாள் விஜயாவுல படுத்திருந்தேன் பவா. என் அறைக்கதவு அசையும் போதெல்லாம் இரு நண்பர்களின் வருகைக்காக மனம் ஏங்கும். அது ஒரு இயலாதவனின் எதிர்பார்ப்பின் உச்சம்.

ஒன்று இளையராஜா

இன்னொன்று கமல்ஹாசன்.

இருவருமே நான் டிஸ்சார்ஜ் ஆகிறவரை வரவேயில்லை. அது அவர்களிருவருக்கும் என் மீது பரிவில்லை. அக்கறையில்லை என்பதல்ல. கலைஞர்களின் வாழ்வு அப்படி. விஜயா ஆஸ்பெட்டலுக்கும், பிரசாத் ஸ்டுடியோவிற்கும் நூறடி தூரமில்லை இதில் பிரச்சனை, மனநிலை. ஆனால் நான் ஆஸ்பத்திரியிலிருந்து நேராய் ராஜா வீட்டுக்குத்தான் போனேன். அவன் என்னைத் தழுவிக் கொண்டான். அந்த ஸ்பரிசம் வேண்டியே போனேன். அவன் உடல் சூட்டை எனக்கு அக்கணத்தில் கடத்தினான். போதுமெனக்கு''

இதோ ராஜா, தன் நண்பனின் சூடில்லாத உடலை ஒரு முறை சுற்றி வந்து கால்மாட்டில் நின்று கையெடுத்துக் கும்பிடுகிறார். பேரமைதி தவழ்ந்த அக்கணத்தை எல்லோரும் விரும்பினோம்.

பின்னணியில் அவர் உடல் தகனம் குறித்து நிறைய கருத்து பரிமாற்றங்கள், மீறல்கள், விட்டுக் கொடுத்தல்கள் என்று நீண்டு கொண்டிருந்தன. ஒரு முடிவுக்கு வரமுடியாமல் பாலா தவித்துக் கொண்டிருந்தார்.

அடுத்த நாள் காலை மீண்டும் பாரதிராஜா வந்தார். நான் அவர் கைப்பிடித்து அழுதேன்.

''நான் போவேனா, நீ போவாயான்னு எப்பவுமே பேசிக்குவோம். அவன் தான் முந்திகிட்டான். என்ன 'பாரதி'-ன்னு கூப்பிட்ட ஒரே மனுஷன் பவா.''

தன் உணர்வு நிலையிலிருந்து விடுபட்டு மௌனியை வரவழைத்தார். மௌனி மீது பாலு மகேந்திரா வைத்திருந்த பிரியம் சொல்லில் அடங்காதது. பிரிவாற்றாமையின் துயரத்தை கடந்த ஐந்து வருடங்களில் ஒவ்வொரு நிமிடத்திலும் அவர் அனுபவித்தார்.

மௌனியின் நினைவுகள் மேலெழும்பி வரும் போதெல்லாம் தன் மௌனி நடித்த கதைநேரக் கதைகளின் DVD-யைப் பார்த்துத் தீர்ப்பார்.

மௌனி அவர் உடலருகே வந்து மௌனமாக நிற்கிறார். எல்லார் கண்களும் அவர் மீதே குவிகிறது. மீடியா பரபரப்பின் விளிம்புக்கு வர முந்துகிறது. எதையும் பொருட்படுத்தாமல் அவர் தன் பாலுவின் அசைவற்ற உடலையே பார்த்தபடி நிற்கிறார்.

அவரிடமிருந்து உதிரப்போகும் ஒரு வார்த்தைக்கான எதிர்ப்பார்ப்பில் எல்லோரும் காத்திருக்கிறார்கள்.

''கொஞ்சம் இந்த மூடியை அகற்றுங்கள், நான் அவரைத் தொட்டுப் பாக்கணும்.''

அது முடியாதது. கடந்த இருபத்திநாலு மணி நேரமா ஐஸ்ல வைக்கப்பட்ட உடல்.

உடனே அதைப் புரிந்துகொண்டு தன் உடல் சரித்து அந்தக் கண்ணாடி வழிதெரிந்த அவர் முகத்தருகே குனிந்து அழுந்த ஒரு முத்தம் தருகிறார். ஐந்து வருட இடைவெளியில் அவர் பாலு ஒரு முத்தம் பெறுகிறார்.

இதற்கெல்லாம் தர்க்கமோ, விவாதமோ, துரோகமோ, காதலோ, வெறுப்போ, புரிதலோ இல்லை. எந்த நேரத்திலும் மனித வாழ்வில் எதுவும் நடக்கும். அப்படித் தான் நடந்தது.

தேசிய விருது பெற்ற பாலாவை கௌரவிக்கும் பொருட்டு இயக்குநர்கள் சங்கம் ஒரு விழாவைச் சென்னையில் நடத்தியது. அதில் மணிரத்தினமும், கமல்ஹாசனும், பாலாவுக்கு நினைவுப் பரிசை வழங்குவார்கள் என அறிவிக்கிறார்கள். புளகாங்கிதத்தோடு

முன் வரிசையில் உட்கார்ந்திருக்கும் தன் குரு பாலுமகேந்திராவைப் பார்க்கிறார் பாலா. தன் மாணவன் பாலா இப்போது பெறப்போகும் அவ்விருது தன் கற்பித்தலுக்குக் கிடைக்கும் கௌரவம் என நினைக்கிறது மனது.

சட்டென மேடையேறி, யாரும் எதிர்பாராத ஒரு தருணத்தில்,

''என்னை மன்னிக்கனும், நான் இந்த விருதை என் டைரக்டர் கையால வாங்கிக்கணும்னு நெனைக்கிறேன்.''

படைப்பாளிகளின் அவ்வரங்கு மௌனத்தால் உறைகிறது. கமலும், மணியும் தங்கள் புன்னகையால் ஒரு மாணவனின் குரு பக்தியை மெச்சி ஒதுங்கி நிற்க,

சார் மேடை ஏறுவதை வழிமறித்து அவர் காலில் விழுந்து வணங்குகிறார் பாலா. அவர் விரும்பியபடி விருதை அவர் கையாலேயே பெற்றுக் கொள்கிறார்.

ஆனாலும் உள்ளுக்குள் பொங்கும் ஆற்றாமை அடங்கவில்லை பாலாவுக்கு,

அந்த விழா மேடையின் பின்நின்று என்னைத் தொலைபேசியில் அழைக்கிறார்.

''பவா, சாருக்கு நாம ஒரு விழா நடத்தணும். ஸ்ரீதேவியிலிருந்து எல்லாரையும் கூப்பிடலாம். இவங்களுக்கு அவரோட உயரம் தெரியலை.''

பெட்டியிலிருந்து அவர் உடலை வெளியெடுத்த போது எழுந்த பெரும் கதறலில் எங்களுக்கு அவர் உயரத்தைத் துல்லியமாய் உணர முடிந்தது.

நான் சில்லிட்ட அவர் கால்களை என் தோள்களில் கிடத்திக் கொண்டேன். இயக்குநர் சேரன் அந்த உடலைத் தாங்கிக் கொண்டார். கட்டுக்கடங்காத கூட்டத்தை விலக்கிக்கொண்டு நாங்கள் மலர்களால் அலங்கரிக்கப்பட்ட அவ்வண்டியில் ஏற்றினோம். அதற்கும் முன் வ.ஐ.ச. ஜெயபாலன் தன் நாற்பதாண்டு கால நண்பனுக்காக எழுதிய கவிதையை அவர் காலடியில் நின்று வாசித்தார்.

பாலா, ராம், சசி, வெற்றி என்று அவர் மாணவர்கள் அந்த வண்டியில் ஏற்றிக்கொள்ள பாரதிராஜாவும், மகேந்திரன் சாரும் முன்னால் நடக்கிறார்கள். அவர்கள் களைப்புற்றபோது கைக்கொடுத்து வண்டியின் மேல் ஏற்றப்பட்டார்கள்.

வண்டி போரூர் மின் மயான சுடுகாட்டிற்குள் வந்து நிற்கிறது. அந்தத் தொப்பி சரிந்துவிடக் கூடாதென்று தம்பி மாரிசெல்வராஜ் அதைத் தாங்கிப் பிடிக்கிறான்.

யாரோ ஒரு இயக்குநர்,

'சைலன்ஸ்' எனப் பெருங்குரலில் கத்துகிறார். மரண அமைதிக்கு சட்டென இடம் தருகிறது மயானம். இருபக்கமும் வழிவிட்டு மனிதச் சங்கிலியாய் கோர்த்து நிற்கிறது இளம் இயக்குநர்களின் கரங்கள்.

அலுங்காமல் அவர் உடல் தூக்கி வரப்பட்டு சடங்கு மேடையில் கிடத்தப்படுகிறது.

ஒரு சடங்கும் அங்கு செய்யப்படவில்லை. ஒரு மயானத் தொழிலாளி, தன் திருப்திக்கு ஒரு கற்பூரத்தை அவர் தலைமாட்டில் ஏற்றி வைக்கிறான்.

அதிலொன்றும் கஷ்டமில்லை அவருக்கு. நான் வலுவிழந்து கொண்டிருப்பது எனக்கே தெரிந்து, ஒரு ஜன்னலைப் பிடித்துக் கொண்டேன்.

எரியூட்டும் அறைக்கு அவரைத் தூக்கிப் போனார்கள். ஷைலஜாவும், ஜெயஸ்ரீயும், மகள் மானசியும் அங்கேயே காத்திருந்தார்கள்.

அந்த அறையினுள் பிடிவாதமாக ராம், பாலா, சீனுராமசாமி, சுகா, முத்துக்குமார், வெற்றி என எல்லோரும் நுழைந்தார்கள்.

ஓரிரு நிமிடங்களில் பெரும் அலறலோடு சுகா ஓடி வந்தார்.

முத்து "வாத்தியார் நெஞ்சில் கற்பூரத்தை வச்சி கொளுத்தறாங்கடா, சுடுண்டா, அவரு தாங்க மாட்டாருடா, வேணான்னு சொல்லு" என்று முத்துக்குமாரின் நெஞ்சில் குத்துகிறார்,

எதற்கும் உடையாத பாலாவும், ராமும் உடைந்துபோய் வெளியே வருகிறார்கள். நான் உள்ளே நுழைகிறேன்,

"பவாண்ணே, எங்க டைரக்டர மூணு டப்பாவுல சாம்பலா தருவேன்னு சொல்றாங்கண்ணே."

"மூணு டப்பாவாண்ணே அவரு?"

அக்குரல் அந்த மின்மயானத்தையும் தாண்டி வெளியேயும் கதறியழ வைத்தது.

# தமிழ்த் திரையில் ஒரு திருப்புமுனை
# - தியோடர் பாஸ்கரன்

இருபெரும் முதன்மை நடிகர்களின் காலம் அஸ்தமித்துக்கொண்டிருந்த ஆண்டுகளில், எழுபதுகளின் பிற்பாதியில், பெரிய ஸ்டுடியோக்கள் இழுத்து மூடப்பட்டுக்கொண்டிருந்த சமயத்தில், தமிழ்த் திரைவானில் சில நம்பிக்கை ஒளிக்கீற்றுகள் தோன்றின. இவர்களது படைப்புகள் நட்சத்திர ஆதிக்கத்தில் உருவான படங்களிலிருந்து உள்ளடக்கத்திலும் வடிவமைப்பிலும் வேறுபட்டிருந்தன. அவர்களில் ஒருவர் புனே திரைப்படக் கல்லூரியிலிருந்து, சினிமாவை முறையாகக் கற்று தமிழ்த்திரைக்கு வந்தவர் பாலுமகேந்திரா.

இலங்கையில் இவர் படித்த பள்ளியில் திரையிடப்பட்ட விட்டோரியா டி சிகாவின் 'பை சைக்கிள் தீவ்ஸ்' படம் சினிமாவைப் பற்றிய ஒரு சிறு பொறியைப் பாலுமகேந்திரா மனதில் ஏற்றிவைத்தது. அதே சமயம் பிரிட்டீஷ் இயக்குனர் டேவிட் லீன், கண்டிக்கு அருகில் 'தி ப்ரிட்ஜ் ஆன் தி ரிவெர் க்வாய்' படத்தை எடுத்துக் கொண்டிருப்பதை வேடிக்கை பார்த்துக்

கொண்டிருந்தபோது தான் அவருள் படமியக்கும் ஆர்வம் வளர ஆரம்பித்தது. (பல வருடங்கள் கழித்து அவர் புனேயில் டேவிட் லீனைச் சந்தித்தார்) இலங்கையில் படித்து, பட்டம் பெற்று, சில காலம் புகைப்படம் எடுக்கும் தொழிலைச் செய்து பின் புனேக்கு வந்தார். திரைப்பட இயக்குனராகப் பயிற்சி பெற விரும்பிய இவருக்கு ஒளிப்பதிவு துறையில் தான் இடம் கிடைத்தது. 1969-ஆம் ஆண்டு தங்கப் பதக்கத்துடன் படிப்பை முடித்தார். புனேயில் பயிற்சிபெற்ற கோவிந் நிஹலானி, ஏ.கே.பிர், ஷாஜி என்.கருண் போலவே இவரும் ஒளிப்பதிவாளராகத் தொடங்கி இயக்குனராகப் பரிணமித்தார்.

சினிமாவின் ஆதார சுருதி காட்சிப் பிம்பங்கள் தான் என்பதைப் பாலுமகேந்திரா தனது படைப்புக்கள் மூலம் காட்டினார். அவரது மேடைப் பேச்சுகளில் "திரைப் படிமங்களின் முக்கியத்துவம்" (Primacy of Images) என்ற சொற்றொடரைக் கேட்டிருக்கின்றேன். அழியாத கோலங்கள் படத்தில் ஒரு காட்சித் தொடர். வாய்க்கால் ஒன்றில் சிறுவர்கள் நீந்தி விளையாடுவது, அவர்களிலொருவன் மூழ்கி இறப்பது, கிராமத்து மக்களின் வருத்தம், அதிர்ச்சி, சிறுவனின் ஈமக்கிரியை எல்லாமே அழுத்தமான திரைப்படிமங்களால் சித்திரிக்கப்படுகின்றது. சினிமா அங்கே தன்னைக் காட்டிக்கொள்கின்றது. (பாலுமகேந்திராவின் பாலவயது நண்பன் நீரில் மூழ்கி இறந்தான்) இவரது பல படங்களின் உள்ளடக்கத்தில் ஹாலிவுட்டின் தாக்கத்தையும் வர்த்தக உலகுடன் சமரசங்கள் செய்வதையும் காணமுடிந்தது. சில படங்கள் தழுவல்களாக இருந்தன. அழியாத கோலங்கள் (Summer of 42), மூடுபனி (Psycho), ரெட்டைவால் குருவி (Micki+Maude).

பாலு ஒருமுறை கூறினார் ''நான் இயக்கிய படங்களில் இரண்டு மட்டும் எனக்குத் திருப்தி அளித்தன. 'வீடு' (1988), 'சந்தியாராகம்' (1989) இந்தப் படங்களில் தான் நான் குறைந்த அளவு தவறுகள் இழைத்துள்ளேன். எந்த வணிக நோக்கங்களுடனும் இவை எடுக்கப்படவில்லை. இவற்றை இயக்கியபோது கலை நேர்மையுடன் எந்தச் சமரசமும் செய்துகொள்ளவில்லை''. தூர்தர்ஷனுக்காக எடுத்த 'சந்தியாராகம்' தன்னைச் சூழப்போகும் முதுமை பற்றிய ஒரு முன்னெடுத்தல் என்றார்.

பாலு இயக்கிய 52 குறும்படங்கள் தொலைக்காட்சியில் ஒளிப்பரப்பப்பட்டன. அவை அதிகாரத்திமிர், சுற்றுச்சூழல் மாசுபடுதல், பள்ளிக் கல்வி போன்ற சமுதாயப் பார்வை கொண்ட பல்வேறு கருத்தாக்கங்களை அடிப்படையாகக் கொண்டவை. அதிகாரத்தை எதிர்கொள்ளும் எளிய மனிதரின் கையறுநிலை இவருக்குப் பிடித்தமான கருக்களில் ஒன்று. கதைநேரம் தொடருக்காக இவர் தயாரித்த குறும்படங்கள் தொலைக்காட்சியின் அழகியலுக்கும் சினிமாவின் அழகியலுக்கும் உள்ள வேறுபாட்டை, இரு வேறு ஊடகங்களின தனித்துவங்களை இவர் உணர்ந்திருந்தார் என்பதைத் தெள்ளத்தெளிவாகக் காட்டின. இந்திய சினிமாவில் வெகு சிலரே இந்த வித்தியாசத்தை, சின்னத் திரையின் அழகியலை அறிந்திருந்ததை, தங்கள் படைப்புகளில் வெளிப்படுத்தினர், ஷ்யாம் பெனகலைப் போல.

தமிழ் இலக்கிய உலகுடன் இவர் வைத்திருந்த தொடர்பு அர்த்தமுள்ள ஒன்றாயிருந்தது. பல எழுத்தாளர்கள் அவருக்கு நண்பர்கள். எழுத்துலகத்துடன் அவர் கொண்டிருந்த ஈடுபாடு ஆழமானது. எந்த ஒரு தமிழ் நாவலையும் அவர் படமாக்கவில்லை என்றாலும், சுந்தர ராமசாமி, வாஸந்தி, பிரபஞ்சன், சிவசங்கரி போன்ற பல எழுத்தாளர்களின் சிறுகதைகளை சின்னத்திரையில்

கொண்டு வந்தார். அவரது சினிமாப் பட்டறையில் சேர விரும்பி ஒருவர் வந்தால் அவரை எடைபோட ஒரு சிறுகதைத் தொகுப்பைப் படிக்கச் சொல்லிக் கேட்பது இவர் வழக்கம். எந்த ஒரு இலக்கியக் கூட்டத்திற்கு வந்தாலும், பார்வையாளராக வந்தால் கூட, நிகழ்ச்சி முடியும் வரை இருந்துவிட்டுத்தான் போவார்.

ஒலியைத் தீர்க்கமாகக் கையாண்டு, சினிமாவின் அந்த முக்கியப் பரிமாணத்தை பார்வையாளர்கள் உணரச் செய்தார். ஒரு நூலில் வாசகரின் கவனத்தை ஈர்க்க சில முக்கியமான வரிகளுக்கு அடிக்கோடிடுவதைப் போல, படத்தில் பின்னணி இசையைத் தேவைப்பட்ட இடத்தில் மட்டும், காட்சிப் படிமங்களின் தாக்கத்தைத் தீவிரமாக்க ஆங்காங்கே பயன்படுத்தியுள்ளார். சினிமாவில் இசையின் பங்கை விளக்க ஆற்றின் போக்கை உவமையாக எடுத்துக் கொள்கிறார். நதியின் ஓட்டத்தை அது பாயும் நிலவாகுதான் தீர்மானிக்கின்றது. ஆறு சமவெளிகளில் மெதுவாகவும் கீழ்நோக்கிப் பாயும்போது வேகமாகவும் பாறைகளில் மோதும் போது நுரை ததும்பியும் ஓடுகின்றது. அதுபோலத் தான் திரையிசையும் என்பார். எனினும் படத்தின் காட்சிகள் மீது இசை ஆதிக்கம் செய்யாமல், மாறாக, பிம்பங்களின் தாக்கத்தை அதிகரிக்கவே அதை உபயோகித்தார். ‘சந்தியாராகத்தில்’ ஒற்றைப் புல்லாங்குழல் இசை மட்டுமே பின்னணியில் இருக்கும் (எல். வைத்தியநாதன்).

ரயில் ஓடும் ஒலி, பறவைகளின் குரல், சலசலக்கும் ஓடை போன்ற சுற்றுப்புற ஒலிகளை ஒலித்தடத்தில் வைத்து சினிமாவின் நம்பகத் தன்மையைக் கூட்டினார். அவ்வப்போது சப்தமின்மையும் காட்சியின் பாதிப்பை அதிகரிக்கப் பயன்படுத்தப்பட்டது; ‘வீடு’ படத்தில் இதைப் பல இடங்களில் கவனிக்கலாம். ஒரு படத்தின் கதை, வசனத்தை எழுதி, ஒளிப்பதிவும் செய்து,

படத்தொகுப்பையும் இவரே செய்வதன் மூலம் படைப்புகளைத் தன் முழுக்கட்டுப்பாட்டில் வைத்திருந்தார். கதை நகர்த்தலும் சொல்ல வந்த கருத்துக்கு அழுத்தம் கொடுப்பதுவும் தான் ஒளிப்பதிவின் நோக்கம் என்றும் வெறும் அழகிய பிம்பங்களைத் திரையில் உருவாக்கிக்காட்டுவது "பிணத்திற்கு அலங்காரம் செய்வது போலத்தான்" என்று ஒரு முறை கூறினார்.

சம்பவங்களுக்கு மட்டும் முக்கியத்துவம் கொடுக்காமல் கச்சிதமான பாத்திரப் படைப்பினால் உருவாக்கப்பட்ட கதாபாத்திரங்களைத் துல்லியமாக முன்னிறுத்தினார். இவர் படங்களில் பெண் பாத்திரங்கள் அழுத்தமாகப் படைக்கப்பட்டிருப்பதைக் காணலாம். ஒரு நேர்காணலில் "பெண்கள் என் வாழ்வில் நேர்மறையாகவும் எதிர்மறையாகவும் முக்கியப் பங்காற்றியுள்ளனர். அவர்கள் தொடர்ந்து பாதிப்பு ஏற்படுத்துகின்றனர்" என்றார். 'மறுபடியும்' (1993) படநாயகி, 'சதிலீலாவதி' (1995) டாக்டரின் மனைவி போன்ற பாத்திரங்களை எடுத்துக்காட்டாகக் காட்டலாம். 'வீடு' படத்தில் கதாநாயகிக்காகக் காண்ட்ராக்டரிடம் சண்டையிடும் மங்காத்தா ஒரு வலுவான பாத்திரமாக, அதிகாரத்திமிர், ஊழல், ஏமாற்று இவற்றிற்கிடையே அவள் ஒருத்தி மட்டும் நம்பிக்கைக் கீற்றாக மிளிர்கின்றாள். குழந்தை நடிகர்களை இயக்கி, கதை நேரக் குறும்படம் 'தப்புக்கணக்கில்' வரும் பெண் குழந்தை, 'தலைமுறையில்' வரும் பேரன் இவர்களைச் சுட்டிக்காட்டலாம்.

இவரது திரைப்படக்கல்லூரி ஆசான் பேராசிரியர் சதீஷ் பகதூர் பரப்பிக்கொண்டிருந்த சினிமா ரசனை என்ற கருத்தாக்கத்தைப் பள்ளிகளுக்கும் கல்லூரிகளுக்கும் கொண்டு செல்ல வேண்டும் என்று வாய்ப்புக்கிடைத்த போதெல்லாம் பாலு பேசினார். சினிமா ரசனையை வளர்ப்பதில் ஆர்வம் காட்டினார். இது பற்றிய

கருத்தரங்குகளுக்கு அழைத்தால் தவறாமல் வந்து பங்கெடுப்போருடன் ஒரு ஆசிரியர் போல உரையாடினார். அதே போல திரைப்படங்களை ஆவணப்படுத்தும் அவசியத்தை உணர்ந்திருந்தார். சினிமா அழகியல் பற்றிய சொல்லாடல் தமிழ்நாட்டில் உருவாக அவரது படைப்புகளும் காரணமாக அமைந்தன. அதிலும் தொலைக்காட்சியில் வந்த 'கதைநேரம்' எல்லா வீடுகளிலும் பெரிதும் வரவேற்கப்பட்ட நிகழ்ச்சி. இவரிடம் பயிற்சி பெற்ற சில இளம் இயக்குநர்கள் சினிமா பற்றிய இவரது அணுகுமுறையைப் பரப்பிக் கொண்டிருக்கின்றார்கள்.

## பெரு மரமாகிப்போனதொரு வாழ்வு
### - அஜயன் பாலா

ஒரு மகா கலைஞனின் முழுமையான இறப்பு பாலுமகேந்திரா அவர்களுக்கு வாய்த்துள்ளது என்று சொன்னால் அது சாதாரண சொல்லல்ல, காலத்தினூடே இடையீடாக வெட்டி எழுதப்படும் ஒரு அமர சொல்.

அவரது ஆதர்சமான அழகு அவரது இறப்பிலும் தலைமாட்டில் நின்றெரியும் கால தீபத்தின் அமர விளக்காக எரிந்து கொண்டிருக்கிறது. தனிப்பட்ட வாழ்க்கையை தவிர்த்து ஒரு கலைஞனாக கனவுகளை முழுமையாக நிறைவேற்றியவனது பயணம் அவருடையது. அவர் கடைசிவரை அவருடைய வேலைகள் அனைத்தையும் தனி ஒருவராகவே தனி ஆளுமையாகவே செய்திருக்கிறார். பாலுமகேந்திரா சினிமா பட்டறை, திரைப்படத் தயாரிப்பு, இயக்கம் இவற்றோடு விழாக்களில் பங்கெடுப்பது வெளிவிகாரங்கள் இவை எவற்றுக்கும் அவர் யாரையும் அடுத்த நிலையில் பிரதானமாக வைத்துக்கொண்டதில்லை. இதற்கு நம்பிக்கை ஒரு காரணம்

அல்ல. மாறாக அவர் தன் காரியங்களைத் தானே நேரடியாக செய்யவிரும்புவார். தன் தொடர்பான விஷயங்கள் அனைத்திலும் தனக்கு நேரடியான தொடர்பு இருக்க வேண்டும் என விரும்புபவர். பாலுமகேந்திரா சினிமா பட்டறைக்குக் கூட அவர் நடிப்பு தவிர்த்து இதர வகுப்புகளுக்கு கூட வேறு ஆசிரியர்களை நியமிக்கவில்லை. கிட்டத்தட்ட தனி மனிதனாகவே அவர் தன்னையும் தன் சார்ந்த செயல்பாடுகளையும் நிர்வகித்துக் கொண்டார். 74 வயதில் ஒருவர் அப்படி நடந்து கொண்டது அக்காரியங்களுக்குள் அவர் கொண்டிருந்த ஈடுபாடு படிப்பு இவற்றைத் தாண்டி அக்காரியங்கள் அவர் தனது இறுதிநாளுக்கு முன்பாக தான் நிறைவேற்ற வேண்டிய கடமைகள் என்ற உணர்வோடு செயல்பட்டமைதான் அதற்கு காரணமாக இருந்து வந்திருக்கிறது.

குரசேவாவின் இகிரு படத்தின் நாயகன் போலத்தான் அவருடைய தீவிரம் இருந்து வந்தது. அப்படத்தில் நாயகன் வாட்டனபே. வயது முதிர்ந்த நகராட்சி அதிகாரி. இறப்பு நெருங்கிவிட்டதொரு தருணத்தில் இதுவரை வாழ்ந்த வாழ்க்கைக்கு ஒரு அர்த்தம் உண்டாக்கிவிடும் மனப்பிரயாசையுடன் அவர் உழன்று கொண்டிருப்பார். இறுதியில் ஏழை மக்கள் வசிக்கும் பகுதியில் சிறுவர்களுக்கான பூங்கா ஒன்றை நிர்மாணித்து விடுவதென முடிவெடுத்து அக்காரியத்தில்தன்னை முழுவதுமாக அர்ப்பணித்துக்கொள்வார்

கிட்டத்தட்ட இறுதி நாட்களில் பாலுமகேந்திராவின் முகமும் இகிருவின் வாட்டனபேவினுடையதைப் போலவே மாறி இருந்தது. சினிமா பட்டறை துவங்கிய பின்பும் கூட அவர் முகம் தீவிரத்தைத் தேடியது. அந்த தீவிரம் என்னவாக இருக்கும்? மனிதர் இந்த வயதில் எதற்காக பிரயாசைப்படுகிறார்? என்ற கேள்விகள் அடிக்கடி எழும் நானும் கூட இரண்டு மாதங்களுக்கு முன் சிட்டி

சென்டரில் நடந்த திரைப்படவிழாவில் வி.ஐ.பி.க்கான லவுஞ்சில் நிதானமாக அவருடன் பேச ஒரு சந்தர்ப்பம் கிடைத்தபோது அவரது இன்னும் நிறைவேற்ற முடியாத கனவாக சிலவற்றை சொன்னார். அதில் ஒன்று நூறு பேரிடம் 50,000 ம் ரூபாய் வாங்கி கூட்டுறவு முறையில் நல்ல படம் எடுப்பது. எந்த சமரசமும் இல்லாத அவரவர் விருப்பத்தோடு கூடிய சுதந்திர சினிமாவாக இருக்கவேண்டும். உன்னைப் போன்றவர்கள் இனி காத்திருக்க வேண்டிய அவசியமில்லை என்றார். ஆனால் அடுத்த சில நாட்கள் கழித்து அவரது தலைமுறைகள் படம் வெளியானபோது அவர் கனவு வெறும் சினிமா சார்ந்தது மட்டுமல்ல சமூகம் சார்ந்ததும் கூட என்பதை அறிந்து கொண்டேன்.

இகுரு வில் நாயகன் வாட்டனபே இறுதியில் அப்படி ஒரு பூங்காவை உண்டாக்கி பனிகொட்டும் நள்ளிரவில் அந்த ஊஞ்சலில் மகிழ்ச்சியுடன் ஆடியபடி திறப்பு விழாவுக்கு முந்தின நாள் நிம்மதியாக இறந்து போவான். பாலுமகேந்திராவின் கடைசி சுவாசமும் கூட அப்படியாகத்தான் பிரிந்தது. கிட்டத்தட்ட வாட்டனபே யினுடையதைப்போல அமைந்தது. அவரின் சினிமா பட்டறையில் உடல் கிடத்தப்பட்டிருக்க அங்கு பயிலூம் மாணவர்கள் அவரது உடலைச்சுற்றி பாதுகாப்புச் சங்கிலியாக கைகோரித்து நின்ற காட்சி அவரது லட்சியக்கனவின் உருவகம்போல இருந்தது. அவரது இறுதி ஊர்வலமும் அவர் மயான மேடையில் சாம்பலாகிய பின்னும் அகல மறுத்தகூட்டமும் அதற்குச் சான்று.

அனைவருமே அவரோடு நேரடியாகவோ மறைமுகமாகவோ பிணைக்கப்பட்டிருந்தனர். எது எல்லோருக்குள்ளும் அவரை நோக்கி ஈர்க்க வைத்தது என்று யோசித்த போது தமிழ்த் தலைமுறைக்கு அவர் துவக்கி வைத்த காட்சி வழிப் பாதையும்

காட்சியில் தொடர்பான மெனக்கெடலும் சிந்தனையும் ஆரோக்கியமான கலைச் சூழலுக்கான சமரசமில்லாத மிடுக்கான வாழ்வும் சினிமாக்காரர்களின் சொகுசையும பவிசையும் பணத்தையும் அனாயாசமாக சுண்டு விரலால் ஒதுக்கிய திமிரும்தான் என்பதை உணர முடிந்தது.

எழுபதுகளின் இறுதியில் தமிழ்ச் சூழல் கொஞ்சம் முகத்துக்கு சோப்பு போட்டு கழுவிக்கொண்டு கண்ணாடி பார்த்து தன்னை திருத்திக்கொண்டபோது பாலுமகேந்திரா புதிய சட்டங்களின் மூலமாக அசையும் பிம்பங்களுக்குள் ஒரு கவித்துவத்தை நிகழ்த்தினார். முன்னதாக தேவராஜ், மோகன், பாரதிராஜா போன்றோருடைய படிநிலை மாற்றங்கள் தமிழரின் ரசனையை முழுவதுமாக மாற்றிக்கொண்டிருந்த உன்னதமான தருணம் அது. சினிமா பாணியில் சொன்னால் தமிழ் சினிமாவுக்கு ஒரு சன்ரைஸ் ஷாட் நிகழ்ந்து கொண்டிருந்த நிமிடங்கள். அதுவரை வசனங்களையும் கதாபாத்திரங்களையும் மட்டுமே நம்பியிருந்த தமிழ் சினிமா பின் புலன்களுக்கு முக்கியத்துவம் கொடுத்துக்கொண்டிருந்த நேரம்.

இத்தனைக்கும் நிவாஸ் போன்றவர்கள் பதினாறு வயதினிலே, கிழக்கே போகும் இரயில் போன்ற பாரதிராஜாவின் படங்கள் மூலமாக செறிவான கட்டமைவை கேமிரா கோணங்களில் நிகழ்த்திக் கொண்டிருந்தாலும்.. இயற்கையின் நுண்மையை சூரிய பிரபையில் பிரதிபலிக்கும் மனிதர்களைக் கடந்த இதர உயிரிகளின் அழகை அதன் இயல்போடு மிகைப்படாமல் சட்டகத்தினுள் உயிர்ப்பூட்டிய கலைஞன் பாலுமகேந்திரா ஒருவரே. அழியாத கோலங்களின் பூவண்ணம் போல நெஞ்சம் பாடலில் ஷோபா, பிரதாப் போத்தன் நடந்து வரும் காட்சிகளில் அவர்களைக் காட்டிலும் உற்சாகமாக காற்றுக்கு தலையாட்டும் ஆற்றோர

வளர்ந்த நாணல்களின் நெஞ்சை அள்ளும் அழகு தமிழ் சினிமாவின் கவித்துவங்களுக்கு துவக்கப்புள்ளி, மட்டுமல்லாமல் படத்தில் இடம்பெற்ற ஓடை, வயல்வெளி, மணற்பரப்பு, பாலம், மரங்கள், நாணல்,புதர்கள் ஆகியவையும் பாத்திரங்களாக மாறி தமிழின் நிலப்பரப்புக்கான சினிமாவாக அழியாத கோலங்கள் உயிர் பெற்றிருந்தது. ஒளிப்பதிவில் பேக் லைட் எனப்படும் உத்தியை இதுவரை இவரைப்போல இயற்கை ஒளியில் வெகுசிறப்பாக கையாண்டவர்கள் வேறு எவரும் இல்லை. இவருக்கு அடுத்தப்படியாக அதில் கைத்தேர்ந்தவராக அசோக்குமார் தனிச்சிறப்பு கொண்டவராக இருந்தாலும் முதன்முதலாக பொன்னிற கேசங்களை இயற்கையான பின் ஒளியில் நிகழ்த்தி காட்டிய சினிமா கவித்துவம் அவருடையது. அவருக்குப் பிறகு வந்தவர்களில் இயற்கை ஒளியை செறிவாக திரை சட்டகத்தில் உள்வாங்கிக் கொண்டவர்களுள் அசோக் குமார், ராஜீவ் மேனன், மது அம்பாட் போன்றவர்கள் குறிப்பிடத்தகுந்த உயரங்களைக் கண்டிருப்பினும் அவர் காண்பித்த பச்சை நிறத்தை வேறு எவரும் காண்பிக்கவில்லை. இதற்காக வண்ணக்கலவை செய்யும் கிரேடிங்கில் அக்காலத்தில் எந்த கம்ப்யூட்டர் உபகரணங்களும் இல்லாமல் கைகளால் ஒவ்வொரு கா ட்சியாக சரிசெய்து வந்த காலங்களில் ஆங்கிலத்தில் லில்லி எனப்படும் புதிய உத்தியை இதற்காக அவர் பயன்படுத்தி வந்துள்ளார்.

மேலும் பாத்திரங்களின் உடலில் காணப்படும் மவுனம் வேறு எவருக்கும் சித்திக்கவில்லை. அவர் வெறும் ஒளிப்பதிவாளர் என்பதைக் கடந்து இயக்குனராகவும் தொழில்நுட்ப மேதைமையைக் கடந்த ஒரு அகதரிசனம் அவருக்குள் இருந்ததுவும் ஒரு காரணம்.

இதே போல சில் ஹவுட் ஷாட்டுக்கு முதன் முதலாக கைதட்டல் வாங்கியதும் அவரது ஒளிப்பதிவு மூலமாகத்தான். இதற்கு முன் கறுப்பு - வெள்ளையில் சில்ஹவுட் ஷாட்டுகள் இடம்பெற்றிருப்பினும் அவரது படங்கள் மூலம்தான் அவை அழகியலின் கூறுகளுடன் பாமர ரசிகனும் கைதட்டுமளவிற்கு ரசனையை மேம்படுத்தியிருக்கிறார்.

நாயகன் என்றாலே அவன் சிவப்பாக இருக்க வேண்டும். கறுப்பாக இருந்தால் வசீகரமாக அல்லது எல்லோரையும் ஈர்க்கும் தன்மை கொண்டவனாக இருக்கவேண்டும் என்பதையெல்லாம் பிரதாப் போத்தனின் சோடாபுட்டி கண்ணாடி மூலமாக உடைத்தவர். அழியாத கோலங்களில் கோமாளி போன்ற பிரதாப்பின் தோற்றம் துவக்கத்தில் அனைவருக்கும் புதிராகத்தான் இருந்திருக்கக்கூடும். ஆனால் அதே தோற்றம் 'மூடுபனி' திரைப்படத்தில் கொலைகாரனாக மாறிய தருணத்தில் அனைவரும் அதிர்ந்த போனதும் உண்மை.

உண்மையில் பாலு மகேந்திரா என்ற பெயர் மக்கள் மத்தியில் சென்று சேர்ந்ததற்கு மூடுபனிதான் ஒரு முக்கிய காரணம். த்ரில்லர் என்பதைத் தாண்டி தமிழில் அசலான பிலிம் நோயர் வகைப்படமாக அது வெளிப்பட்டிருந்தது.

படத்தில் பாத்திரத்தின் பார்வைக் கோணத்தில் கேமரா ஒவ்வொரு அறையாக தேடி பார்க்கும் அந்த குறிப்பிட்ட ஷாட் தமிழ் சினிமாவின் ரசனையை ஒரு அங்குலத்துக்கு உயர்த்தியது மட்டுமல்லாமல் பாலு மகேந்திரா என்ற நவீன தொழில்நுட்பக் கலைஞனை மக்கள் மத்தியில் உயர்ந்த இடத்துக்கு அழைத்துச் சென்றது.

மேற்சொன்ன படங்களில் பாடல் காட்சிகளின் படமாக்கப்பட்ட விதமும் அவரது தனித்த அடையாளம் இதுவரை இசைக்கேற்ப அதன் தாளத்திற்கேற்ப கேமரா முன் நடிக - நடிகையர் நடனம் ஆடிக் கொண்டிருந்ததை அபத்தமாக ஒதுக்கித் தள்ளி சாதாணமாக நடந்து வருவது - நாயகி நாயகன் சிரிப்பது பாடல் வரிகளைப் பாடாமல் அல்லது வரிகளுக்குத் தொடர்பில்லாமல் காதலின் மகிழ்வூட்டும் தருணத்தில் லயித்துக் கிடப்பது போன்ற காட்சிகளை தொகுத்துக் கொடுப்பது ஆகியவையும் அவரது காட்சியியல் தனித்துவங்கள்.

அதேபோல அவரது படங்களுக்கென அவரது கதாபாத்திரங்களுக்கென பிரத்யேக உடைகளை அவர் வரித்துக் கொண்டார். தலையை விரித்துப் போட்ட நிலையில் நாயகியை திரையில் காண்பிப்பது அபசகுனமாகக் கருதப்பட்ட காலத்தில் முதன்முதலாக தலையைப் பின்னாமல் அல்லது ஜோடனை எதுவும் செய்யாமல் ஷோபாவை ஒரு புடவை ஒரு குங்குமப் பொட்டு ஆகியவற்றின் மூலம் தமிழ் அடையாளம் சார்ந்த அழகியலைக் கண்டுபிடித்தவர்... மூன்றாம்பிறை திரைப்படத்தில் 'பொன் மேனி உருகுதே' பா டல் காட்சியில் இருவருக்குமான உடைத்தேர்வு இன்றுவரை அப்பாடலை தமிழின் சிறந்த சினிமா பதிவாக காப்பாற்றித் தந்துள்ளது என்றால் மிகையில்லை.

எந்த தருணத்திலும் கதையின் வேகத்தைக் கூட்டுவதற்காக அவர் கதை நிகழும் இடத்தைக் காண்பிக்காமல் விட்டதில்லை... அது ஒரு அலுவலகமாக இருந்தால் அதன் முகப்பு அல்லது பெயர்ப்பலகை காண்பிக்கப்படும். வீடாக இருந்தால் வாசல் கதவு இதெல்லாம் காண்பிக்கப்பட்டபின் தான் வீட்டுக்குள் நுழைவார். படம் பார்ப்பவனுக்குள் கதையின் நிகழ்வு முழுமையாக இருக்க வேண்டுமானால் அவனுக்குள் நிலவியல் ரீதியான புரிதல்கள்

அவசியம் வேண்டும் என்பார். அவர் படைப்பின் ஒழுங்குக்கு இவை மிக முக்கியமாக பங்காற்றி வந்துள்ளன.

அவரது அனைத்து திரைக்கதைகளின் முடிவும் அவரது இன்னொரு தனித்துவம், அவர் ஒரு போதும் இறுதிக் காட்சியில் கதாபாத்திரங்களை பேசவிட்டதில்லை. இரண்டு முரண்களைக் காண்பித்து பார்வையாளனின் மனதில் ஆழமான பாதிப்பை உருவாக்குவதில் மட்டுமே அவர் தீவிர கவனம் செலுத்துவார். அழியாத கோலங்களின் இறுதிக் காட்சி போல நம்மை பெரும் துக்கத்தில் வீழ்த்தும் காட்சி வேறு எதுவும் இருக்க முடியாது. மூன்றாம்பிறை, மறுபடியும், யாத்ரா (மலையாளம்), வீடு, சந்தியாராகம் என அவரது திரைக்கதைகளின் முடிவு பெரும் காவியத் தன்மைக்குள் செல்வதாகவே இருந்து வந்துள்ளது. காட்சி ரீதியான பெரும் அழகியல் தன்மை கொண்ட யாத்ராவின் இறுதிக் காட்சி அவரது மேதமையின் உச்சம் என சொல்லலாம்.

'நீங்கள் கேட்டவை' அவருக்கான வகைமாதிரியான படம் அல்ல; என்றாலும், அதன் மூலம் பானுசந்தர், அர்ச்சனா என இரண்டு நட்சத்திரங்களின் உதயத்திற்கு அத்திரைப்படம் தன் கடமையை நிறைவேற்றி இருக்கிறது.

'ஓ வசந்த ராஜா...' பாடல் காட்சி மூலமாக கங்கைகொண்ட சோழபுரம் கோயிலை கேமரா மூலம் இரண்டாவது முறையாக கட்டியமைத்த ராஜேந்திர சோழன் அவர். கருத்த அழகியை தமிழ் முதல்முதலாகப் பார்த்து ஆச்சர்யப்பட்டது. வெள்ளைத்தோல்தான் அழகு என்ற தமிழரின் பொதுப்புத்தியில் கரடுதட்டிப்போன ரசனையை தடம் மாற்றி கருத்த பெண்களின் கவர்ச்சியான அழகை மாற்றி நிறுவியவர்.

திரைப்படத்துறையின் இத்தகைய சாதனைகள் மட்டுமே அவரது புகழுக்குக் காரணமில்லை. மாறாக அவர் திரைப்படம் தாண்டி அவரிடமிருந்த சில திரைப்பண்புகள்தான் அவரது நிலைத்த புகழுக்குக் காரணம்.

வணிக சினிமாவுக்காக எந்த சமரசமும் செய்து கொள்ளாதவர், புகழின் உச்சத்தில் இருந்தபோதும் அவர் சாதாரண மனிதருக்கான வாழ்க்கையையே வாழ்ந்தார். சாதாரண அம்பாசிடர் கார் மட்டுமே வெகுநாட்களாக வைத்திருந்தார். அதுவும்கூட இல்லாமல் பல சமயங்களில் ஆட்டோவில் செல்பவராக இருந்து வந்தவர். அவரது வளர்ப்பு மகனான இயக்குனர் பாலாவின் நிர்ப்பந்தத்தின் பேரில் அவர் வாங்கிக்கொடுத்த உயர்ரக காரை பயன்படுத்தத் துவங்கினார். தாஜ் ஹோட்டலில் நடந்த 'மறுபடியும்' வெற்றி விழாவில் கலந்து கொண்ட இயக்குனர் பாரதிராஜா, ''உங்களை போல எந்த சமரசத்துக்கும் ஆட்படாமல் எளிமையான வாழ்க்கையை வாழ்வது என்னை வெட்கம் கொள்ள வைக்கிறது'' என வெளிப்படையாகப் பாராட்டியிருந்தார்.

## எனக்கு சினிமா இயக்குவது, செக்ஸ் வைத்துக்கொள்வது போல... - நேர்காணல், ம.கா. செந்தில்குமார்.

எட்டு ஆண்டுகள் ஆயிற்று ஒரு படம் இயக்கி... மிக நீண்ட இடைவேளைக்குப் பிறகு, 'தலைமுறைகள்' என்ற படத்தோடு களம் காண வருகிறார் பாலுமகேந்திரா. படத்தின் தயாரிப்பாளர் சசிகுமார்.

ஒருபுறம் புத்தகங்கள், மறுபுறம் உலக சினிமா டி.வி.டி.கள். பின்னணியில் 'ஓம்' ரீங்காரம் ஒலிக்க இருவரிடமும் உரையாடியதில் இருந்து...

"உங்களைச் சந்திக்கணமே சசி"னு சார்கிட்ட இருந்து ஒருநாள் போன் வந்தது. "நானே வர்றேன் சார்"னு சொன்னேன். "இல்ல நான் வர்றதுதான் முறை"னு சொன்னவர், கொஞ்ச நேரத்தில் என் அலுவலகம் வந்தார். அப்ப சார் என்னிடம் சொன்ன கதைதான், இந்தத் 'தலைமுறைகள்' கதை பிடிச்சிருந்தது... "நானே தயாரிக்கிறேன் சார்"னு சொன்னேன். ரொம்பக் குறைவான பட்ஜெட்ல அழகா பண்ணித் தந்திருக்கிறார். இதுதான்

இன்னைக்குத் தேவையான சினிமா!'' என்று உரையாடலைத் தொடங்கினார் சசி.

''இந்தப் படத்துல சார் நடிச்சிருக்கார். ஆனா, அந்தக் கேரக்டர்ல அவர்தான் நடிக்கப்போறார்னு எனக்குத் தெரியாது. கதை சொல்லி முடிச்ச பிறகு, 'உங்களுக்கு ஒரு விஷயம் காட்டுறேன்'னு சொல்லி ஒரு தாத்தாவின் போட்டோ காட்டினார். 'யார் சார் இவர்?' கண்ணு பவர்ஃபுல்லா இருக்கே. உங்களுக்கு இன்னொரு சொக்கலிங்க பாகவதர் கிடைச்சிட்டாரு''ன்னு சொன்னேன். ''நான்தான் இது. அந்தக் கேரக்டர்ல நான்தான் நடிக்கப் போறேன்''னு சார் சொன்னார்! என்று சசிகுமார் முடித்த இடத்தில் இருந்து தொடங்குகிறார் பாலுமகேந்திரா.

''நம் குடும்பங்களின் அடிப்படை உறவுகள்தான் படத்தின் கரு. நம் குடும்பங்களைத் தூக்கிச் சுமந்து கரை சேர்ப்பது நம் பெண்கள். அப்படிப்பட்ட ஒரு பெண்ணைப் பற்றிய கதை. பெண்கள் மீது எனக்குள்ள ஆராதனை கலந்த மரியாதையும் மதிப்பும் படத்தில் வெளிப்படும்!''

''நீண்ட இடைவெளிக்குப் பிறகு படம் இயக்குகிறீர்கள். ஏதேனும் வித்தியாசத்தை உணருகிறீர்களா?

''திரைக்கதை ஆசிரியர், இயக்குநர், ஒளிப்பதிவாளர், படத் தொகுப்பாளர்... இந்த நாலுபேரும்தான் படத்தின் முக்கியமான தொழில்நுட்பக் கலைஞர்கள். இந்தப் படத்தில் அந்த நாலுமே நான்தான். அதனால், எனக்கு எந்தப் பிரச்னையும் கிடையாது. என் படத்தை நானே எழுதி, நானே ஒளிப்பதிவு பண்ணி, நானே இயக்கி, நானே எடிட் செய்தால்தான் எனக்குத் திருப்தி. ஒரு படம் எடுப்பது என்பது, எனக்குப் பிடித்தமான ஒரு பெண்ணோட செக்ஸ்

வெச்சுக்கிற மாதிரி. ''நீ பாதி பண்ணு. நான் பாதி பண்றேன்'னு அதை என்னால யார்கிட்டயும் பிரிச்சுக் கொடுக்க முடியாது.

ஓர் எழுத்தாளன், ''இது என் சிறுகதை''னு சொல்றான். ஓர் ஓவியன், ''இது என் ஓவியம்''னு சொல்றான். ஆனா, ஒரு சினிமாக்காரன், ''இது என் படம்''னு சொல்ல முடியலை. காரணம் சினிமா இங்கே ஒரு கூட்டுத் தயாரிப்பு. ஆனா, சரியோ தப்போ என் படத்துக்கு நான்தான் பொறுப்பு. ''எ ஃபிலிம் பை பாலுமகேந்திரா''னு போட்டேன்னா, அதை ஒரு திமிரோடதான் போடுவேன்!''

''சினிமா 100 விழாவைப் புறக்கணித்து உங்கள் ஆதங்கத்தை வெளியிட்டு இருந்தீர்கள். அந்த நிகழ்ச்சி மூலம் சினிமாவுக்கு ஏதேனும் நன்மை விளைந்திருப்பதாக நினைக்கிறீர்களா?

''கலந்துக்கலைனுதான் சொன்னேனே த விர, என் ஆதங்கத்தை எங்கேயும் நான் வெளிப்படுத்தலை. அதைப் பத்தி ஏன் என்கிட்ட கேக்குறீங்க? இப்படி சிண்டு முடிந்து விட்டு கலைஞர்களை சிக்கலில் மாட்டிவிடும் வேலை வேண்டாமே!''

''இது சிண்டு முடிவதற்கான கேள்வி அல்ல. அரசு, மக்களின் வரிப் பணத்தில் இருந்து பத்து கோடி ரூபாயை அந்த நிகழ்வுக்கு அளித்திருக்கிறது. அது சினிமாவுக்கு ஆக்கபூர்வமான நன்மைகளை விளைவித்திருக்கிறதா என்று ஒரு சினிமா படைப்பாளியான உங்களிடம் கேட்கிறேன்!''

''அரசைக் கேளுங்கள். அல்லது இந்த மாதிரி கேள்விகளுக்குப் பதில் சொல்வதற்கென்றே சிலர் இருக்கிறார்கள். அவர்களிடம் கேளுங்கள். ஆனால் ஒரு விஷயம் சொல்கிறேன். தமிழ் சினிமாவின் பொக்கிஷம்னா, அது பழைய படங்கள்தான். அதோட

நெகடிவ்களைக் காப்பாத்த, பாதுகாக்க ஒரு காப்பகம் தமிழ்நாட்டுக்கு அவசியம் தேவை. இதை மூணு வருஷமா சொல்லிச் சொல்லி தலப்பாடா அடிச்சுட்டு இருக்கேன். ஆனா, அதை யாரும் கண்டுக்கவே இல்லை!''

''இதை ஏன் அரசாங்கம் செய்யணும்னு நினைக்கிறீங்க? சினிமாத் துறையினரே சேர்ந்து செய்யலாமே!''

''செய்யணும்தான்! அதுக்கான முறையையும் சொன்னேன். கேளிக்கை வரி மூலம் அரசாங்கம் வருமானம் ஈட்டுவதால், பாதி பணத்தை அரசாங்கம் போடட்டும். சினிமாத் துறையினர் மீதியைச் செலவழிக்கட்டும். மேற்கொண்டு நடவடிக்கைகளைத் துரிதப்படுத்த, சினிமாவில் ஆர்வமுள்ள ஓர் ஐ.ஏ.எஸ். அதிகாரி மற்றும் சில சிப்பந்திகள் மட்டுமே போதும். இப்படியான ஒரு காப்பகம் இல்லாமல் நிறைய தமிழ்ப் படங்கள் அழிஞ்சிருக்கு. 'அழியாத கோலங்கள்', 'வீடு', 'சந்தியாராகம்', 'மூன்றாம்பிறை', 'மறுபடியும்' போன்ற என் படங்களின் நெகடிவ்கள் இப்போது இல்லை. அவையெல்லாம் 50 வருடங்களுக்கு முன் வந்த படங்கள் இல்லை. வெறும் 20 வருடங்களுக்குள் வந்த படங்கள். சினிமாவைக் காப்பாற்ற வேண்டும் என நினைப்பவர்கள், இந்தப் புள்ளியிலிருந்து தங்கள் பணிகளைத் தொடங்கலாம்!''

# தலைமுறைகள்' விமர்சனம்: சினிமா எக்ஸ்பிரஸ்

மறுபடியும் தன்னை நிரூபித்திருக்கிறார் பாலுமகேந்திரா. குறைந்த செலவில் எடுக்கப்பட்ட படம்தான். ஆனால், உலகத் தரத்துக்கு உயர்ந்து நிற்கிறது.

தாத்தாவுக்குத் தமிழ்தான் தெரியும். ஆங்கிலம் தெரியாது. பேரனுக்கு ஆங்கிலம் தெரியும். தமிழ் தெரியாது. இது ஏதோ மொழிப்பிரச்னை இல்லை. தாத்தாவுக்கும் பேரனுக்குமான தலைமுறை இடைவெளி. தமிழ்ப் பண்பாட்டிற்கும், உறவுகளின் அன்பிற்கும், இந்த மண்ணின் வேர்களுக்குமான பந்தம் அற்றுப்போவதை மிக நேர்த்தியாகப் படைத்துள்ளார் பாலுமகேந்திரா. அவரே தாத்தாவாகவும் நடித்துள்ளார்.

பழமை கொஞ்சமும் மாறாத தாத்தா. தன் மகன் ஒரு கிறித்துவப் பெண்ணை திருமணம் செய்து கொள்வதை விரும்பாமல் வீட்டை விட்டுத் துரத்துகிறார். மருத்துவர்களான அவர்கள், சென்னைக்குச் சென்று பன்னிரண்டு வருடங்கள் கழித்து நோயுற்றிருக்கும் தந்தையைப் பார்க்க வருகிறார்கள். ஆனால், அப்போதும்

தாத்தாவுக்குக் கோபம் குறையவில்லை. இருந்தாலும் பாசத்தில் தவிக்கிறார். கொஞ்சம் கொஞ்சமாக தன்னை மாற்றிக்கொள்ளும் தாத்தா, பேரனுடன் சகஜமாகப் பழக ஆரம்பிக்கிறார். அவனுடன் விளையாடுகிறார். தமிழ் சொல்லித் தருகிறார். ஆங்கிலத்தைக் கற்றுக்கொள்கிறார்.

பேரனைப் பார்க்கும் முதல் காட்சியில், ''யாருப்பா தம்பி நீ?'' என்று கேட்கிற பாலுமகேந்திராவிடம், ''ஐ டோன்ட் நோ தமிள்'' என்று சொல்லும் சிறுவன் கார்த்திக்கிடம், ''யு நேம் வாட்'' என்று தனக்குத் தெரிந்த ஆங்கிலத்தில் கேட்கும்போதும், அதன்பின் அவன்தான் தன் பேரன் என்று தெரிந்துகொள்ளும் போதும் கண்கலங்க வைக்கிறார்.

மருமகள், ''அவனுக்குத் தமிழ் தெரியாது மாமா'' என்று சொல்ல, ''ஐயோ...அவன் என் பேரன்மா'' என்று தலையில் அடித்துக்கொள்ளும்போது தன் பரம்பரை வேரும், தமிழும் அற்றுவிடுமோ என்ற ஆதங்கம் பாலுமகேந்திரா நடிப்பில் தெரிகிறது.

பாலுமகேந்திரா சமீபத்தில் சொல்லும்போது, ''வயதான அந்த பாத்திரத்துக்கு ஆள் தேடினால் நேரத்துக்கு வரமாட்டார். சம்பளமும் நிறைய எதிர்பார்ப்பார். இது குறைந்த பட்ஜெட்டில் எடுக்கப்பட்ட படம். அதுதான் நானே தாத்தாவாக நடிச்சிட்டேன்'' என்றார். ஆனால், இந்த முடிவை இன்னும் கொஞ்ச காலத்துக்கு முன்பே நீங்கள் எடுத்திருக்கலாம்.

மகனாக நடித்திருக்கும் எஸ். சஷிகுமாரும், மருமகளாக நடித்திருக்கும் ரம்யா சங்கரும் உணர்வு பூர்வமாக நடித்திருக்கிறார்கள். ''அப்பாவுக்கு உடம்பு சரியில்லை, நீ போய்த்தானே ஆகணும்'' என்று சொல்லும் மனைவியிடம், ''நான்

போகமாட்டேன்'' என்பதும், கிராமத்துக்குச் சென்று தந்தையைப் பார்த்து அவர் என்ன சொன்னாலும் பொறுத்துப்போவதும், தன் தந்தையின் இரண்டாவது மனைவியின் மகள் சாப்பாடு கொண்டு வந்து கொடுக்கும்போது, ''வெளி சாப்பாட்டை நான் சாப்பிட மாட்டேன்னு தெரியாது'' என்று பாலுமகேந்திரா திட்ட, ''என்னண்ணே இப்படிச் சொல்றாரு... வீட்டுக்கு வந்தா நல்லா சாப்பிடுவாரு'' எனும் தங்கையிடம், ''நான் இருக்கேன் இல்ல, அதான்'' என்று சஷி சொல்வதும் அவரை சிறந்த நடிகராக இந்தப் படம் அடையாளம் காட்டுகிறது.

ரம்யாவின் நடிப்பும் பிரமாதம். ''மாமா நானும் என் மகனும் சென்னைக்குப் போகப்போறதில்லை. அவன் உங்க பேரன் மாமா. உங்க பக்கத்துல வளர்ந்தாதான் நல்லா இருக்கும்'' எனும்போது மொத்தத் திரையரங்கமும் கண்ணீரால் நனைகிறது. இதுபோல் நிறைய காட்சிகள் சொல்லிக்கொண்டே போகலாம்.

உறவுக்கும், மொழிக்கும், மண்ணின் மாண்புக்கும் வளம் சேர்க்கிற விதமாக, தமிழ் மக்களிடம் இன்று பரவலாகக் காணப்படும் அந்நிய மொழி மோகத்தையும் உணர்வுபூர்வமாகக் கையாண்டிருக்கிறார் இயக்குநர் பாலுமகேந்திரா. அதற்கு இசையால் பலம் கூட்டியிருக்கிறார் இளையராஜா.

தலைமுறைகள் - தலைமுறை கடந்து நிற்கும்!

## நாங்கள் விழுதுகளாய் இருக்கிறோம் அப்பா-
### கே.வி. ஷைலஜா

"குட்மார்னிங் ஷைலு, நான் பாலு பேசறேன்"

ஒவ்வொருமுறை என் அலைபேசியில் அவர் பெயர் வரும்போதும் நான் பதற்றமாகிவிடுவேன். இயல்பாய்ப் பேசத் தொடங்க பத்து நிமிடங்கள் ஆகும். எவ்வளவு பெரிய ஆளுமை அவர். எத்தனை பேருக்கு ஆதர்ஷம். கனவு, வாழ்நாள் லட்சியம், தொலைதூரத்து ஏக்கம் மட்டுமல்ல தன் மைல்கற்களைத் தானே தாண்டிய ஒரு அபூர்வம். அதன்வலி சிந்தாமலிருக்கும் பூரணத்துவம்.

"ஷைலு என்னை அப்பான்னு கூப்பிடும்மா, மற்றவங்க என்னைக் கூப்பிடறதை விட நீ கூப்பிடணுன்னு ஆசையாயிருக்கும்மா" என்ற அவரை அப்பா என்று என்னால் கடைசிவரை கூப்பிட முடிந்ததில்லை. ஒரு மஹா சமுத்திரத்தை எனக்குள் மட்டும் தேக்கி வைத்திட எனக்கு தைர்யம் வந்ததேயில்லை.

‘‘நான் கௌம்பறேன் ஷைலம்மா’’ என்று ஒவ்வொரு சந்திப்பின் முடிவிலும் மறக்காமல் சொல்வீர்களே, இறுதிச் சந்திப்பில் மட்டும் என்னிடம் சொல்லிக்கவேயில்லயே. இரண்டு நாட்களுக்கு முன்புகூட தொலைபேசியில் கூப்பிட்டு நலம் விசாரித்தபோது ‘‘ஐம் பெர்ஃபெக்ட்லி ஆல் ரைட் ஷைலு. நல்லாயிருக்கேன்’’ என நான் நம்பும்படி சொன்னீர்களே சார். உள்ளுக்குள் எதை மறைத்து வைத்திருந்தீர்கள்? ஏன் இப்படியெல்லாம் நடக்க வேண்டும்? பிறந்து சில மாதங்களிலேயே அப்பாவை இழந்த எனக்கு எதற்காக அந்த உறவின் தளிர்களைத் தரிசிக்க வைத்தீர்கள்? தலைகோதி, கைபிடித்து எதற்காக அதன் எல்லைவரை அழைத்துச் சென்றீர்கள்?

ஆனாலும் எனக்குள் இதுவரை சேமித்து வைத்திருக்கும் நினைவுகள் போதுமெனக்கு. இந்தப் பேரிரைச்சலிலும் நான் நிறைவடைந்திருக்கிறேன்.

நான் நல்ல சினிமாவைப் பார்க்க மட்டுமே தெரிந்தவள் அதை விமர்சிக்கவோ, விவாதிக்கவோ கூடத் தெரியாது. எனக்கு அன்பைப் பெறவும், பொத்திப் பாதுகாக்கவும் அதனை அடுத்த நெஞ்சுக் கூட்டிற்குள் கடத்தவும் மட்டுமே தெரியும். அதனால் மட்டுமே நான் அவருடைய மகளானேன். பார்க்கிற எல்லோரிடத்திலும், ‘‘இது ஷைலு என் மக’’ என நானே கூச்சப்படுமளவுக்கு என்னை அறிமுகப்படுத்துவார்.

தன் அடுத்த படத்தின் கதை விவாதத்திற்காகத் திருவண்ணாமலைக்கு வந்த அவர் தினமும் மாலையில் ‘வம்சி’ அலுவலகத்திற்கு வருவார். மிகவும் வித்தியாசமானதொரு காஸ்ட்யூமில் தொப்பியைக் கழற்றி வைத்துவிட்டுத் தலையில் துண்டுகட்டி அதைத் தோளுக்குச் சற்று கீழே தொங்கவிட்டுக் கொண்டு வந்து உட்காருவார். சென்னையில் கூட கிடைக்காத உலகத் திரைப்படங்கள் இங்கே வைத்திருக்கிறீர்களே என

ஆச்சரியப்பட்டு கை நிறைய படங்களை அள்ளி சேகரித்துக்கொள்வார். புத்தகக் கடைக்கு வரும் நண்பர்களுக்கு அவரின் இருப்பு பேரதிர்ச்சியாக இருக்கும். என்ன சாப்பிடலாமென்றால் 'பகோடா சொல்லம்மா, காரப்பொரி சாப்பிடலாம்'' என்று கேட்டு சாப்பிடும் அவரைத் தெருவில் போவோர்களும் வருவோர்களும் அதிசயமாய் பார்த்துக்கொண்டே போவார்கள். கடைக்குள்ளே வரும் வாசகர்கள் அதிர்ச்சியில் உறைந்து போவதை நான் பார்த்ததுண்டு. ஒரு டீ குடித்துவிட்டு நாங்கள் மலை சுற்றும் வழியிலிருக்கும் உணவு விடுதிக்குச் சென்று கதைகளாகப் பேசிக்கொண்டிருப்போம். தமிழின் ஆகச்சிறந்த கதைகள், மொழிபெயர்ப்புக் கதைகள், தான் பார்த்த நல்ல திரைப்படங்கள், தன் சினிமா அனுபவங்கள், தான் எடுக்கப்போகும் திரைப்படங்கள் என்று சுழலும் அப்பேச்சிலிருந்து துண்டித்துக்கொள்ள எப்போதும் மனசே வந்ததில்லை.

இரு நாட்கள் எங்களுடன் தங்க வந்திருந்த சாரும் மவுனிகாவும் ஒரு மதிய உணவிற்குப் பிறகு நன்றாக ஓய்வெடுத்தார்கள். அன்று மாலை அவரின் கதைநேரக் கதைகளைத் திருவண்ணாமலை பார்வையாளர்களுக்காகத் திரையிட்டோம். மிகக் கண்டிப்பானதொரு வாத்தியாராய் மாறி படம் பார்ப்பதற்கு வைக்க வேண்டிய கலர், கான்டிராஸ்ட், ஒலி என சொல்லித்தருகிறார். ஆப்பரேட்டருக்கு அது சரிவரப் புரியாதபோது அவரே குத்துக்காலிட்டு உட்கார்ந்து அதைச் சரி செய்கிறார். தன் படைப்பு மிகச் சரியான வடிவத்திலும் துல்லியத்திலும் மட்டுமே காட்சிப்படுத்த வேண்டுமென்ற, ஒரு படைப்பாளிக்கே உரிய ஆர்வம் பிரதிபலித்த நிமிடங்கள் அவை. என்னுள் பிரமிப்பாய் நிலைபெற்றதும்கூட.

அடுத்தநாளே வாய்த்த இரண்டு மணிநேர கார் பயணம் போதும் என் வாழ்வு அர்த்தப்பட. மாலையும் இரவுமல்லாத மங்கும் பொழுது அது. சில நேரங்களில் நாம் நினைக்கும் போதே மழை பெய்யுமே அது போல. என்னவென்றே தெரியாமல் காலையிலிருந்தே மனம் சந்தோஷத்தில் அலையடிக்குமே அது போல. முன் சீட்டில் உட்கார்ந்திருந்த சார் சொல்லும் ஒவ்வொரு கதையையும் நானும் படித்திருக்கிறேன். ஜி. நாகராஜன், தி.ஜா., சுந்தரராமசாமி, அவருக்கும் எனக்கும் எப்போதும் பிடித்த பிரபஞ்சன் என அடித்த சுழல் லா.ச.ரா. வில் வந்து நிலைகொண்டது. லா.ச.ரா.வின் பச்சைக் கனவொளியில் கிறங்கிய பேச்சின் நடுவே, "எனக்கு இதெல்லாம் தெரியாதுப்பா நான் கொஞ்சம் உன் மடியில் படுத்துக்கறேன்" எனப் பின்னிருக்கையில் என் மடியில் படுத்து உறங்கிப் போன மவுனியை எங்கள் கதாநாயகர்களும் நாயகிகளும் தொந்தரவு செய்யவேயில்லை.

இந்த ஐந்தாறு வருடங்களில் அநேகமாய் தினமும் என்னோடு தொலைபேசியில் பேசுவார். தன் சினிமாப் பட்டறையில் உச்சமாக இலக்கிய வகுப்பெடுத்த பெருமிதத்தை, தன் மாணவன் மிகக் கண்டிப்பாக நவீன இலக்கியம் படித்தே ஆகவேண்டிய கட்டாயத்தை, ஏதோ ஒரு மாணவன் கதைகளைப் படித்தபின் எழுதிக் கொடுத்த சினாப்சிஸில் தன்னைக் கரைத்துக் கொண்டதை, அவருக்குப் பிடித்த அவருடைய மவுனி புள்ளி குத்த முடியாத காரணங்களால் அவரிடம் பேசாமல் இருந்த துக்கத்தைப் பேசி ஆற்றிக்கொள்ள, எப்போதும் படைப்பாளியிடம் அந்தஸ்து தள்ளியே நிற்கும் மாயைக்குத் தான் இரையாகாத பேராண்மையை, இந்த வயதில் தான் தனியனாய் வாழ நேரிட்ட துயரம் பற்றியெல்லாம் பேசுவார். ஆனால் அடுத்த அழைப்பிலேயே மழைநீர் முகத்தில்பட்ட குழந்தையாய்க் குதூகலிக்கவுமான வாழ்க்கை அவருக்கு வாய்த்திருந்தது. கிருஷ்ண ஜெயந்தி வாழ்த்து

சொல்லதான் மிகப்பொருத்தமானவன் என்றும், அவனவன் தன் வாழ்க்கையிலிருந்து தானேம்மா படம் எடுக்க முடியும். என் படங்கள் எப்போதும் ரெண்டு பொண்டாட்டிக்காரன் கதையாகவேதான் இருக்கு என்று பேசி சிரிப்பார். நான்தான் அவரின் சோகங்களிலிருந்து வெளிவரத் தெரியாமல் பல நாட்கள் தவித்திருக்கிறேன்.

2011 சென்னைப் புத்தகக் கண்காட்சியிலிருந்த என்னிடம் வந்து உட்கார்ந்து 'ஒரு டீ சொல்லம்மா' என்று பேச ஆரம்பித்தார். வழக்கம்போல மானசி தாத்தாவிற்காக ப்ளாக் டீ வாங்கி வர ஓடினாள். ''வெற்றியோட ஆடுகளம் படம் பாத்திட்டு நேரா வரேம்மா. அய்யோ எப்படி எடுத்திருக்கான். ஜட்ஜஸ் சரியா அமஞ்சா இந்தப் படம் ஆறு அவார்டு வாங்கும். ஒருவேளை ஜுரி அவார்டு ஜெயபாலனுக்குக் கிடைக்கும். சொந்தக் குரலில் பேசியிருந்தால் தேசிய விருதே கிடைக்கும்'' என்றார். அந்த வருடம் மார்ச் மாதத்தில் அறிவிக்கப்பட்ட தேசிய விருதுகள் அவ்விதமேயானது. விருது அறிவிக்கப்பட்ட அன்று அவருக்கிருந்த சினிமா நுட்பமும் சரியான திரைப்படம் குறித்ததன் அவதானிப்பும் தன் வாழ்வை சினிமாவில் மட்டுமே வைத்துக் கரைத்துக் கொண்டிருக்கும் அக்கலைஞனின் அசாத்திய நம்பிக்கையும் என்னை உறைய வைத்தது.

என் 'வம்சி புக்ஸ்' சில புத்தகங்களைப் பதிப்பிக்கும்போது ஒரு பதிப்பாளராய் பெருமிதத்தில் லேசாய் என் மனம் ததும்பிக் கொள்ளும். அதில் எப்போதும் எங்கள் பாலுமகேந்திரா சார் தான் இருப்பார். எந்த காம்ப்ரமைசும் இல்லாமல், தான் உருவாக்கிய கதைநேரக் கதைகளை மூன்று பாகங்களாகவும் தனக்கு எப்போதும் ஃப்ரெஷ்ஷாகப் பார்க்கத் தோன்றும் வீடு படத்தையும் புத்தகமாக்கி அவர் கைகளில் கொடுத்து அந்த முக

சந்தோஷத்தையும் பெருமிதத்தையும் நான் தரிசித்துவிட்டேன். அட்டை வடிவமைப்பில் சின்னச் சின்ன திருத்தங்களைக்கூட மிக நுட்பமாகப் பார்த்து தன் திரைப்படக்கல்லூரி அலுவலகத்திற்கு டிசைனரை வரச்சொல்லி, திருத்தி மீண்டும் எனக்கு அனுப்பி சரிபார்த்து என அவர் காட்டும் பொறுமையும் படைப்பின் மீதான அக்கறையும் நாம் அவரிடம் கற்றுக்கொண்டே ஆகவேண்டியது. வீடு திரைக்கதை புத்தகத்தைச் சமர்ப்பணம் செய்வது தொடர்பாக ஒரே நிமிடத்தில் முடிவெடுத்தோம். ''என் அம்மாவுக்குன்னு போடலாம்மா. சரிதானே ஷைலு'' என்றவர் மிக அற்புதமான கவிதையாய் ஒரு சமர்ப்பணம் எழுதி அனுப்பினார்.

மனுஷ்யபுத்திரனின் கவிதைவரி போல 'நாளைக்கு வந்தேன்' எனச் சொல்லும் குட்டி இளவரசியின் மனசொத்தவர். காலம், நேரம், ஒரு தேதி வைத்து வேலைகளை முடிப்பது என்பதெல்லாம் அவருக்குத் தெரியாது. மருத்தவமனைக்குப் போவதற்கு இரண்டு நாட்களுக்கு முன் நான் கூப்பிடுறேன்.

''சார், ஷைலஜா பேசறேன் சார்''

''அய்யோ ஷைலு, நம்புவியாம்மா நீ? நானே கூப்பிடணும்னு இருந்தேன். ஐ வாஸ் சர்ச்சிங் யுவர் நெம்பர். புது நெம்பர் உன்னோடது சேவ் பண்ணியிருந்தேன். அத எனக்கு எடுக்கத் தெரியல ஷைலு. ஐம் சாரி ஷைலு. வீடு பட டிவிடியை நான் இன்னும் முன்னாடியே குடுத்திருக்கணும்மா''.

''சார் தயவுசெய்து அப்படியெல்லாம் சொல்லாதீங்க. ஒரு பிரச்சனையும் இல்ல சார். நீங்க எப்படி இருக்கீங்கன்னு கேக்க மட்டும்தான் நான் கூப்பிட்டேன்''.

''எனக்கென்னம்மா நான் நல்லாயிருக்கேன். ஐ எம் பெர்ஃபெக்ட்லி ஆல்ரைட்''.

பேசி இரண்டு நாள்கூட முழுமையாய்க் கடந்து போகவில்லையே, என்னவாயிற்று சார் உங்களுக்கு?

ஒவ்வொரு புத்தகக் கண்காட்சியிலும், மாலையில் எங்களுடன் மூன்று மணிநேரம் இருப்பார். கூட்டம் அதிகமாயிருக்கும். நீங்கள் வரவேண்டாமென்றால் ''ஆஃபீஸ்ல போரடிக்குது ஷைலம்மா. என் பேரப்பிள்ளைகளோட இருக்கேனே'' என்று ஆசைஆசையாய் வருவார். தன்னை நோக்கி வரும் ஒவ்வொரு வாசகனையும் சினிமா தாகம் கொண்டவர்களையும் பெயர் கேட்டு 'வாழ்த்துக்களுடன் பாலுமகேந்திரா' என்று எழுதித் தேதியிட்டுக் கொடுத்து நெகிழவைப்பார். தன்னுடன் புகைப்படம் எடுத்துக்கொள்ளத் துடிக்கும் எந்த இளமனதையும் அவர் உதாசீனப்படுத்தியதில்லை. இனி தான் நிறைய டெலி ஃபிலிம் எடுக்கப் போவதாகவும் சக்கரியாவின் கதைகள் தனக்கு மிகவும் நெருக்கமாயிருக்கிற தென்றும் அவருடைய 'யாருக்குத் தெரியும்' கதை தனக்குப் பிடித்த கதைகளில ஒன்றொன்றும் ஜெயஸ்ரீயிடம் பேசினார். அவள் மொழிபெயர்த்த யேசுகதைகள் தொகுப்பைப் பற்றி நிறைய நேரம் அவளோடு விவாதித்தார்.

''இன்னக்கி இங்க வர்றதுக்கு முன்ன ஒரு சின்ன நாட் மனசிலப் பட்டுதும்மா. கேளு'' என்று அம்மாவிற்கும் மகனுக்குமான உறவைப் பற்றிய குறும்படத்திற்கான கதையைச் சொல்கிறார். பின்னணியில் அன்னலஷ்மி என்று யாரோ யாரையோ கூப்பிடுவதைக் கேட்டு அதிர்ந்து, பின் சிரித்துக்கொண்டே பதின் வயதில் தனக்கேற்பட்ட காதலையும், அவள் தனக்குச் சொல்லிக்கொடுத்த காமத்தையும் சொல்லிச் சிரிக்கிறார்.

நானும் பவாவும் சேர்ந்து நண்பர்களுக்காக ஒரு சிறு கல்வீடு கட்டினோம். அதன் திறப்புவிழாவை எங்கள் மகன் வம்சியின் பிறந்த நாளன்று வைத்திருந்தோம். அந்தக் கல்வீட்டின் தரையில் உட்கார்ந்து பேச ஆரம்பித்த அவர், ''என் அம்மா ஒரு சந்தோஷமான மனுஷி. அவள் வீடு கட்ட ஆரம்பித்ததும் தன் எல்லா சந்தோஷங்களையும் இழந்துவிட்டாள். அந்த வலியின் மிச்சம்தான் என் 'வீடு'. ஆனால் என் மகள் ஷைலு இந்த வீட்டைக் கட்டித் தன் சந்தோஷங்களை இதில் நிறைத்திருக்கிறாள். இது அசாத்தியமான ஒன்று எனக் கவிதையாய்ப் பேசிக்கொண்டே போனார். மாலையில் ஒற்றை அறை கொண்ட எங்கள் நில கெஸ்ட் ஹவுசைத் திறந்துவைத்த போது நாங்கள் விரும்பி அவரோடு எடுத்துக்கொண்ட புகைப்படம் அபூர்வமாய் எங்களுக்கு நிலைத்துப்போனது.

சென்னைக்குச் செல்லும்போதெல்லாம் ஒருமுறை அவரைப் பார்த்துவிடுவதும், ஒன்றாய் ஒருவேளை சாப்பிடுவதுமாய்த் திரும்பிவருவோம். என்கூட தங்க மாட்டேங்கிறீங்க என்று அவருக்குப் பெரிய ஆதங்கமுண்டு. வேறு எந்த வேலையும் இல்லாமல் மருத்துவ பரிசோதனைக்காக மட்டுமென்று சென்னை சென்றபோது அவரிடம் நாங்கள் அங்கு வந்து தங்குவதாகச் சொன்னோம். அது மட்டும்தான் எனக்குத் தெரியும். நானும் பவாவும் ஜெயஸ்ரீயும் நண்பருமாய்ப் போவதற்குள் ஒரு வகுப்பறையை ஒழித்து சுத்தம் செய்யவைத்து புதிய படுக்கை விரிப்புகள், தலையணைகளில் ஆரம்பித்து என்னென்ன தேவையோ அவ்வளவையும் செய்து மூன்றாம் நாள் திரும்பிவரும்போது பெற்ற தகப்பனைப்போல மருமகனுடன் செல்லும் மகளைக் கண்ணீர் மல்க கார் கதவை அடைத்துவிட்டு நின்ற அந்த பிரம்மாண்ட உருவம் எனக்கும் பவாவிற்கும் வாழ்நாளில் மங்கிப் போகாது.

இப்போது நினைவுகள் ஊற்றெடுத்துப் பொங்கிப் பொங்கி வார்த்தைகளுக்கு வழிவிடுகிறது.

திரைக்கலைஞர் மம்மூட்டியின் புத்தகத்தைத் தமிழில் மொழிபெயர்த்து பெயர் வைப்பதில் யோசனையாக இருந்த நாட்களில் 'மூன்றாம் பிறை' என்ற தலைப்பு ஒத்துப்போகிறது. அந்தத் தலைப்பிற்காய் நான் அவரிடம் அனுமதி கோருகிறேன். ''வெரிகுட் ஷைலம்மா. நல்ல தலைப்பு அது. மூன்றாம் பிறையைக் கொஞ்ச நேரம்தான் பார்க்கமுடியும். ஆனால் அந்தக் கொஞ்ச நேரத்திற்குள் நல்ல காரியங்கள் பலதையும் செய்வார்கள். அதயே வைய்யம்மா'' என்று என்னை உற்சாகப்படுத்தினார். பின்னாளில் என் வலைதளத்திற்கும் அதுவே பெயராக ஆனது.

''பவா என்றொரு கதைசொல்லி'' ஆவணப்பட வெளியீட்டு விழாவில் படத்தை வெளியிட்டு பேசிக்கொண்டேயிருந்தார். மொத்த உரையும் மிக நெருக்கமாகக் குடும்பத்தை பற்றி மட்டுமே பேசி எங்களைக் கூச்சத்திலும், அதீத நெகிழ்விலும் கரைய வைத்தார். பத்து முறையாவது கண்கலங்கிக் கைதொழுது நின்றிருப்பேன். பவாவிற்குப் படைப்பாளி எப்படி குடும்பத்தை வைத்துக்கொள்ள வேண்டுமென்றும் படைப்பாளியின் மனைவி என்னென்ன கஷ்டங்களை அனுபவிக்க வேண்டுமென்றும் அதையெல்லாம் என் மகள் ஷைலுவுக்கு நீங்கள் கொடுக்கக்கூடா தென்றும் தன் அனுபவத்திலிருந்து பேசித் தீர்த்தார்.

நிகழ்வின் ஆரம்பத்திலிருந்தே எஸ்.எல்.ஆர். கேமராவில் ஏதோ ஒரு மூலையில் நின்றுகொண்டு தாத்தா பேசுவதைப் படம் எடுத்து, தான் எடுத்த படத்தைத் திரும்பிப் பார்த்த வம்சியை அவ்வளவு கூட்டத்திலும் கவனித்திருக்கிறார். பேச்சின் நடுவே வம்சி நாங்களெல்லாம் ஒரு புகைப்படம் எடுத்தால் அதை லேபில் கொண்டுபோய்க் கொடுத்து, அவன் டார்க்ரூமில் கொண்டு போய்க்

கழுவி எடுத்திட்டு வர்றவரைக்கும் பொறுமையாய்க் காத்திருந்து, பெற்ற பிள்ளையைப் பார்ப்பது மாதிரி பார்ப்போம். புகைப்படம் எடுத்தவுடன் திரும்பிப் பார்க்காதே. அப்படிப் பாத்தா நீ எடுத்த படத்துமேல உனக்கு நம்பிக்கையில்லன்னு அர்த்தம். எடுப்பதற்கு முன் இதுதான் நான் எடுக்கப்போற ஃப்ரேம்னு மனசில ஃபிக்ஸ் பண்ணு'' என்று அவனுக்கு மேடையிலேயே வகுப்பெடுத்தார்.

வம்சியையும் மானசியையும் அப்படிப் பிடிக்கும் அவருக்கு. பிள்ளைகளை வீட்டுக்கு வரச்சொல்லி அதிகாலை வாக்கிங் போய்விட்டு வரும்போதே காய்கறிகள் வாங்கிவந்து, தானே ப்ரெட் டோஸ்ட் செய்து கொடுத்து, தாத்தாவும் பேரப்பிள்ளைகளுமாய்ச் சாப்பிட்டு விளையாடின நாட்களை இனி நான் அவர்களுக்கு மீண்டும் தரமுடியாமல் காலம் உறைய வைத்துவிட்டதே.

நான்கு வருடங்களுக்கு முன்பு ஒருமுறை என்னிடம் கேட்டார்.

''வம்சி என்ன பண்ணப்போறான்மா?''

''அவன் இப்ப சிக்ஸ்த் படிக்கிறான் சார். பரோடாவில் போய் டிசைன்ஸ் படிக்கணும்னு சொல்றான் சார்''.

''இல்லம்மா, அவன் என்னமோ எங்கிட்ட வந்திடுவான்னுதான் தோணுது''.

காலம்தான் எந்தக் கருணையும் இல்லாமல் ஓடுகிறதே. இரண்டு வருடங்களுக்கு முந்திய ஒரு டிசம்பர் 31 இரவு பத்து மணியிருக்கும் குழந்தைகளோடு பேசிக்கொண்டிருக்கிறோம். சட்டென்று வம்சி சொல்கிறான். ''அம்மா நானொரு ஷாட் ஃபிலிம் எடுக்கலாம்னு இருக்கேன்''.

சின்னச்சின்ன மன அசைவிலும் உடல் மொழியிலும் சிதறின துளிகளைக் கொண்டு ஒரு மனிதன் ஒரு குழந்தையை எப்படி அவதானிக்கிறார் என்று நான் மீண்டுமொருமுறை ஆச்சரியப்பட்டுப் போனேன்.

நானும் ஜெயஸ்ரீயும் அவரைப்போய்ப் பார்த்த ஒரு மதிய வேளையில், நான் மொழிபெயர்த்த 'சுமித்ரா' நாவல் பற்றிப் பேச ஆரம்பித்தோம். இந்த நாவல் படமாக வந்ததையும் அது சரியாக எடுக்கப்படவில்லையென மூல எழுத்தாளர் கல்பட்டா நாராயணன் வருத்தப்பட்டார் என்றும் சொன்னேன். மிகக் கடுமையாக கோபம் வந்துவிட்டது அவருக்கு. கதை மட்டும்தான் எழுத்தாளனுக்குச் சொந்தம். அது படமாவது ஒரு ஃபிலிம் மேக்கருக்கானது. அது அந்தக் கதையின் மறு ஜென்மம். அது பற்றி எழுத்தாளன் பேசவே கூடாது என்றார். பேச்சு அப்படியே அப்போதுதான் பல சூறாவளியில் அகப்பட்டு வந்த 'விஸ்வரூபம்' படத்தைப்பற்றி வந்தது. கமல் ஓர் அசாத்தியமான கலைஞன். இந்தப் படத்தில் கமல் வச்ச ஒரு ஷாட்டைக்கூட என்னால வைக்க முடியாது என்று மனம் திறந்து பாராட்டினார்.

வம்சியைப் பற்றி எப்போதும் விசாரித்துக் கொண்டேயிருப்பார்.

''ஷைலு, வம்சி இப்ப என்ன பண்றான்?''

நிறைய வேர்ல்டு கிளாசிக்ஸ் பாக்கறான் சார். அவனுக்கு போட்டோகிராபிதான் விருப்பமா இருக்கு. சாந்திநிகேதன் போய்ப் படிக்கப் போறானாம் சார்''.

''வெரிகுட். ஆனா அதுக்கெதுக்கு அவன் அங்கெயெல்லாம் போணும். இன்னும் மூணு வருஷம் முடிச்சிட்டு தாத்தாகிட்ட வரச் சொல்லம்மா. அவன நான் பாத்துக்கறேன். ஒரு நல்ல ஃபிலிம் மேக்கரா உருவாக்கிக் காட்டறேன்''.

கடைசிவரை தாத்தாவின் கை பிடித்து சினிமா மொழி கற்க என் மகனுக்கு வாய்க்காமலே போய்விட்டது.

''ஷைலு அவங்கிட்ட 'சந்தியா ராகம்' படம் இருக்கா?''

''இல்ல சார்''

''அப்படியா'' என டேபிளுக்குக் கீழே குனிந்தவர் ஒரு டிவிடியை எடுத்துப் பொறுமையாய், 'என் அன்பு பெயரன் வம்சிக்கு. வாழ்த்துக்களோடு தாத்தா பாலுமகேந்திரா' என்று தன் அழகான கையெழுத்தில் எழுதி 'வம்சிகிட்ட கொடம்மா' என்றார். அவர் எழுதி முடிக்கும்வரை எழுந்துநின்று, பெருகும் கண்ணீரைத் துடைக்கக்கூடத் தோன்றாமல் நின்றிருந்தேன். எனக்குத் தெரியும் தமிழ்நாட்டில் அந்தப் படம் கிடைக்காமல் தேடியலையும் எத்தனை சினிமா ஆர்வலர்கள் இருக்கிறார்கள் என்று.

மகனே தாத்தா கை பிடித்து அழைத்துச் செல்லவில்லையென்றாலும் உனக்கான திசையையும் நீ முன்னெடுத்துச் செல்ல வேண்டிய அக்கினிக் குஞ்சினையும் உன்னிடம்தான் விட்டுச் சென்றிருக்கிறார். அதை இதயத்தில் ஏந்திக்கொள்.

''ஷைலு வாம்மா. நாம படம் பாக்கலாம்'' எனக் கூட்டிப்போய், தான் இதுவரை எடுத்த 'தலைமுறைகள்' படத்தின் சில காட்சிகளை எனக்குப் போட்டுக் காண்பிக்கிறார். அதே அறையில் உட்கார்ந்து ஒரு க்ரீன் டீ குடித்துக்கொண்டே பெயரிடப்படாத அக்கதையை முழுமையாகக் கேட்ட நியாபகங்கள் நெஞ்சில் மூள்கிறது. படத்தில் சுப்புத்தாத்தாவாய் மெல்ல மெல்ல நடந்து, கண்களின் ஓரம் ஈரம் காட்டி உட்கார்ந்திருக்கும் சாரைப் பார்த்து, கால் தடுக்கி விழும் தாத்தாவைப் பார்த்துப் பதறி விடுகிறேன். என்

வாழ்வின் மிக முக்கியமான நிமிடங்களில் ஒன்றாய் அவை மாறிப் போகும் உன்மத்தத்தில் பல காட்சிகள் தெரியாமல் கண்ணில் நீர் முட்டுகிறது. எழுந்து வெளியே வருகிறோம்.சினிமாப் பட்டறையில் படிக்கும் மாணவர்கள் மிகவும் ஆச்சர்யமாய் என்னைப் பார்க்கிறார்கள். அதை உடனே உணர்ந்தவர், ''இவங்க பேரு ஷைலு.பெஸ்ட் ட்ரான்ஸ்லேட்டர். என்னோட படத்துக்கு மியூசிக் கூட போடாத கட்டத்தில் நான் இதுவரை யாருக்கும் போட்டுக் காண்பிச்சதில்ல. சினிமால இருக்கற எந்தக் கொம்பனுக்கும் நான் காட்டமாட்டேன். ஆனா நான் ஷைலுவுக்கு காட்டுவேன். பிக்காஸ் ஷீ இஸ் மை டாட்டர்'' என்கிறார்.

''ஷைலு'' எனப் பிரியம் ஊறின வார்த்தைகளில் என்னை அழைக்க இனி யார் இருக்கிறார்கள்? மெல்ல என் கைப்பிடித்து என்னுடன் நடந்து வரும் கால்கள் எங்கே?

கண்ணாடிப் பெட்டிக்குள் என்னைப் பார்த்துப் பேசாமல் படுத்திருக்கும் அவரைப் பார்த்த துக்கத்தில் அருகில் நின்ற 'சுகா'வின் கழுத்தைக் கட்டிக்கொண்டு வெடித்து அழுகிறேன். சுகாவும் எனனுடன் சேர்ந்து பதில் தெரியாது உடைந்து அழுகிறார்.

ஆனால் அப்பா, என் அன்பானஅப்பா. 'ஷைலு நான் என் கடைசி காலத்தில் திருவண்ணாமலையில்தான் இருக்கப் போகிறேன். நீயும் பவாவும்தான் என்னை அடக்கம் செய்யவேண்டும்'' என்று சொன்னதை ஒரு மகளாக நான் நிறைவேற்றியிருக்கிறேன். உங்கள் மகனிடமும் அகிலா அம்மாவிடமும் வேண்டி உங்கள் இன்னொரு மகன் பாலாவிடம் பெற்ற அஸ்தியைக் கையில் ஏந்தியபடி மனசும் உடம்பும் பதறப்பதற நிற்கிறோம். நானும் பவாவும் சிறிது சிறிதாய்ச் செப்பனிட்டு பிள்ளைகளுக்காகவும் நண்பர்களுக்காகவும்

உருவாக்கியிருக்கும் எங்கள் நிலத்தில் அதை விதைத்து, எங்களோடு நீங்கள் கலந்திருக்குமாறு செய்திருக்கிறோம்.

கொழும்பில் மட்டக்களம்பு மாகாணத்தில் அமிர்தகழி ஆற்றங்கரையில் சுற்றித்திரிந்த அந்தக் கால்களும், திரும்பி சொந்த மண்ணிற்கு போகவே முடியாமல் போனதற்காய் கடைசி நிமிடம் வரை அழுது தீர்த்த கண்களுமாய் என் ஆசான் நாடற்றவனாக மின்சார மயானம் நோக்கிப் போகிறார் என்று சோமீதரன் கதறினான்.

உங்களை இதயத்தில் ஏந்திக்கொண்ட பல ஆயிரம் பிள்ளைகளாய் நாங்கள் இருக்கிறோம். எப்போதும் நீங்கள் சொல்வது போல இந்தப் பிரபஞ்ச சக்தி எங்களை உங்களிடமே எப்போதும் தக்க வைத்திருக்கும்.

## சமரசம் செய்துகொண்டே.
### நேர்காணல், கிருஹ ஷோபா.

பாலுமகேந்திரா.. எழுபதுகளின் இறுதியில் மிக அழுத்தமாக சினிமாவில் தடம் பதித்தவர். தனது 'அழியாத கோலங்கள்' மூலம் தமிழ் சினிமாவுக்கே புதிய பரிமாணத்தைக் கொடுத்தவர்.

இவரது படைப்புலகமே தனி. 'கலைப் படங்கள்' என்ற பெயரில் ரசிகர்களின் பொறுமையைச் சோதிக்காமல், அதே நேரம் வர்த்தக வெற்றிக்காக அபத்தங்களை படச்சுருளில் திணிக்காமல் படமெடுப்பதென்பது வெகு சில மேதைகளுக்கு மட்டுமே சாத்தியமான விஷயம். அந்த 'மேதமைத்தனம்' நிரம்பிய ஒரு தமிழ்ப் படைப்பாளிகளில் பாலுவும் ஒருவர் என்பதை நினைத்து நாம் நிச்சயம் பெருமை கொள்ளலாம்.

இவரது 'மூன்றாம் பிறை' வெள்ளித்திரையில் எழுதப்பட்ட ஒரு ஹைக்கூ கவிதை!

தமிழ் மட்டுமல்ல, மலையாளம், கன்னடம், தெலுங்கு மற்றும் ஹிந்தியிலும் சில பரீட்சாதங்களை வெற்றிகரமாகச் செய்து பார்த்தவர்.

25 ஆண்டுகால நெடிய திரைப்பயணம். அவற்றில் 19 திரைப்படங்கள். அவற்றில்16 படங்கள் கிட்டத்தட்ட தமிழ் சினிமாவின் மைல் கற்கள்!

'ராமன் அப்துல்லா' படத்துக்குப் பிறகு ஐந்தாண்டு இடைவெளி... அந்த இடைவெளியை மொத்தமாகச் சரிக்கட்டும் வகையில் இப்போது 'ஜூலி கணபதி!'

'க்ருஹஷோபா' சினிமா சிறப்பிதழுக்காக விருகம்பாக்கத்திலுள்ள அவரது அலுவலகத்தில் பாலுமகேந்திராவை சந்தித்தோம். எந்தவித பரபரப்பும் பகட்டுமில்லாமல் அவரைப் போலவே எளிமையான அறை. இருக்கின்ற அலமாரிகள் முழுவதும் புத்தகங்கள்.

ஒரு வழக்கமான 'நேர்காணல்' என்ற இலக்கணத்தை மீறி, சினேகமான உரையாடலாக தொடர்கிறது அவருடனான சந்திப்பு...

வழக்கத்துக்கு மாறான ஒரு பெரிய இடைவெளிக்குப் பிறகு 'ஜூலி கணபதி'யை வெளியிட்டிருக்கிறீர்கள். படத்திற்கான வரவேற்பு எப்படியிருக்கிறது?

"இடைவெளி என்பது நானாக ஏற்படுத்திக்கொண்டதல்ல. இப்படி ஒரு இடைவெளி ஏற்படுவதைக்கூட நான் எப்போதும் விரும்பியதில்லை".

"ஜூலி கணபதி படத்துக்கு நான் எதிர்பார்த்ததைவிட மிகச்சிறப்பான விமர்சனங்களை எழுதின பத்திரிகைகள். இன்னும் சொல்லப்போனால், எனக்கு தெரிந்து சமீப காலத்தில் வேறு எந்தத் தமிழ்ப் படத்துக்காவது இவ்வளவு சிறப்பாக விமர்சனம் வந்திருக்குமா? சந்தேகம்தான். ஒருவர் கூட இந்தப் படத்தைப் பற்றி எதிர்மறையான ஒரு கருத்தையும் சொல்லவில்லை".

இவ்வளவு சிறப்பான ஒரு படம் வணிக ரீதியாக திருப்தியைத் தந்ததா என்றால்... (சற்றுத் தயங்கி) இல்லை. இதைச் சொல்வதில் எனக்கு எந்த தயக்கமும் இல்லை. எதனால் இப்படி நேர்ந்தது? என்பதுதான் எனக்கும், படத்தின் தயாரிப்பாளர்களுக்கும் பிடிபடாத புதிராக இருந்து வருகிறது. ஒருவேளை படத்தை வெளியிட்ட நேரம் தவறா... கிரிக்கெட், தேர்வுகள் என அனைவரும் தீவிரமாக இருக்கும் வேளையில் இந்தப் படத்தை வெளியிட்டிருக்கக்கூடாதோ... புரியல... ஒருவேளை இந்த சூத்திரம் புரிந்திருந்தால் எல்லோருமே, எப்போதும் வெற்றிப் படத்தையே கொடுத்திருப்பார்களல்லவா?''

ஒருவேளை தொலைக்காட்சி, வி.சி.டி. பிரச்சினையால்...

''இருக்கலாம்... ஆனால் என் படத்துக்கு இது எந்தளவுக்குப் பொருந்தும் என்று சந்தேகம் இருக்கிறது. ஒரு படத்தின் தோல்வியை நீங்கள் சொன்ன இந்த இரண்டு விஷயங்கள் மட்டுமே தீர்மானிப்பதில்லை. இவற்றையெல்லாம் மீறி ஏதோ ஒன்று 'ஜூலி கணபதி'யின் வர்த்தக வெற்றியைத் தடுத்திருக்கிறது.

'ஜூலி கணபதி'யில் ரம்யா கிருஷ்ணன் பாடும் அந்தப் பாடல் ஒரு வர்த்தக சமரசம்தானே...?

''அதை கடைசி நேரம் வரை சந்தேகப்பட்டியலில் உள்ள ஒரு காட்சியாகவே வைத்திருந்தேன். படத்தின் ஓட்டத்தை எந்த வகையிலும் அது பாதிக்காது. ரசிகனுக்கு அது ஒரு மாறுதல் உணர்வை கொடுக்கும் என்பதால்தான், அந்தப் பாடலை அப்படியே விட்டுவிட்டேன். அத ஒரு வர்த்தகச் சமரசம் என்று சொல்வதில் எனக்கு பெரிய தயக்கமேதுமில்லை''.

*நிறைய தொலைக்காட்சி நடிகர்கள் இந்தப் படத்தில் இருந்ததால் ஏதோ 'கதை நேரம்' பார்ப்பது போல் இருந்ததாக சொல்லப்படுவது பற்றி...*

''என்னுடைய கதைக்குப் பொருத்தமான, எனக்குத் தேவையான நேரத்தில் கிடைக்கக்கூடியவர்கள இருந்த கலைஞர்களை வைத்து இப்படத்தை எடுத்தேன். அவர்களை 'தொலைக் காட்சி கலைஞர்கள்' என்ற கண்ணோட்டத்தில் மட்டுமே ஏன் பார்க்க வேண்டும்? அவர்கள் சினிமாவில் நடிக்கக்கூடாது என்று எதுவுமில்லையே''.

*வெறும் மசாலத்தனங்கள் நிறைந்திருந்த காலகட்டத்தில் 'அழியாத கோலங்கள்' படத்தைக் கொடுத்து, தமிழ் சினிமாவின் போக்கையே மாற்றினீர்கள். ஆனால், இப்போது அத்தகைய ஆரோக்கியமான போக்கு தொடர்வதாகக் கருதுகிறீர்களா?*

''என் படங்கள்தான் சிறந்தவை என்று சொல்லும் மனப்போக்கு கொண்டவனல்ல நான். ஆனால், இதுவரை நான் எடுத்த படங்களில் ஒன்றிரண்டைத் தவிர மீதி எல்லாமே எதற்காகவும் சமரசம் செய்து கொள்ளாத, கதைக் களத்தை விட்டு விலகிப்போகாத படங்கள் என்பதை மட்டும் சொல்லிக்கொள்ள முடியும். 'அழியாத கோலங்கள்' வெறும் 83 நிமிடப் படம். ஒரு இளைஞன் தன் பள்ளிப்பருவத்தை மறுபடியும் பின்னோக்கிப் பார்ப்பதை, அவன் மனதில் பதிந்திருந்த நினைவுகளை திரைப்படச் சுருளில் பதிய வைத்தேன். என்னுடைய மற்ற படங்களும் ஏதாவது ஒரு விதத்தில் ஒன்றையொன்று மிஞ்சி நிற்கும் வகையில் அமைந்திருந்தன. என் படங்களுக்கு இணையாக வேறு யாரும் சினிமா செய்யவில்லையென்று சொல்ல முடியாது. அந்த காலகட்டத்தில்கூட மகேந்திரன், பாரதிராஜா என நிறையப்பேர்

நல்ல படங்களைக் கொடுத்துக் கொண்டிருந்தார்கள். இன்று கதைசொல்லும் பாங்கு மேம்பட்டிருக்கிறது. படத்தின் தொழில்நுட்பம் வியக்க வைக்கும் அளவுக்கு முன்னேறியிருக்கிறது. ஆனால், கதைகள்? அந்தளவுக்கு இல்லையென்றுதான் சொல்ல வேண்டும்.

இன்று எல்லோருமே தங்கள் படங்கள் 100 நாள் ஓடிவிட்டால் வெற்றிப்படம் என்று நினைக்கிறார்கள். அதுவும் எப்படி? ஏதாவதொரு தியேட்டரில் காலைக் காட்சியாகப் போட்டு கஷ்டப்பட்டு ஓட்டி வெற்றிகரமான 100வது நாள் என்று போஸ்டர் அடிக்கிறார்கள். யாரை ஏமாற்ற இந்த பம்மாத்து? 100 நாள் ஓடிவிட்டால் மட்டும் வெற்றி படமாகிவிடுமா?

வணிக ரீதியான வெற்றிக்காக உங்கள் கதைகளில் ஏதாவது சமரசம் செய்து கொண்டிருக்கிறீர்களா?

"பெரும்பாலும் அப்படி நேர்ந்ததில்லை. இதுவரை 19 படங்கள் செய்திருக்கிறேன். இவற்றில் இரண்டு படங்களைத் தவிர மீதியெல்லாமே பெரிய வெற்றிப்படங்கள்தான். என்னுடைய 'அழியாத கோலங்கள்', 'மூன்றாம்பிறை', 'மூடுபனி', 'ரெட்டைவால் குருவி', 'ராமன் அப்துல்லா', 'சதிலீலாவதி'... இப்படி எல்லாப் படங்களுமே வெற்றி பெற்றவைதான். இப்படங்கள் ஒன்றிலிருந்து ஒன்று மாறுபட்டவை. ஆனால், இவற்றில் வியாபார வெற்றிக்காக எந்த விஷயத்தையும் வேண்டுமென்று, நானாக திணித்ததில்லை. ஒன்றிரண்டு படங்களில் அப்படிப்பட்ட காட்சிகள் வந்திருக்கலாம். நான் மறுக்கவில்லை''.

25 ஆண்டுகளுக்கு மேல் சினிமாவில் இருக்கிறீர்கள். ஆனால், 19 படங்கள் மட்டுமே இயக்கியிருக்கிறீர்கள். உங்கள் ஒவ்வொரு

படத்துக்கும் இடையில் ஏன் இவ்வளவு பெரிய இடைவெளி? இது நீங்களே ஏற்படுத்திக் கொள்வதா?

"நான் முன்பே சொன்னதைப் போல இந்த இடைவெளியை நானாக எப்போதுமே ஏற்படுத்திக் கொள்வதில்லை. ஆனால், இங்கு ஒரு விஷயத்தை சொல்லிவிடுகிறேன். நான் எப்போதுமே பணத்துக்காக, அதை மட்டுமே குறியாகக் கொண்டு படங்களை இயக்கியதில்லை. பணம் என்னுடைய தேவைக்கு ஏற்ப கிடைத்தால் போதும். அதற்கு மேல் நான் விரும்புவதில்லை.

எனக்கும் நிறைய படங்கள் செய்ய வேண்டும் என்ற ஆசை இருக்கிறது. ஆனால், வாய்ப்பு... அது கிடைத்தால் தானே அடுத்தடுத்த படங்களை என்னால் தரமுடியும்? இதோ 'ஜூலி கணபதி' படம் முடிந்து மூன்று மாதங்களுக்கு மேலாகிவிட்டது. அடுத்து இரண்டு படங்களுக்கான மிக அருமையான முழுக் கதை, திரைக்கதையையும் தயார் செய்து வைத்திருக்கிறேன். இந்தப் படங்கள் வெளியானால் நிச்சயம் தமிழ் சினிமாவில் புதிய திருப்பமே உண்டாகும். ஆனால்... எனது தயாரிப்பாளர்களை தேடிக்கொண்டிருக்கிறேன். வருகிறார்கள், பேசுகிறார்கள், சென்றுவிடுகிறார்கள். இப்படியே நாட்கள் நகர்ந்து கொண்டிருப்பது எனக்கு ஒருவித சோர்வைத்தான் தருகிறது. இதுதான் நிஜம்.

# பாலுமகேந்திராவின் ஃபிலிமோகிராபி

**1. அழியாத கோலங்கள்-1979**

தயாரிப்பு : தேவி பிலிம்ஸ் (பி) லிமிடெட்

திரைக்கதை, வசனம், ஒளிப்பதிவு, இயக்கம் : பாலுமகேந்திரா

இசை : சலீல் சௌத்ரி

எடிட்டிங் : டி.வாசு

பாடல்கள் : கங்கை அமரன்

பாடியவர்கள் : பி.சுசிலா, எஸ்.ஜானகி, எஸ்.பி. பாலசுப்ரமணியம், ஜெயசந்திரன்

நடிகர்கள் : பிரதாப் போத்தன், ஷோபா, கமல்ஹாசன்

(இந்தப் படம் தமிழ்நாட்டில் 200 நாட்கள் ஓடியது. பாலுமகேந்திரா இயக்கிய முதல் தமிழ்ப் படம். இந்தப் படம் இந்தியன் மனோரமாவில் தேர்வு செய்யப்பட்டது.)

2. **மூடுபனி-1980**

    தயாரிப்பு : ராஜா சினி ஆர்ட்ஸ்

    கதை : ராஜேந்திரகுமார்

    திரைக்கதை, வசனம், ஒளிப்பதிவு, இயக்கம் : பாலுமகேந்திரா

    ஸ்டில்ஸ் : இ.வி.கே. நாயர்

    எடிட்டிங் : டி.வாசு

    பாடல்கள் : கங்கை அமரன்

    இசை : இளையராஜா (இசையமைத்த நூறாவது படம்)

    பாடியவர்கள் : கே.ஜே. ஜேசுதாஸ், எஸ்.ஜானகி, மலேசிய வாசுதேவன், டாக்டர் கல்யாண், உமா

    நடிகர்கள் : பிரதாப் போத்தன், ஷோபா, மோகன்

3. **மூன்றாம்பிறை-1982**

    தயாரிப்பு : சத்ய ஜோதி பிலிம்ஸ்

    கதை, திரைகதை, வசனம்,

    ஒளிப்பதிவு, இயக்கம் : பாலுமகேந்திரா

    ஸ்டில்ஸ் : இ.வி.கே. நாயர்

    எடிட்டிங் : டி.வாசு

    பாடல்கள் : கண்ணதாசன், வைரமுத்து, கங்கை அமரன்

    இசை : இளையராஜா

பாடியவர்கள் : கே.ஜே. ஜேசுதாஸ், எஸ்.பி. பாலசுப்ரமணியம், எஸ். ஜானகி, கமல்ஹாசன்

நடிகர்கள் : கமல்ஹாசன், ஸ்ரீ தேவி, ஒய்.ஜி. மகேந்திரன், சில்க் ஸ்மிதா

விருது : சிறந்த நடிக்கருக்கான தேசிய விருது, சிறந்த ஒளிப்பதிவாளருக்கான தேசிய விருது, சிறந்த இயக்குநருக்கான ஃபிலிம் பேர் விருது, சிறந்த மூன்றாவது படத்திற்கான தமிழ்நாடு மாநில விருது, சிறந்த நடிக்கருக்கான தமிழக அரசு விருது, சிறந்த நடிக்கைக்கான தமிழக அரசு விருது, சிறந்த பாடகருக்கான தமிழக அரசு விருது, (கே.ஜெ.ஜெசுதாஸ்), சிறந்த பாடகிக்கான தமிழக அரசு விருது (எஸ். ஜானகி), சினிமா எக்ஸ்பிரஸ் விருது, சென்னை சினிமா ரசிகர்கள் சங்கம் விருது.

(இந்தப் படம் தமிழ்நாட்டிலுள்ள ஒரு திரையரங்கில் தொடர்ந்து 379 நாள் ஓடியது. கவிஞர் கண்ணதாசன் எழுதிய கடைசிப் பாடலும் இந்த படத்திற்காகத் தான். (கண்ணே கலைமானே))

## 4. வசந்தமே வருக-1983

தயாரிப்பு : ஸ்ரீ வடிவுடையம்மன் ஃபிலிம் (எஸ்.மணி)

கதை, திரைக்கதை, ஒளிப்பதிவு, எடிட்டிங், இயக்கம் : பாலுமகேந்திரா

வசனம் : ஆரூர் தாஸ்

ஸ்டில்ஸ் : இ.வி.கே. நாயர்

பாடல்கள் : கவிஞர் முத்துலிங்கம்

இசை : இளையராஜா

பாடியவர்கள் : எஸ்.பி. பாலசுப்ரமணியம், மனோ, சித்ரா, எஸ்.பி. ஷைலஜா

நடிகர்கள் : சுமன், அர்ச்சனா, ரகுவரன், கௌதமி

**5. நீங்கள் கேட்டவை-1984**

தயாரிப்பு : ஃபிலிம் கோ

கதை : அகிலா மகேந்திரா

திரைக்கதை, வசனம், ஒளிப்பதிவு, இயக்கம் : பாலுமகேந்திரா

படத்தொகுப்பு : டி.வாசு

ஸ்டில்ஸ் : இ.வி.கே. நாயர்

பாடல்கள் : புதுமைப் பித்தன், வைரமுத்து, என். காமராசன், கங்கை அமரன்

இசை : இளையராஜா

பாடியவர்கள் : எஸ்.பி. பாலசுப்ரமணியம், கே.ஜே. ஜேசுதாஸ், எஸ்.ஜானகி

நடிகர்கள் : தியாகராஜன், சில்க் ஸ்மிதா, பானுச்சந்தர், அர்ச்சனா, பூர்னிமா பாக்யராஜ், ஒய்.ஜி. மகேந்திரன்

**6. உன் கண்ணில் நீர் வழிந்தால்-1985**

தயாரிப்பு : கலா கேந்தரா மூவிஸ்

கதை : அகிலா மகேந்திரா

திரைக்கதை, வசனம், ஒளிப்பதிவு, இயக்கம் : பாலுமகேந்திரா

படத்தொகுப்பு : டி.வாசு

ஸ்டில்ஸ் : இ.வி.கே. நாயர்

பாடல்கள் : வைரமுத்து, மு. மேத்தா, கங்கை அமரன்

இசை : இளையராஜா

பாடியவர்கள் : எஸ்.பி. பாலசுப்ரமணியம், கே.ஜே. ஜேசுதாஸ், மலேசிய வாசுதேவன், எஸ். ஜானகி

நடிகர்கள் : ரஜினிகாந்த், மாதவி, வி.கே. ராமசாமி, செந்தாமரை, ஒய்.ஜி. மகேந்திரன்

விருது : சென்னை சினிமா ரசிகர்கள் சங்கம் விருது

**7. ரெட்டைவால் குருவி-1987**

தயாரிப்பு : சாகர் கம்பெயின்ஸ் (சென்னை)

கதை : கௌரி

திரைக்கதை, வசனம், ஒளிப்பதிவு, படத்தொகுப்பு, இயக்கம் : பாலுமகேந்திரா

ஸ்டில்ஸ் : இ.வி.கே. நாயர்

பாடல்கள் : என். காமராசன், கங்கை அமரன், மு.மேத்தா

இசை : இளையராஜா

பாடியவர்கள்: கே.ஜே. ஜேசுதாஸ், இளையராஜா, ஜெயச்சந்திரன், சாயிபாபா, பி. சுசிலா, எஸ். ஜானகி, சித்ரா, சுரேந்திரன், அனுராதா

நடிகர்கள் : மோகன், ராதிகா, அர்ச்சனா

## 8. வீடு-1988

தயாரிப்பு : ஸ்ரீ கலா இன்டர்நேஷனல்

கதை : அகிலா மகேந்திரா

திரைக்கதை, வசனம், ஒளிப்பதிவு, படத்தொகுப்பு, இயக்கம் : பாலுமகேந்திரா

ஸ்டில்ஸ் : இ.வி.கே. நாயர்

இசை : இளையராஜா

நடிகர்கள் : அர்ச்சனா, பானுச்சந்தர், கே.ஏ. சொக்கலிங்க பாகவதர்

விருது : சிறந்த படத்திற்கான தேசிய விருது, சிறந்த நடிகைக்கான தேசிய விருது, சிறந்த இயக்குநருக்கான ஃபிலிம் பேர் விருது, இந்தியன் பனோரமாவில் தேர்வு செய்யப்பட்டப் படம்.

(2013-ல் 'வீடு' படம் வெள்ளிவிழா கொண்டாடியது. ஜெர்மனி, இங்கிலாந்து, கனடா, ஸ்ரீலங்கா, மலேசியா, செக்கோஸ்லவாக்கியா, போலந்து போன்ற நாடுகளில் நடந்த சர்வதேச திரைப்பட விழாவில் திரையிடப்பட்டது.)

## 9. சந்தியாராகம்-1989 (கருப்பு வெள்ளை படம்)

தயாரிப்பு : பாலுமகேந்திரா

கதை : அகிலா மகேந்திரா

திரைக்கதை, வசனம், ஒளிப்பதிவு, படத்தொகுப்பு, இயக்கம் : பாலுமகேந்திரா

ஸ்டில்ஸ் : இ.வி.கே. நாயர்

இசை : எல். வைத்தியநாதன்

நடிகர்கள் : அர்ச்சனா, கே.ஏ. சொக்கலிங்க பாகவதர், வீரசந்தானம், சீதா பாட்டி

விருது : சிறந்த படத்திற்கான தேசிய விருது, இந்தியன் பனோரமாவில் தேர்வுசெய்யப்பட்ட படம்.

**10. வண்ண வண்ண பூக்கள்-1992**

தயாரிப்பு : சுப்பிரமணியா பிலிம்ஸ் (எஸ்.பானு)

கதை, திரைக்கதை, வசனம், ஒளிப்பதிவு, படத்தொகுப்பு, இயக்கம் : பாலுமகேந்திரா

ஸ்டில்ஸ் : இ.வி.கே. நாயர்

பாடல்கள் : வாலி, இளையராஜா, கங்கை அமரன்

இசை : இளையராஜா

பாடியவர்கள் : கே.ஜே. ஜேசுதாஸ், எஸ்.பி. பாலசுப்ரமணியம், கணேஷ், இளையராஜா

நடிகர்கள் : பிரசாந்த், மௌனிகா, வினோதினி

விருது : சிறந்த படத்திற்கான தேசிய விருது

**11. மறுபடியும்-1993**

தயாரிப்பு : அஷ்வின் இன்டர்நேஷ்னல்

கதை, திரைக்கதை, வசனம், ஒளிப்பதிவு, படத்தொகுப்பு, இயக்கம் : பாலுமகேந்திரா

ஸ்டில்ஸ் : இ.வி.கே. நாயர்

பாடல்கள் : வாலி, ரவிபாரதி

இசை : இளையராஜா

பாடியவர்கள் : எஸ்.பி. பாலசுப்ரமணியம், கே.ஜே. ஜேசுதாஸ், எஸ். ஜானகி

நடிகர்கள் : ரேவதி, நிழல்கள் ரவி, ரோகினி, அரவிந்த்சாமி, வினோதினி

விருது : சிறந்த நடிக்கைக்கான பிலிம் கேர் விருது (ரேவதி)

### 12. சதிலீலாவதி-1995

தயாரிப்பு : ராஜ்கமல் இன்டர்நேஷ்னல்

கதை : அனந்து

வசனம் : க்ரேஸி மோகன்

திரைக்கதை, ஒளிப்பதிவு, படத்தொகுப்பு, இயக்கம் : -பாலுமகேந்திரா

ஸ்டில்ஸ் : சௌந்தர்ராஜன்

பாடல்கள் : வாலி

இசை : இளையராஜா

பாடியவர்கள் : சித்ரா, உண்ணிகிருஷ்ணன், சுரேந்தர், கமல்ஹாசன்

நடிகர்கள் : கமல்ஹாசன், ரமேஷ் அரவிந்த், கல்பனா, ஹீரா, கோவை சரளா, சொக்கலிங்க பாகவதர், ராஜா, மாஸ்டர் ஆனந்த்

**13. ராமன் அப்துல்லா-1997**

தயாரிப்பு : ஆனந்த் சினி ஆர்ட்ஸ்

கதை : துளசிதாஸ்

திரைக்கதை, வசனம், ஒளிப்பதிவு, படத்தொகுப்பு, இயக்கம் : பாலுமகேந்திரா

ஸ்டில்ஸ் : செல்வம்

பாடல்கள் : வாலி, மு.மேத்தா, காமகோடியன், அறிவுமதி, ரவிபாரதி

இசை : இளையராஜா

பாடியவர்கள் : எஸ்.பி. பாலசுப்ரமணியம், நாகூர் ஹனீபா, அருன்மொழி, சித்ரா, பவதாரினி, மால்குடி சுபா

நடிகர்கள் : சிவகுமார், விக்னேஷ், கரண், சொக்கலிங்க பாகவதர், ஈஸ்வரி, அஸ்வினி

விருது : தமிழ்நாடு மாநில அரசின் ஸ்பெஷல் ஜூரி விருது, தமிழ்நாடு மாநில அரசு கலைஞர்களுக்கு வழங்கி வருகின்ற ராஜா சான்டோ விருது (பாலுமகேந்திராவுக்கு வழங்கி கௌரவிக்கப்பட்டது).

**14. என் இனிய பொன் நிலாவே - 2001**

தயாரிப்பு : ஆர்.பிரபாவதி (எஸ்.டி.ஆர். மூவிஸ்)

கதை, திரைக்கதை, வசனம், ஒளிப்பதிவு, படத்தொகுப்பு, இயக்கம் : பாலுமகேந்திரா.

பாடல்கள் : வைரமுத்து

இசை : இளையராஜா, எம்.எஸ். விஸ்வநாதன்.

பாடியவர்கள் : கே.ஜே. ஜேசுதாஸ், எஸ்.பி. பாலசுப்ரமணியம், மனோ, வாணிஜெயராம், சித்ரா, எல்.ஆர். ஈஸ்வரி.

நடிகர்கள் : பாண்டியராஜன், மௌனிகா, விசித்ரா, வசந்த், சுரேஷ் சக்கரவர்த்தி.

**15. ஜுலி கணபதி - 2003**

தயாரிப்பு : ஜி.ஜே. கம்பைன்ஸ் (வி.ஜானவேலு, வி.ஜெயபிரகாஷ்)

கதை : எஸ்தோப்பான்

திரைக்கதை, வசனம், ஒளிப்பதிவு, படத்தொகுப்பு, இயக்கம் : பாலுமகேந்திரா.

ஸ்டில்ஸ் : ராபர்ட்

பாடல்கள் : மு. மேத்தா, முத்துலிங்கம், பழநிபாரதி,

நா. முத்துக்குமார், ஆர். கருணாநிதி.

இசை : இளையராஜா.

பாடியவர்கள் : கே.ஜே. ஜேசுதாஸ், பவதாரினி, விஜய் ஜேசுதாஸ், ஸ்ரேயா கோஷல், அனிதா, பிரசன்னா.

நடிகர்கள் : சரிதா, ஜெயராம், ரம்யாகிருஷ்ணன், சஷிகுமார்.

விருது : சிறந்த படத்தொகுப்புக்கான சாந்தாராம் விருது.

### 16. அது ஒரு கனாகாலம் - 2005

தயாரிப்பு : கே.ஏ. சாய்சுரேஷ்

கதை, திரைக்கதை, வசனம், ஒளிப்பதிவு, படத்தொகுப்பு, இயக்கம் : பாலுமகேந்திரா.

ஸ்டில்ஸ் : ராபர்ட்

பாடல்கள் : மு. மேத்தா, முத்துலிங்கம், நா. முத்துக்குமார், இளையராஜா.

இசை : இளையராஜா

பாடியவர்கள் : இளையராஜா, பவதாரினி, விஜய் ஜேசுதாஸ், ஸ்ரேயா கோஷல், மாலதி, ரஞ்சித், ஜோதி.

நடிகர்கள் : தனுஷ், ப்ரியாமணி, கருணாஸ், தேஜாஸ்ரீ, டெல்லி கணேஷ், தலைவாசல் விஜய்.

### 17. தலைமுறைள் - 2013

தயாரிப்பு : பாலுமகேந்திரா சினிமா பட்டறை-கம்பெனி ப்ரொடக்ஷன்ஸ் எம். சசிகுமார்.

கதை, திரைக்கதை, வசனம், ஒளிப்பதிவு, படத்தொகுப்பு, இயக்கம் : பாலுமகேந்திரா

இசை : இளையராஜா

நடிகர்கள் : பாலுமகேந்திரா, சஷிகுமார், எம். சசிகுமார், வினோதினி, ரம்யா ஷங்கர், கார்த்திக்.

விருது: தேசிய ஒருங்கிணைப்பு குறித்த சிறந்த திரைப்படத்திற்கான நர்கிஷ் சட் விருது.

குறிப்பு : பாலுமகேந்திரா நடித்து இயக்கிய கடைசி படம்.

**பாலுமகேந்திரா ஒளிப்பதிவுசெய்த படங்கள்.**

| படம் | இயக்குநர் வருடம் |
|---|---|
| முள்ளும் மலரும் (பாலுமகேந்திரா ஒளிப்பதிவு செய்த முதல் தமிழ்படம்) | மகேந்திரன்1978 (மகேந்திரன் இயக்கிய முதல் படம், சிறந்த படத்திற்கான மாநில விருது, இந்தியன் பனோரமாவில் தேர்வு செய்யப்பட்ட படம்) |
| எச்சில் இரவுகள் | ஏ.எஸ். பிரகாசம் 1982 |
| உறங்காத நினைவுகள் | ஆர். பாஸ்கரன் 1983 |
| கொல்லிமலை மாவீரன் | தோப்பில் பாஸி 1984 |

**பாலுமகேந்திரா இயக்கிய மலையாள படங்கள்**

***1. ஓளங்கள் - 1982***

தயாரிப்பு : பிரக்காட் பிலிம்ஸ் (ஜோசப் ஆபிரஹாம்)

கதை : அகிலா மகேந்திரன்

திரைக்கதை, வசனம், ஒளிப்பதிவு, இயக்கம் : பாலுமகேந்திரா

படத்தொகுப்பு : டி. வாசு

ஸ்டில்ஸ் : இ.வி.கே. நாயர்

பாடல்கள் : ஒ.என்.வி. குருப்பு

இசை : இளையராஜா

பாடியவர்கள் : கே.ஜே. ஜேசுதாஸ், எஸ். ஜானகி.

நடிகர்கள் : அமோல் பாலேக்கர், பாஸி, ஜகதி, பி.ஆர். மேனோன், அம்பிகா, பூர்ணிமா ஜெயராம், பேபி அஞ்சு, சாரதா ப்ரியா.

விருது : சிறந்த இயக்குநருக்கான ஃபிலிம் ஃபேர் விருது.

**2. ஊமக்குயில் -1983**

தயாரிப்பு : பிரக்காட் பிலிம்ஸ் (ஜோசப் ஆப்ரஹாம்)

கதை : அகிலா மகேந்திரன்

திரைக்கதை, வசனம், ஒளிப்பதிவு, இயக்கம் : பாலுமகேந்திரா

படத்தொகுப்பு : டி. வாசு

ஸ்டில்ஸ் : இ.வி.கே. நாயர்

பாடல்கள் : ஒ.என்.வி. குருப்பு

இசை : இளையராஜா

பாடியவர்கள் : கே.ஜே. ஜேசுதாஸ், எஸ். ஜானகி, கிருஷ்ண சந்திரன், ஜெயச்சந்திரன்.

நடிகர்கள் : ஒய்.ஜி. மகேந்திரன், பாஸி, ஜகதி, பி.ஆர். மேனோன், பரதன், பூர்ணிமா ஜெயராம், சரோஜா, பேபி ஷாலினி, ஜென்ஸி.

**3. யாத்ரா - 1985**

தயாரிப்பு : பிரக்காட் பிலிம்ஸ் (ஜோசப் ஆபிரஹாம்)

கதை, வசனம் : ஜான் போல்

ஒளிப்பதிவு, இயக்கம் : பாலுமகேந்திரா

படத்தொகுப்பு : டி. வாசு

ஸ்டில்ஸ் : இ.வி.கே. நாயர்

பாடல்கள் : ஓ.என்.வி. குருப்பு

இசை : இளையராஜா

பாடியவர்கள் : கே.ஜே. ஜேசுதாஸ், எஸ். ஜானகி, அம்பிளி, ஆன்டோவின் குழந்தைகள்.

நடிகர்கள் : மம்மூட்டி, ஷோபனா, லாலு அலெக்ஸ், பாஸி, திலகன், அச்சன் குஞ்சு, பேபி மௌனிகா, பேபி அஞ்சு.

விருது : சிறந்த படித்திற்கான கேரள மாநில விருது, சிறந்த நடிகருக்கான ஸ்பெஷல் ஜீரி விருது.

**4. மஞ்சு மூடல் மஞ்சு - 1980** (Dubbing Film)

தயாரிப்பு : ஜனதா சினி ஆர்ட்ஸ்.

கதை : ராஜேந்திரகுமார்

வாசனம், பாடல்கள் : மாங்கொம்பு கே. பாலகிருஷ்ணன்.

திரைக்கதை, ஒளிப்பதிவு, இயக்கம் : பாலுமகேந்திரா

படத்தொகுப்பு : டி. வாசு

இசை : இளையராஜா

பாடியவர்கள் : கே.ஜே. ஜேசுதாஸ், பி. ஜெயச்சந்திரன்.

நடிகர்கள் : பிரதாப் போத்தன், ஷோபா.

**பாலு மகேந்திரா மலையாளத்தில் ஒளிப்பதிவு செய்த படங்கள்.**

| படம் | இயக்குநர் | வருடம் |
|---|---|---|
| நிர்த்தசால | ஏ.பி. ராஜ் | 1972 |
| பணிமுடக்கு | பி.என். மேனோன் | 1972 |
| மாய | ராமுகரியாட் | 1972 |
| கலியுகம் | கே.எஸ். சேதுமாதவன் | 1973 |
| சுக்கு | கே.எஸ்.சேதுமாதவன் | 1973 |
| சாஸ்திரம் ஜயிச்சு மனுஷன் தோற்று | ஏ.பி. ராஜ் | 1973 |
| சட்டக்காரி | கே.எஸ். சேதுமாதவன் | 1974 |
| நெல்லு | ராமு கரியாட் | 1974 |
| ராஜஹம்சம் | ஹரிஹரன் | 1974 |
| மக்கள் | கே.எஸ். சேதுமாதவன் | 1974 |
| ஜிவிக்கான் மறந்நு போய ஸ்திரி | கே.எஸ். சேதுமாதவன் | 1974 |
| ராகம் | ஏ. பீம்சிங் | 1975 |
| சீனவலை | எம்.குஞ்சக்கோ | 1975 |

| | | |
|---|---|---|
| *சுவன்ன சந்தியகள் (கதை பாலுமகேந்திரா) கே.எஸ். சேதுமாதவன்* | | *1975* |
| *டூரிஸ்ட் பங்களா* | *ஏ.பி.ராஜ்* | *1975* |
| *பிரயாணம்* | *பரதன்* | *1975* |
| *செந்நாய வளர்த்திய குட்டி* | *எம். குஞ்சாக்கோ* | *1976* |
| *பொன்னி* | *தோப்பில் பாஸி* | *1976* |
| *மிஸ்ஸி* | *தோப்பில் பாஸி* | *1976* |
| *உள்கடல்* | *கே.ஜி. ஜார்ஜ்* | *1979* |
| *சங்கராபரணம் (டப்பிங் படம்)* | *கே. விஸ்வநாத்* | *1980* |
| *லேடி டீச்சர்* | *சிங்கிதம் ஸீனிவாச ராவ்* | *1982* |

விருது : 1974-ல் 'நெல்லு' என்ற படத்திற்கு சிறந்த ஒளிப்பதிவாளருக்கான கேரள அரசின் மாநில விருது, 1975-ல் 'சுவன்ன சந்தியகள்', 'ப்ரயாணம்' (கருப்பு வெள்ளை படம்) என்ற படங்களுக்கு சிறந்த ஒளிப்பதிவாளருக்கான கேரள அரசின் மாநில விருது.

**பாலுமகேந்திரா இயக்கிய கன்னடப் படங்கள்.**

***1. கோகிலா - 1977***

*தயாரிப்பு : டி. மோச்சம் ஃபெர்னாடோ*

*இசை : சலீல் சௌத்ரி*

*படத்தொகுப்பு : உமேஷ் கல்க்கர்னி*

*கதை : அகிலா மகேந்திரா*

திரைக்கதை, வசனம், ஒளிப்பதிவு, இயக்கம் : பாலுமகேந்திரா

நடிகர்கள் : கமல்ஹாசன், மோகன், அர்ச்சனா, ஷோபா (ஷோபா நடித்த முதல் படம்).

விருது : சிறந்த ஒளிப்பதிவாளருக்கான தேசிய விருது. சிறந்த திரைக்கதைக்கான கர்நாடக மாநில விருது.

இந்த படம் தமிழ்நாட்டில் கன்னடமொழியில் ரிலீஸ் செய்யப்பட்டு, 150 நாட்கள் ஓடி சாதனை படைத்தது.

**பாலுமகேந்திரா ஒளிப்பதிவு செய்த கன்னடபடம்.**

**1. பல்லவி அனுபல்லவி - 1983**

(மணிரத்னம் இயக்கிய முதல் படம்)

இந்த படத்திற்கு சிறந்த திரைக்கதைக்கான கர்நாடக அரசின் மாநில விருது கிடைக்கப்பெற்றது.

**பாலுமகேந்திரா இயக்கிய தெலுங்கு படங்கள்.**

**1. நிரீக்ஷனா - 1982**

தயாரிப்பு : லிங்கராஜ்.

கதை, திரைக்கதை, வசனம், ஒளிப்பதிவு, இயக்கம் : பாலுமகேந்திரா.

இசை : இளையராஜா

நடிகர்கள் : பானுசந்தர், அர்ச்சனா, பி.எல்.நாராயணா, அல்லு ராமலிங்கய்யா.

*விருது : சிறந்த ஒளிப்பதிவாளருக்கான நந்தி விருது.*

**2. ரெண்டு தொகல பிட்டா - 1987**

*தயாரிப்பு : சர்வந்தி மூவிஸ் (கே. சாரதா தேவி)*

*கதை, திரைக்கதை, வசனம், ஒளிப்பதிவு, படத்தொகுப்பு, இயக்கம் : பாலுமகேந்திரா*

*பாடல்கள் : ராஜஸ்ரீ*

*இசை : இளையராஜா*

*பாடியவர்கள் : எஸ்.பி.பாலசுப்ரமணியம், எஸ். ஜானகி, எஸ்.பி. ஷைலஜா.*

*நடிகர்கள் : மோகன், அர்ச்சனா, ரேவதி.*

**3. சக்ர வ்யூகம் - 1991**

*தயாரிப்பு : கே. கிருஷ்ணா ரெட்டி.*

*இசை : இளையராஜா*

*கதை, திரைக்கதை, வசனம், ஒளிப்பதிவு, படத்தொகுப்பு, இயக்கம் : பாலுமகேந்திரா.*

*நடிகர்கள் : சுமன், அர்ச்சனா.*

*விருது : சிறந்த துணைநடிகருக்கான விருது.*

**பாலுமகேந்திரா ஒளிப்பதிவு செய்த தெலுங்கு படங்கள்.**

| படம் | இயக்குநர் | வருடம் |
|---|---|---|
| அபிமானவந்துலு | கே.எஸ். ராமிரெட்டி | 1973 |

| | | |
|---|---|---|
| அனுராகலு | கே.எஸ். ராமிரெட்டி | 1975 |
| அமெரிக்கா அம்மாயி | சிங்கிதம் சீனிவாசராவ் | 1976 |
| தாரம் மாரிந்தி | சிங்கிதம் சீனிவாசராவ் | 1977 |
| பந்துலாமா | சிங்கிதம் சீனிவாசராவ் | 1977 |
| லாம்பா டோலா ராமதாசு | பாப்பு ராவு.கே | 1978 |
| மனவூரி பாண்டவுலு | பாப்பு ராவு.கே | 1978 |

(சிரஞ்சீவி நடித்த முதல் படம். சிறந்த ஒளிப்பதிவாளருக்கான நந்தி விருதும், ஃபிலிம் ஃபேர் விருதும் பாலுமகேந்திராவுக்கு வழங்கப்பட்டது)

| | | |
|---|---|---|
| சோமக்கடிதி சோகக்கடிதி | சிங்கிதம் சீனிவாசராவ் | 1979 |
| சங்கராபரணம் | கே.விஸ்வநாத் | 1980 |
| கலியுக ராவணசுரது | பாப்பு ராவு.கே | 1980 |

**பாலுமகேந்திரா இயக்கிய ஹிந்தி படங்கள்.**

1. சத்மா - *1983*

தயாரிப்பு : ராமு என். சிப்பி, ராஜ். என்.சிப்பி.

கதை, திரைக்கதை, ஒளிப்பதிவு, இயக்கம் : பாலுமகேந்திரா.

வசனம், பாடல்கள் : குல்சார்

படத்தொகுப்பு : டி. வாசு

இசை : இளையராஜா

பாடியவர்கள் : ஆஷா போஸ்லே, சுரேஷ் வாட்கர், ஜேசுதாஸ், கமல்ஹாசன், ஸ்ரீதேவி.

நடிகர்கள் : கமல்ஹாசன், ஸ்ரீதேவி, குல்ஷன் க்ரோவர், சில்க்ஸ்மிதா.

விருது : சிறந்த கதைக்கான ஃபிலிம் ஃபேர் விருது.

**2. ஓர் ஏக் ப்ரேம் கஹானி - 1996**

தயாரிப்பு : மகேஷ்பட், அமித்கன்னா

கதை, திரைக்கதை, ஒளிப்பதிவு, இயக்கம் : பாலுமகேந்திரா

படத்தொகுப்பு : டி. வாசு

இசை : இளையராஜா

நடிகர்கள் : ரமேஷ்அரவிந்த், ரேவதி, ஹீரா

பாலுமகேந்திரா 1999 செப்டம்பர் முதல் 2000 செப்டம்பர் வரை சன் தொலைக்காட்சிக்காக 52 வாரங்கள் இயக்கிய கதைநேர குறும்படங்கள்:

| கதை | எழுத்தாளர் | நடிகர்கள் |
|---|---|---|
| 1. அம்மா | சுஜாதா | வல்சலா ராஜகோபால்,<br>மோகன்ராம்,<br>மௌனிகா. |
| 2. அப்பா | எஸ். சங்கரநாராயணன்<br>கணேஷ், சஷிகுமார். | டெல்லி |

| | | |
|---|---|---|
| 3. ஒரு மனுஷி | பிரபஞ்சன் | சஷிகுமார், மௌனிகா. |
| 4. ரேணுகா | சுஜாதா | மௌனிகா, டெல்லிகணேஷ். |
| 5. சுதந்திரம் | பிரபஞ்சன் | நாயர் ராமன், டெல்லி கணேஷ் |
| 6. அவசரம் | சுஜாதா | ஆனந்த், சுஜிதா, முத்துக்குமார். |
| 7. நிஜத்தைத் தேடி | சுஜாதா | தலைவாசல் விஜய், இந்து, சஷிகுமார். |
| 8. தாயும் தாரமும் | சுஜாதா | சுஜிதா, வல்சலா ராஜகோபால், ஆகாஷ். |
| 9. தண்ணீர் | கிருஷ்ணா | மௌனிகா, ஜுனியர் பாலைய்யா, அமரசிகாமணி. |
| 10. கா.க. அத்தியாயம் | சுஜாதா | மௌனிகா, விஜய் ஆதிராஜ். |
| 11. குடும்ப அட்டை | பாரிஜாதன் | சஷிகுமார், வேணு அரவிந்த். |
| 12. சினிமாக்காரன் | பட்டுக்கோட்டை பிரபாகர் | சுஜிதா, ஆகாஷ். |
| 13. உன்னாவிரதம் | கிருஷ்ணா | சொக்கலிங்க பாகவதர், சஷிகுமார். |
| 14. ஒரு முடிவு ஒரு | திருவாரூர் பாபு | முத்துக்குமார், சஷிகுமார், |

| | | |
|---|---|---|
| ஒரு ஆரம்பம் | | ஜுனியர் பாலையா. |
| 15. முரடன் மகன் | கே.எஸ்.வேலாயுதம் | மௌனிகா, வெங்கிடேஷ், ஜுனியர் பாலையா. |
| 16. பிரசாதம் | சுந்தர ராமசாமி | மௌனிகா, வெங்கிடேஷ், ஜுனியர் பாலையா. |
| 17. முக்கோண | திலகவதி | மௌனிகா, சஷிகுமார், வேணுஅரவிந்த். காதல் கதை |
| 18. கள்ளுண்ணாமை | சுஜாதா | ஆனந்த் |
| 19. பரிசு | சுஜாதா | மௌனிகா, மோகன்ராம். |
| 20. காதல் கல்யாணம் | பிரசன்னா | சஷிகுமார், மௌனிகா. |
| 21. காயம் | ஜெயந்தன் | வேணுஅரவிந்த், மௌனிகா, நாராயணன். |
| 22. நீங்க சொல்லுங்க | சுஜாதா | மோகன்ராம் |
| 23. காணி நிலம் | கிருஷ்ணா | வேண்டும் |
| 24. நான் படிக்கணும் | எம்.ஏ. சுசீலா | வல்சலா ராஜகோபால் |
| 25. மாறுவேடத்தில் | முகவை ராஜா | மௌனிகா மந்திரி |
| 26. நிலம் | சுஜாதா | சஷிகுமார், மௌனிகா, நாராயணன். |
| 27. குழந்தை | சங்கரநாராயணன் | |

| | | |
|---|---|---|
| 28. பொன்னாசை | சிவசங்கரி | சஷிகுமார், மௌனிகா, நாராயணன். |
| 29. ஏய் ஆட்டோ | சிவதாணு | சஷிகுமார், மௌனிகா. |
| 30. சாட்சி | சுஜாதா | சஷிகுமார், மௌனிகா. |
| 31. காத்திருப்பு | சு. சமுத்திரம் | மௌனிகா. |
| 32. என் தாம்பத்ய நினைவுகள் | சூர்யன் | மௌனிகா. |
| 33. ஸ்டோரி டிஸ்கஷன் | பட்டுக்கோட்டை பிரபாகர் | மோகன்ராம், சஷிகுமார், |
| 34. பாதுகாப்பு | பட்டுக்கோட்டை பிரபாகர் | சஷிகுமார், மௌனிகா |
| 35. சிக்கனம் | மன்னார்குடி | மௌனிகா, நரேன் |
| 36. குரங்கு | பட்டுக்கோட்டை பிரபாகர் | சஷிகுமார், நரேன். |
| 37. சொர்க்கத்தில் | பாலகுமாரன் | மௌனிகா, சஷிகுமார், வேணுஅரவிந்த். நிச்சயிக்கப்படுகின்றன |
| 38. பத்து பவுன் | ஞானாம்பாள் செல்வம் | மௌனிகா, நாராயன், வேணுஅரவிந்த். |
| 39. தப்பு கணக்கு | மாலன் | நாயர் ராமன், சுஜிதா, ராஜநிஷா. |
| 40. நல்லதோர் வீணை செய்தேன். | சரோஜா பாண்டியன் | மௌனிகா, நாராயண், வேணுஅரவிந்த். |
| 41. முத்தத்தின் முடிவில் | சிவகாமி | மௌனிகா, நரேன், அமரசிகாமணி. |

| | | |
|---|---|---|
| 42. திருடன் | விமாலதித்த மாமல்லன் | மௌனிகா,சீனிவாசன்,<br>ஜுனியர் பாலையா. |
| 43. அரை வைத்தியன் | சுஜாதா | நாயர்ராமன், சஷிகுமார். |
| 44. இப்படியும் | பட்டுக்கோட்டை பிரபாகர் | மௌனிகா, நரேன். |
| 45. கற்பு | பட்டுக்கோட்டை பிரபாகர் | இந்து, சஷிகுமார்,<br>நாராயணன். |
| 46. வேலி | ராஜேஷ்குமார் | மௌனிகா, சஷிகுமார்,<br>ஜுனியர் பாலையா |
| 47. ஓரு பிரசவம் | ராஜேஷ்குமார் | மௌனிகா, சஷிகுமார்,<br>நரேன். |
| 48. நம்பிக்கை | வாசந்தி | வல்சா ராஜகோபால்,<br>அமரசிகாமணி, மௌனிகா |
| 49. பாதுகாப்பு | பட்டுக்கோட்டை பிரபாகர் | மௌனிகா, சஷிகுமார். |
| 50. காணவில்லை | கிருஷ்ணா | மௌனிகா, சஷிகுமார்,<br>பசி சத்யா. |
| 51. தேடலின் முடிவில் | கிருஷ்ணா | மௌனிகா, மோகன்ராம். |
| 52. கொள்ளை | சுஜாதா | மௌனிகா, ஜுனியர் பாலையா |

நன்றி : ரோஸ்லின் செல்வம். (பாலுமகேந்திரா சினிமா பட்டறை அட்மினிஸ்ட்ரேடிவ்/மாணவி)

இந்த 52 குறும்படங்களில் ஆரம்பத்தில் வந்த 15 எபிஸோடுகளை மகன் ஷங்கி மகேந்திரனை வைத்து ஒளிப்பதிவு செய்தார். மற்ற குறும்படங்களை அவரே ஒளிப்பதிவு செய்தார்.

தயாரிப்பு : மீடியா ட்ரீம்ஸ்.

இசை : ஐசெக் தாமஸ் கொட்டுக்காபள்ளி

உதவி இயக்குநர்கள் : வெற்றிமாறன், எல். சுரேஷ், பாலுசத்யா, கௌரி, விக்ரம் சுகுமாரன்.

திரைக்கதை, உரையாடல், ஒளிப்பதிவு, படத்தொகுப்பு, இயக்கம் : பாலுமகேந்திரா.

குறிப்பு : இதில் 16 குறும்படங்கள் 'வம்சி புக்ஸ்' திருவண்ணாமலை மூன்று பாகங்களாக, டி.வி.டி.யாக வெளியிட்டிருக்கிறார்கள். தொடர்புக்கு : கே.வி.ஷைலஜா, 9445870995, பவாசெல்லதுரை, 9443222997.

**முதல் பாகத்தில் வெளிவந்த குறும்படங்கள்:**

1. பிரசவம்

2. நிலம்

3. ஒரு மனுஷி

4. ஒரு முக்கோணக் காதல் கதை

5. காத்திருப்பு

6. காயம்

**இரண்டாம் பாகத்தில் வெளிவந்த படங்கள்:**

1. அம்மா

2. அப்பா

3. என் தாம்பத்ய நினைவுகள்

4. நம்பிக்கை

5. பொன்னாசை

6. தப்பு கணக்கு

## மூன்றாம் பாகத்தில் வெளிவந்த குறும்படங்கள் :

1. திருடன்

2. காதல் கல்யாணம்

3. முரடன் மகன்

4. ரேணுகா

5. திருமணங்கள் சொர்க்கத்தில் நிச்சயிக்கப்படுகின்றன

6. ஒரு பிரசவம்.

## நான்காம் பாகத்தில் வெளிவந்த பத்து குறும்படங்களை Best Film World. M. Ramadas வெளியிட்டிருக் கிறார்கள். தொடர்புக்கு : 9486618535,

1. அரை வைத்தியன்

2. கற்பு

3. நீங்க சொல்லுங்க

4. ஒரு முடிவு ஒரு ஆரம்பம்

5. தேடலின் முடிவில்

6. சாட்சி

7. ஏய் ஆட்டோ

8. கொள்ளை

9. ஒரு முத்தத்தின் முடிவில்

10. காணவில்லை

பாலு மகேந்திராவின் திரைப்படங்களில் திரைக்கதை நூல்களாக வெளிவந்தவை :

1. வீடு - வம்சி புக்ஸ்.

2. சந்தியா ராகம் - வம்சி புக்ஸ்

3. யாத்ரா - மலையாளம் - டி.சி. புக்ஸ்

4. அது ஒரு கனாகாலம் - மித்ரா பப்ளிகேஷன்ஸ்

5. அழியாத கோலங்கள் - (விரைவில் வெளிவரும்)

6. பாலுமகேந்திராவின் கதை நேரம் - மூன்று பாகம், வம்சி புக்ஸ்.

**Inspired & Remake films**

1980 - மூடுபனி - *Inspired by American Film Psycho*

1982 - ஓளங்கள் - *Inspired from Novel. Man woman and Child, by : Erich Segal.*

1983 - ஊமக்குயில் - *Remake of Kokila.*

1983 - சத்மா - *(Hindi) Remake of Moondram Pirai*

*1985 - நிரீக்ஷணா - (Telugu) Remake of Yathra.*

*1987 - ரெட்டைவால்குருவி - Loosely based on the 1984 Hollywood Film Micki and Maude*

*1993 - மறுபடியும் - Remake of Hindi Film Arth*

*1996 - ஓர் ஏக் ப்ரேம் கஹானி, ஹிந்தி - Remake of Kokila*

*2003 - ஜூலி கணபதி - Remake of the 1990 - American Lorror Film Misery*

*2005 - அது ஒரு கனாகாலம் - Loosely bassed on Nirekshana.*

# பாலுமகேந்திரா நூலகம்

''எனது படங்களில் ஏதாவது தனித்தன்மை இருக்குமானால் அது எனக்கும் இலக்கியத்திற்குமான பரிச்சயம்'' -இயக்குநர் பாலுமகேந்திரா.

நல்ல புத்தக வாசிப்பே சிறந்த சினிமாவை உருவாக்கும் என்று தொடர்ந்து பேசிவந்த இயக்குநர். பாலுமகேந்திராவின் நினைவாக உதவி இயக்குனர்கள் விஸ்காம் மற்றும் சினிமா தொழில்நுட்ப மாணவர்கள், ஆர்வலர்கள் மற்றும் தீவிர வாசகர்களுக்காக எழுத்தாளர், இயக்குநர் அஜயன் பாலா அவர்கள் பாலுமகேந்திரா நூலகம் என்ற பெயரில் புதிய நூலகம் ஒன்றைத் துவங்கியுள்ளார்.

எதிர்காலத்தில் தமிழ் சினிமாவின் மீதான அக்கறையே இந்த நூலகத்தை துவக்க முக்கியக் காரணம் என அஜயன்பாலா பேசினார். வருடத்திற்கு 250 ரூபாய் ஆண்டு சந்தா கட்டி ஒருமுறை உறுப்பினர் ஆகிவிட்டால் போதும். பின் எத்தனைமுறை வேண்டுமானாலும் புத்தங்களை வீட்டிற்கு எடுத்துச் சென்று

படிக்கலாம். "மேலும், சினிமா மற்றும் கலை சம்பந்தப்பட்ட ஆவணப்படுத்துதல் தொடர்பாக தகவல் பெட்டகம் ஒன்றை பாலுமகேந்திரா நூலகம் உருவாக்க உள்ளது என்றும் அதன் முதற்கட்டமாக தமிழில் இதுவரை வெளிவந்த சிறந்த குறும்படங்கள் மற்றும் ஆவணப்படங்கள் அனைத்தும் சேகரிக்கப்பட இருக்கின்றன என்றும் அஜயன் பாலா கூறினார்.

இந்த குறும்பட மற்றும் ஆவணப்பட வங்கி, பின்வரும் தலைமுறைக்கு உதவுவதோடு மட்டுமல்லாமல் அதனுள் இருக்கும் அனைத்து பயன்பாடுகளையும் வெளிக்கொணரும். இது தொடர்பாக தகவல் பெற விரும்புபவர்கள் தொடர்பு கொள்ளவும்.

முகவரி : பாலுமகேந்திரா நூலகம், எண். 1, திலகர் தெரு, சாலி கிராமம், சென்னை - 600 093. பேச : *9884060274, 9626866127, 9944130984.*

3

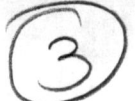